AF761295

INSIGHT PUBLICA®

INSIGHT PUBLICA®
Kozhikode, Kerala, India 673011
www.insightpublica.com
e-mail: insightpublica@gmail.com
Thoruvam
Malavettuvarude Gothra Samskrithi
PK Ramachandran
Cover Design: KJ VJ
First Edition : April 2019

ISBN 978-93-82709-89-3

തൊരുവം

മലവേട്ടുവരുടെ ഗോത്രസംസ്കൃതി

ഗോത്ര വിഭാഗമായ
മലവേട്ടുവരെക്കുറിച്ചുള്ള പഠനം

പി.കെ. രാമചന്ദ്രൻ

INSIGHT PUBLICA®

കാസർഗോഡ് ജില്ലയിലെ വെസ്റ്റ് എളേരി പഞ്ചായത്തിൽ മൗവ്വേനി ഗ്രാമത്തിൽ ജനനം. കണ്ണൂർ ജില്ലയിലെ പ്രാപ്പൊയിൽ ഗവ: ഹയർസെക്കൻഡറി സ്കൂൾ അധ്യാപകനാണ്. ആദിവാസി വിഭാഗങ്ങൾക്കിടയിൽ ധാരാളം സാമൂഹ്യ വിദ്യാഭ്യാസ ബോധവത്കരണ ക്ലാസുകൾ നടത്തിയിട്ടുണ്ട്. സർക്കാർ സർവ്വീസിൽ പ്രവേശിക്കുന്നതിനു മുൻപ് ആദിവാസികളുടെ അവകാശ സംരക്ഷണത്തിനായി കാസർഗോഡ് ജില്ലയിൽ ധാരാളം പ്രക്ഷോഭങ്ങളിൽ പങ്കാളിയായിട്ടുണ്ട്. സർക്കാർ അധ്യാപക സംഘടന നേതൃത്വത്തിലും പ്രവർത്തിച്ചുവരുന്നു. ഭാര്യ ഇ. ശോഭന വയക്കര ഗവ: ഹയർസെക്കൻഡറി സ്കൂൾ അധ്യാപികയാണ്. മക്കൾ സൗരവ് രാമചന്ദ്രൻ, സായന്ത് രാമചന്ദ്രൻ.

Mob: 9847453615

Email: pkr.pulingome@gmail.com

പി.കെ. രാമചന്ദ്രൻ

ഉള്ളടക്കം

അനുബന്ധം

അവതാരിക

ഡോ.വി.എം. ഉണ്ണികൃഷ്ണൻ

സംസ്കാരം മനുഷ്യ നിർമ്മിതിയാണ്. പ്രകൃതിയെ - മനുഷ്യപ്രകൃതിയെയും തനിക്കു ചുറ്റുമുള്ള ഭൗതിക പ്രകൃതിയെയും - സ്വന്തം സങ്കല്പങ്ങൾക്കനുസരിച്ച് മാറ്റിത്തീർക്കലിലൂടെയാണത് രൂപം കൊള്ളുന്നത്. ഓരോ മാറ്റങ്ങളും പുതിയ സംഘർഷങ്ങളുടെ ഭൂമികയാവുകയും അതു പരിഹരിക്കാനുതകുന്ന പുതിയ പരുവപ്പെടുത്തലുകൾ പ്രകൃതിയിൽ നടത്തപ്പെടുകയും ചെയ്യുന്നു. ഇങ്ങനെ മനുഷ്യനും പ്രകൃതിയും തമ്മിലുള്ള വൈരുധ്യവും സമീകരണവും സൃഷ്ടിക്കുന്ന നൈരന്തര്യത്തിന്റെ ചരിത്രമാണ് നമ്മുടെ സാംസ്കാരിക ചരിത്രം.

ആഹാര സമ്പാദനത്തിന് വേണ്ടിയാണ് ആദ്യകാലങ്ങളിൽ മനുഷ്യൻ പ്രധാനമായും പ്രകൃതിയിൽ ഇടപെട്ടിരുന്നത്. ഇത്തരം ഇടപെടലുകളുടെ രീതിമാറുമ്പോൾ സംസ്കാരവും മാറും. പ്രകൃതിയിൽ യഥേഷ്ടം നടന്ന് ഭക്ഷ്യവസ്തുക്കൾ ശേഖരിച്ച് ജീവിച്ചകാലവും, നായാടി നടന്ന കാലവും, കൃഷി ചെയ്തു ജീവിച്ചകാലവും അടിമയായി ക്കഴിഞ്ഞ കാലവും, സ്വതന്ത്രപൗരനായി ജീവിക്കുന്ന കാലവുമെല്ലാം വ്യത്യസ്ത സംസ്കാരങ്ങളെയാണ് ചൂണ്ടിക്കാട്ടുന്നത്. പെറുക്കിത്തീനി (food gatherer) നായാടിയാകുന്നതും (hunter), നായാടി, കൃഷി വലനാകുന്നതുമെല്ലാം ഭൗതിക പ്രകൃതിയുടെ സമ്മർദ്ദം കൊണ്ടു കൂടിയാണ്. എന്നാൽ അടിമയും സ്വന്തന്ത്ര പൗരനുമെല്ലാമാകുന്നത്

മനുഷ്യർ തന്നെ സൃഷ്ടിക്കുന്ന വ്യവസ്ഥയുടെ (system) സമ്മർദ്ദത്തിലൂടെയാണ്. ചരിത്രപരമായി മനുഷ്യസമൂഹം അനുഭവിച്ച ഈ സമ്മർദ്ദങ്ങളെ പാട്ടുകളായും കഥകളായും പുരാവൃത്തങ്ങളായും അനുഷ്ഠാനങ്ങളായുമെല്ലാമാണ് നമ്മുടെ ഗ്രാമീണ സമൂഹങ്ങൾ കൊണ്ടുനടക്കുന്നത്. സാംസ്കാരികചരിത്രത്തിലെ സവിശേഷമായ ഒരു ഘട്ടമെന്ന നിലയിൽ ഗോത്രസമൂഹവും അവരുടെ ചരിത്രത്തെ ഇങ്ങനെയൊക്കെത്തന്നെയാണ് കൊണ്ടുനടക്കുന്നത്.

ഗോത്ര സംസ്കാരത്തിൽ മനുഷ്യൻ ഒരു ഗോത്രമാണ്. അവിടെ വ്യക്തിക്ക് പ്രാധാന്യമൊന്നുമില്ല. ഗോത്രത്തിൽ അവയ്ക്ക് ഒരൊറ്റ മനസ്സാണ്. ഒരാൾക്ക് കിട്ടുന്ന നൊമ്പരങ്ങൾ ഗോത്രത്തിലെ എല്ലാവർക്കും അനുഭവപ്പെടുന്ന ഒരവസ്ഥ. ഓരോരുത്തർക്കും ഗോത്രത്തിന്റെ ഭാഗമെന്ന നിലയിൽ മാത്രം അസ്തിത്വം. ഇത് ഒരു മിത്ത് (Myth) അല്ല. പരിമിതമായ അർത്ഥത്തിലെങ്കിലും വിവിധ ആദിവാസിക്കൂട്ടായ്മകളിൽ ഇന്നും അത്തരമൊരവസ്ഥ നിലനിൽക്കുന്നുണ്ട്. ഇത്തരത്തിലുള്ള വിശാലമായ ഒരു പരിപ്രേക്ഷ്യത്തിനകത്തു നിന്നു കൊണ്ടു വേണം ശ്രീ പി.കെ. രാമചന്ദ്രന്റെ 'തൊരുവം' വിലയിരുത്താൻ.

മലവേട്ടുവരുടെ ഗോത്ര സംസ്കൃതിയുടെ വിവരണമാണ് ഈ ഗ്രന്ഥമെന്നു പറയുമ്പോൾത്തന്നെ സവിശേഷമായ ഒരു സാംസ്കാരിക മേഖലയിലാണ് ഈ ഗ്രോത്രസംസ്കാരം രൂപപ്പെട്ടതെന്നുകൂടി കാണണം. പണ്ടത്തെ അള്ളടം ദേശത്ത്- നീലേശ്വര രാജവംശത്തിന്റെ അധീനപ്രദേശം - അതിനും മുമ്പ് ഇന്നത്തെ കുടക് കാവേരി ഭാഗങ്ങൾ കൂടി ഉൾപ്പെട്ട വിശാലമായ മലമ്പ്രദേശത്ത്, സ്വതന്ത്രരായി വനവിഭവങ്ങൾ ശേഖരിച്ചും വേട്ടയാടിയും കഴിഞ്ഞുപോന്ന ഈ മേഖല അതിരിട്ട് ഗ്രാമങ്ങളാക്കിമാറ്റിയതും - കേരളോൽപത്തികാരൻ പറയുന്ന ബ്രാഹ്മണായനഘട്ടം- ബ്രാഹ്മണാധികാരത്തിനുള്ളിലായതും തുടർന്ന് അള്ളടത്തിന്റെ രൂപീകരണത്തോടെ നായർ പ്രഭുത്വത്തിനു കീഴിലമരുന്നതും, ആദിവാസികളെ അടിമകളാക്കി പുനം കൃഷിക്കും കാലിമേയ്ക്കലിനും നായാട്ടിനുമെല്ലാം, ഉപയോഗിക്കുന്നതും അങ്ങനെ അവർ സ്വർഗതുല്യം അനുഭവിച്ച ഭൂമി മറ്റാരൊക്കെയോ പങ്കുവച്ചതുമെല്ലാം 'തൊരുവ'ത്തിൽ പി.കെ. രാമചന്ദ്രൻ ശേഖരിച്ച Myth കളിലും കഥകളിലും പാട്ടിലും ഇടകലർന്ന് കാണുന്നുണ്ട്.

നമുക്ക് ലഭ്യമാകുന്ന ആദിവാസി പഠനഗ്രന്ഥങ്ങളുടെ ഒരു പ്രധാന ന്യൂനത, അവയിൽ മിക്കതിലും, ആദിവാസിയെ പഠിക്കപ്പെടേണ്ട ഒരു ദത്തമായി (Data) ആണ് കാണുന്നത് എന്നതാണ്. തങ്ങളുടെ ഒരാചരണത്തിലോ, അനുഷ്ഠാനത്തിലോ അവർക്ക് ലഭ്യമാകുന്ന

അനുഭൂതി ഗവേഷകന് അന്യമാണ്. അയാളുടെ ആധികാരികയുക്തിയുടെ ഉള്ളിൽ പാവം ആദിവാസി ഒതുങ്ങിപ്പോകുന്നു. മലവേട്ടുവരുടേതായി ഈ ഗ്രന്ഥത്തിൽ പരാമർശിച്ച സംസ്കാരത്തെപ്പറ്റി കോഴിക്കോട് സർവകലാശാലയിൽ ഗവേഷണം നടന്നിട്ടുണ്ട്. അവിടെ പി.എച്ച്.ഡി. നൽകപ്പെട്ട ഗവേഷണ ഗ്രന്ഥം വായിച്ച് കോളനി നിവാസികൾ ചിരിച്ചരംഗം ഞാനിപ്പോഴും ഓർക്കുന്നു. അവരുടെ സംസ്കാരത്തോട് ഒട്ടും ബന്ധമില്ലാത്ത വസ്തുതകളും വിലയിരുത്തലുകളും മനസ്സിലാക്കിയായിരുന്നു അന്ന് ആ പരിഹാസം. അക്കാദമിക് സമൂഹം നടത്തുന്ന അത്തരം കൈയേറ്റങ്ങൾക്കെതിരായ മധുരമായ ഒരു പ്രതികാരം കൂടിയാണ് ഈ ഗോത്ര പഠനം. കാരണം ഇവിടെ പഠിതാവ് കൂട്ടായ്മയ്ക്ക് അകത്തുള്ള ആൾതന്നെയാണ്. ഗോത്രത്തിന്റെ ഭാഗമായ ഓരോ ചര്യകളുടെയും അനുഭൂതി ഏറ്റുവാങ്ങിയ ഒരാൾ. എന്നുവച്ച് ഒരു നേരമ്പോക്കൽ പ്രവർത്തനവുമല്ലിത്. ഓരോ മലമടക്കുകളും കാൽനടയായി കയറിയിറങ്ങി, ആ വേദകരെ നേരിൽക്കണ്ട്, ആചാരാനുഷ്ഠാനങ്ങൾക്ക് നേരിട്ട് സാക്ഷിയായി സംസ്കാരത്തിന്റെ വിവിധ തലങ്ങളെ സ്വാനുഭവങ്ങളാക്കി മാറ്റിയതിലൂടെയാണ് ഈ ഗ്രന്ഥത്തിന്റെ പിറവി. ഇത്തരം യാത്രകളിലും പ്രവർത്തനങ്ങളിലും പലപ്പോഴും ഞാൻ കൂടി പങ്കാളിയാണ് എന്നതിനാൽ അധികാരികമായിത്തന്നെ ഞാനിതു സൂചിപ്പിക്കുന്നു.

ഗോത്ര സംസ്കാരത്തെ ഒരു ഗൃഹാതുരത്വമായി (nostalgia)അവതരിപ്പിക്കുന്ന രീതി രാമചന്ദ്രൻ പിൻതുടരുന്നില്ലെന്നതും ശ്രദ്ധേയമാണ്. വർത്തമാനകാലത്ത് ഗോത്ര സമുദായം എവിടെ നിൽക്കുന്നുവെന്ന് ചൂണ്ടിക്കാട്ടുകയും ഭാവിയെ എങ്ങനെ സാക്ഷാൽക്കരിക്കണമെന്ന് ദിശാബോധം പകരുകയും കൂടിച്ചെയ്യുന്നുണ്ട് ഈ ഗ്രന്ഥം.

ആമുഖം

ഒരു ഭൂപ്രദേശത്ത് വളരെ പഴക്കമുള്ള വാസക്കാർ ആണ് ആദിവാസികൾ. തനതായ സംസ്കാരം, ജീവിത രീതി എന്നിവ പട്ടുത്തുയർത്തി മറ്റ് ജനവിഭാഗങ്ങളിൽ നിന്നും ഇവർ വ്യതിരിക്തത പുലർത്തുന്നു. പരിഷ്കൃത ജനത ഇവരെ അപരിഷ്കൃതരായി മുദ്രകുത്തുമ്പോഴും, പ്രകൃതിയോടൊത്തു ചേർത്തുള്ള ഇവരുടെ ജീവിതരീതിയും, സംസ്കാരവും ഇന്നത്തെ കാലഘട്ടത്തിൽ എത്രമാത്രം പ്രാധാന്യമുള്ളതാണെന്നുള്ള തിരിച്ചറിവിലേക്കാണ് ആദിവാസി സാംസ്കാരിക പഠനങ്ങൾ നമ്മെ എത്തിക്കുന്നത്. സർക്കാറിന്റെ കണക്കിൽ കേരളത്തിൽ 35 ആദിവാസി വിഭാഗങ്ങൾ ഉണ്ട്. എന്നാൽ നാല്പത്തിനും അമ്പതിനും ഇടയ്ക്കു ആദിവാസി വിഭാഗങ്ങൾ ഉണ്ടെന്നാണ് വിവിധ ഗവേഷകരുടെ അഭിപ്രായം. കേരളത്തിലെ എല്ലാ ജില്ലകളിലും ആദിവാസികളെ നമുക്ക് കാണാൻ സാധിക്കും,

കണ്ണൂർ- കാസർഗോഡ് ജില്ലയിൽ മലനാട്ടിൽ വസിക്കുന്ന പ്രധാന ആദിവാസി വിഭാഗമാണ് മലവേട്ടുവർ.

പേര് സൂചിപ്പിക്കുന്നപോലെ മലയാണ് ഈ ജനവിഭാഗത്തിന്റെ ആവാസ കേന്ദ്രം. 2011 ലെ കണക്കുപ്രകാരം കാസർഗോഡ് ജില്ലയിൽ 13 പഞ്ചായത്തുകളിലായി 178 ആവാസ കേന്ദ്രങ്ങളിൽ ഇവർ വസിക്കുന്നു. കണ്ണൂർ ജില്ലയിൽ 8 ഗ്രാമപഞ്ചായത്തുകളിലായി 50 ഓളം സങ്കേതങ്ങളിലാണ് മലവേട്ടുവർ താമസിക്കുന്നത്. മുഖ്യധാര സമൂഹമായി അടുത്തിടപഴകിയാണ് ഇവർ ഇന്ന് ജീവിക്കുന്നതെങ്കിലും, ഗോത്രത്തനിമയും, സംസ്കാരികസ്വത്വവും ഇന്നും ഇവർ നിലനിർത്തിവരുന്നു.

വേട ഗോത്രത്തിൽപെടുന്ന ഈ ജനവിഭാഗം 'വേട്ടുവ ചേറോൻ' എന്നാണ് പ്രാചീന കാലത്ത് പൊതു സമൂഹത്തിന്റെ മുൻപിൽ അറിയപ്പെട്ടിരുന്നത്. എന്നാൽ മുൻകാല ഗവേഷകർ ഇവരെ 'മലവേട്ടുവൻ' എന്ന് പേര് നൽകിയാണ് പഠന വിധേയമാക്കിയിരുന്നത്.

സർക്കാർ സംവിധാനങ്ങൾ 2002 വരെ തിരുവിതാംകൂർ ഭാഗത്തെ 'വേട്ടുവ' സമുദായത്തിന്റെ കൂടെ ഉൾപ്പെടുത്തിയാണ് ഇവരെ സർക്കാർ ആനുകൂല്യങ്ങൾക്ക് പരിഗണിച്ചിരുന്നത്. എന്നാൽ തിരുവിതാംകൂർ വേട്ടുവരിൽ നിന്നും സംസ്കാരം, ആചാരനുഷ്ഠാനങ്ങൾ, ഭാഷ, ആരാധനാസമ്പ്രദായം, ഗോത്രഘടന എന്നിവയിലെല്ലാം ഈ ജനവിഭാഗം വേറിട്ടു നിൽക്കുന്നു.

മലവേട്ടുവരുടെ സംസ്കാരത്തെ ആഴത്തിൽ പരിഗണിക്കുന്ന പഠന, ഗവേഷണ ഗ്രന്ഥങ്ങൾ വളരെ വിരളമാണ്. അതുകൊണ്ട് തന്നെ ഇവരുടെ സാംസ്കാരികത്തനിമ പൊതുസമൂഹത്തിനന്യവുമാണ്. ഈ പരിമിതിക്ക് ഒരളവുവരെ എന്റെ ഈ ഉദ്യമത്തിലൂടെ പരിഹാരമാകുമെങ്കിൽ അത് വലിയൊരു അനുഗ്രഹമായി കരുതാം.

കണ്ണൂർ- കാസർഗോഡ് ജില്ലകളിലായി 45 മലവേട്ടുവ ഊരുകളിൽ ഈ പഠനവുമായി ബന്ധപ്പെട്ട് ഞാൻ സന്ദർശനം നടത്തിയിരുന്നു. മൂപ്പൻമാർ, കോമരങ്ങൾ, സ്ഥാനികർ, സാമൂഹ്യപ്രവർത്തകർ, ഉദ്യോഗസ്ഥർ, ST പ്രൊമോട്ടർമാർ സമുദായ സംഘടനാ പ്രവർത്തകർ എന്നിവരെയൊക്കെ നേരിൽ കണ്ട് പരമാവധി വിവരങ്ങൾ ശേഖരിക്കുകയുണ്ടായി.

16 അധ്യായങ്ങളാണ് ഈ ഗ്രന്ഥത്തിൽ ഉള്ളത്. ഉൽപത്തി, പുരാവൃത്തങ്ങൾ, ഭൗതിക സംസ്കാരം, കാർഷിക സംസ്കാരം ആചാരാനുഷ്ഠാനങ്ങൾ, ആരാധനാസമ്പ്രദായം, വാങ്മയ സംസ്കാരം, ചികിത്സ, സദാചാരനിഷ്ഠകൾ, സാമൂഹികസ്ഥിതി എന്നീ മേഖലകളിലായാണ് അധ്യായങ്ങളെ ക്രമീകരിച്ചിരിക്കുന്നത്. കൂടാതെ മലവേട്ടുവരുടെ ഭാഷാ നിഘണ്ടുവും, പഴയകാല പേരുകളുടെ പട്ടികയും ഉൾപ്പെടുത്തിയിട്ടുണ്ട്.

ജനസംസ്കാര പഠനരംഗത്ത് വലിയ അനുഭവ മണ്ഡലം ഇല്ലെങ്കിലും ഈ ജനവിഭാഗത്തിൽ ജീവിക്കുന്ന വ്യക്തി എന്ന നിലയിൽ ജീവിതാനുഭവത്തിന്റെ നേർക്കാഴ്ചകൾ ഉണ്ട്. ആ കാഴ്ചകളാണ് ഈ ഗ്രന്ഥത്തിലൂടെ മാന്യ വായനക്കാർക്ക് സമർപ്പിക്കുന്നത്. നിങ്ങളുടെ ഉൾക്കാഴ്ചകളും ചേർത്ത് ഇത് പൂർത്തിയാക്കുക!

വംശീയപഠനത്തിന്റെ പ്രാധാന്യം, പ്രസക്തി

വംശീയ പഠനം ഫോക്‌ലോർ മേഖലയിലെ അവിഭാജ്യഘടകമായി മാറുന്നതിന് മുമ്പ് ജനസമൂഹത്തിന് ഇതുമായി ബന്ധപ്പെട്ട് വ്യത്യസ്ത വീക്ഷണങ്ങളാണ് ഉണ്ടായിരുന്നത്. ചിലർ സാമുദായിക പഠനമെന്ന് ന്യൂനീകരിച്ച് ഇതിന്റെ പ്രസക്തിയെ തള്ളിക്കളഞ്ഞിരുന്നു. ഫോക്‌ലോർ മേഖല വൈപുല്യം കൈവരിക്കുകയും, പഠന, ജ്ഞാന മണ്ഡലങ്ങളിലൂടെ അതിന്റെ കൈവഴി വളർന്ന് പന്തലിക്കുകയും ചെയ്തതോടുകൂടി വംശീയ പഠനം എന്ന ന്യൂനീക രണത്തിൽ നിന്നും ജനസംസ്കാര പഠനം എന്ന തലത്തിലേക്ക് ഇത് ഉയർത്തപ്പെട്ടു. വംശീയ പഠനം ഇന്ന് സാംസ്ക്കാരിക പഠനം എന്ന അർത്ഥത്തിലാണ് വിവക്ഷിക്കപ്പെടുന്നത്. എന്നാൽ ചരിത്രാംശം ഉൾക്കൊള്ളുന്ന സാംസ്ക്കാരിക പഠനമാണ് യഥാർത്ഥത്തിൽ വംശീയ പഠനം. വരേണ്യ നിർമ്മിതിയായ ചരിത്രത്തിൽ നിന്നും പുറന്തള്ളപ്പെട്ട ജനവിഭാഗങ്ങളുടെ ചരിത്രത്തിലേക്കുള്ള പുനർ പ്രവേശനം തന്നെയാണ് ഓരോ വംശീയ പഠനവും.

വംശീയ പഠനത്തിലൂടെ അപഗ്രഥിക്കപ്പെടുന്ന, മിത്തുകൾ, പുരാവൃത്തങ്ങൾ, പാട്ടുകൾ, പഴഞ്ചൊല്ലുകൾ, ഭാഷാപദങ്ങൾ, മന്ത്രങ്ങൾ എന്നിവയിലെല്ലാം പ്രാചീന കാലഘട്ടത്തിന്റെ ചരിത്രാംശങ്ങളും, സാമൂഹിക ഘടകങ്ങളും ലയിച്ചുചേർന്നിരിക്കുന്നതായി കാണാം. ഓരോ കൂട്ടായ്മയുടേയും സ്വത്വത്തിലേക്ക് കടന്നു ചെല്ലുമ്പോൾ ചരിത്രത്തിലേക്കുള്ള സഞ്ചാരത്തിന്റെ പാതകൾ കണ്ടെത്താൻ സാധിക്കും. ഫ്യൂഡൽ കാലഘട്ടത്തിലെ സാമൂഹിക അവസ്ഥയുടെ ഞെട്ടിക്കുന്ന

വിവരങ്ങൾ ഏതൊരു വംശീയപഠനത്തിന്റേയും അവിഭാജ്യഘടക മായി മാറുന്നതു കാണാം. പ്രത്യേകിച്ചും ആദിവാസി, ദളിത് വംശങ്ങ ളെക്കുറിച്ചുള്ള പഠനങ്ങളിൽ. അതുകൊണ്ടു തന്നെ വംശീയ പഠനങ്ങൾ സാംസ്ക്കാരിക തനിമകൾ കണ്ടെത്തുന്നതിനപരിയായി ചരിത്രപഠ നങ്ങളായും മാറുന്നു. ചരിത്രം ഏകകാലികമല്ല. വിവിധ കാലഘട്ടങ്ങ ളിലൂടെ, വിവിധ വംശങ്ങളിലൂടെ സഞ്ചരിച്ചാണ് അതിന്റെ പ്രയാണം പൂർത്തിയാക്കുന്നത്. വംശീയപഠനങ്ങളിലെല്ലാം തന്നെ കൂട്ടായ്മ, പ്രകൃതി, സ്ത്രീ എന്നീ നൈസർഗ്ഗിക ഘടകങ്ങൾ ഉൾച്ചേർന്നിരിക്കും. ഇത് അടിസ്ഥാനമാക്കിയുള്ള മിത്തുകൾ, ആചാരാനുഷ്ഠാനങ്ങൾ എന്നിവയാണ് വംശത്തിന്റെ അടിസ്ഥാനചോദനകളായി വർത്തി ക്കുന്നത്. ഈ ഘടകങ്ങൾ എടുത്ത് പരിശോധിച്ചാൽ ഓരോ വംശീയ സംസ്കാരവും രൂപം കൊണ്ട കാലഘട്ടത്തിലെ സാമൂഹ്യ അവസ്ഥ, ആചാരാനുഷ്ഠാനങ്ങൾ, ജീവിതാവസ്ഥ എന്നിവ വെളിവാകുന്നതും അതുകൊണ്ടു തന്നെയാണ്.

ഫോക്‌ലോർ പഠനത്തെ ജനസംസ്കാര പഠനമായാണ് ചില ഗവേഷകർ പരിഗണിക്കുന്നത്. (ജനസംസ്കാര പഠനത്തിന് ഒരു രീതിശാസ്ത്രം:- ഡോ. ദേശമംഗലം രാമകൃഷ്ണൻ) ഓരോ ഫോക് അംശ ത്തിന്റേയും പിറവിക്ക് നിദാനമായ ജാതി-വർഗ്ഗ സംസ്കൃതിയെക്കുറി ച്ചുള്ള പഠനമാണ് ഇതിനുള്ള പോംവഴി. സംസ്കാരം എന്നത് ഏക സ്വത്വമല്ല. ഇതിൽ ധാരാളം ബഹുമുഖമായ സ്വത്വങ്ങൾ ലയിച്ചുചേർ ന്നിരിക്കുന്നു. ഈ ബഹുത്വത്തെ കണ്ടെത്താനുള്ള മാർഗ്ഗമായാണ് വിവിധ ജനസംസ്കൃതിയെക്കുറിച്ചുള്ള പഠനം ലക്ഷ്യമാക്കുന്നത്. ബൃഹത്തായ നമ്മുടെ ഭാരതസംസ്കാരത്തിൽ തന്നെ വിവിധ വർഗ്ഗ, വംശ സംസ്കൃതിയുടെ അലയൊലികൾ ദർശിക്കാൻ സാധിക്കും. സംസ്കാരം എന്നത് ഏതെങ്കിലും ഒറ്റ വരേണ്യവംശത്തിന്റെ സംഭാവനയായി ചുരുക്കിയ കൊളോണിയൽ നരവംശപഠനത്തിന് എതിർദിശയിലാണ് ജനസംസ്കാര പഠനങ്ങൾ സഞ്ചരിക്കുന്നത്. സംസ്കാരത്തിൽ അടയാളപ്പെടുത്താതെ പോയ കീഴാള ജനസം സ്കൃതിയാണ് ഓരോ വംശീയ പഠനത്തിലൂടെയും വെളിവാക്കപ്പെ ടുന്നത്. പ്രകൃത്യാനുഭവങ്ങളിലൂടെ രൂപംകൊണ്ട ഈ സംസ്കൃതി 'സംസ്കാരം' എന്ന ബൃഹത് സഞ്ചയത്തിൽ ഇടം നേടേണ്ടതു തന്നെയാണ്. ഓരോ ചെറിയ സംസ്കാരവും എങ്ങനെയാണ് ബൃഹത്തായ മാനവിക സംസ്കാരത്തിന് അടിത്തറ പാകിയതെന്ന് തിരിച്ചറിയാൻ ജനസംസ്കാര പഠനങ്ങൾ ഉപകരിക്കുന്നു. കേവലം അന്ധവിശ്വാസങ്ങളുടേയോ, കെട്ടുകഥകളുടേയോ പഠനമായി വംശീയ പഠനത്തെ തള്ളിക്കളയുവാൻ അതുകൊണ്ടു തന്നെ സാധ്യമല്ല.

മലവേട്ടുവരുടെ ഉല്പത്തി, ചരിത്രം

അതിപ്രാചീനമായ ഗോത്ര സംസ്കൃതിയുടെ ഉടമകളാണ് മലവേട്ടുവർ. പരിഷ്കൃതമായ ഈ കാലഘട്ടത്തിലും ഗോത്ര തനിമയും, സാംസ്ക്കാരിക സ്വത്വവും അണുവിട കൈവിടാതെ മലയോരങ്ങളിലും വനതാഴ്വാരങ്ങളിലും (ചില സങ്കേതങ്ങൾ വനാന്തർഭാഗത്തും കാണാം) ഈ ജനവിഭാഗം അധിവസിക്കുന്നു. കണ്ണൂർ, കാസർഗോഡ് ജില്ലകളിലും, കർണ്ണാടകയിലെ വാഗമണ്ഡലം, തലക്കാവേരി, ചാരവണ്ണ എന്നീ പ്രദേശങ്ങളിലുമാണ് മലവേട്ടുവരുടെ പ്രധാന ആവാസ കേന്ദ്രങ്ങൾ. കണ്ണൂർ ജില്ലയിൽ തളിപ്പറമ്പ് താലൂക്കിലെ ചെറുപുഴ, പെരിങ്ങോം വയക്കര, എരമം കുറ്റൂർ, ആലക്കോട്, ഉദയഗിരി, ചപ്പാരപ്പടവ് എന്നീ പഞ്ചായത്തുകളിലെ മലയോരങ്ങളിൽ മലവേട്ടുവർ വസിക്കുന്നു. കാസർഗോഡ് ജില്ലയിൽ ഈസ്റ്റ് എളേരി, വെസ്റ്റ് എളേരി, ബളാൽ, കിനാനൂർ കരിന്തളം, കോടോം ബേളൂർ, കള്ളാർ, കാറഡുക്ക, പനത്തടി, ബേഡകം, മുള്ളേരിയ, കുറ്റിക്കോൽ, ദേലമ്പാടി എന്നീ പഞ്ചായത്തുകളാണ് ഈ ജനസമൂഹത്തിന്റെ പ്രധാന കേന്ദ്രങ്ങൾ. കാസർഗോഡ് ജില്ലയിലെ ആദിവാസി ജനവിഭാഗത്തിൽ അംഗസംഖ്യയിൽ രണ്ടാം സ്ഥാനമാണ് മലവേട്ടുവർക്ക്. കണ്ണൂർ ജില്ലയിൽ നാമമാത്രമായ ജനസംഖ്യ മാത്രമാണ് ഈ വിഭാഗത്തിനുള്ളത്.

'വേട്ടുവൻ' വിഭാഗത്തിന്റെ ഉപഗോത്രമായി മാത്രം പരിഗണിച്ച് 2002 വരെ ഇവർ പട്ടികജാതി ലിസ്റ്റിലായിരുന്നു. എന്നാൽ 2002 ലെ

ഭേദഗതി പ്രകാരം പ്രത്യേക പരാമർശത്തിലൂടെ മലവേട്ടുവരെ പട്ടി കവർഗ്ഗലിസ്റ്റിൽ ഉൾപ്പെടുത്തി. ഒ.ഇ.സി. പട്ടികയിൽ മുൻപ് തന്നെ ഉണ്ടായിരുന്നുവെങ്കിലും ഇവരുടെ ഗോത്ര സംസ്കാരത്തെക്കുറിച്ച് ആധികാരികമായ പഠനം നടത്താതെ, 'വേട്ടുവ' വിഭാഗത്തിന്റെ ഉപവിഭാഗമായി മാത്രം പരിഗണിച്ച് പട്ടികജാതി പരിരക്ഷ നൽകുകയാണ് ചെയ്തിരുന്നത്.

പദനിഷ്പത്തി

'വേടൻ' അല്ലെങ്കിൽ വേട്ടക്കാരൻ എന്ന പദത്തിൽ നിന്നാണ് 'വേട്ടുവർ' എന്ന പദത്തിന്റെ ഉല്പത്തിയെന്നും 'മല' ഇവരുടെ ആവാസത്തെ സൂചിപ്പിക്കുന്നുവെന്നും എ.എ.ഡി. ലൂയിസ് പറയുന്നു. 'വേട്ടക്കാരൻ' എന്നാണ് തേഴ്സ്റ്റൺ അർത്ഥം നൽകിയിരിക്കുന്നത്. ഒൻപതാം നൂറ്റാണ്ടിൽ ചോളരാജാവായ ആദിത്യവർമ്മയെ കൊങ്കരാജ്യം പിടിച്ചെടുക്കുവാൻ വേട്ടുവർ സഹായിച്ചു എന്ന് തേഴ്സ്റ്റൺ അഭിപ്രായപ്പെടുന്നു. അമ്പെയ്ത്തിലുള്ള ഇവരുടെ സാമർത്ഥ്യവും ഉന്നവും ഇതിന് ഉപോത്ബലകമായി ചൂണ്ടിക്കാണിക്കുന്നു. കേരളത്തിലെ ആദിവാസി ജനവിഭാഗത്തെപ്പറ്റിയുള്ള ആധികാരിക ഗ്രന്ഥമായി പരിഗണിക്കുന്ന എ.എ.ഡി. ലൂയിസിന്റെ 'ട്രൈബ്സ് ഓഫ് കേരള' എന്ന ഗ്രന്ഥത്തിൽ മലവേട്ടുവരെ കുറിച്ചുള്ള വിവരണമുണ്ട്. പത്മശ്രീ പുരസ്കാരം നേടിയ എസ്.എസ്. ഷാഷി (Shashi)യുടെ 'എൻസൈക്ലോപീഡിയ ഓഫ് ഇന്ത്യൻ ട്രൈബ്സ്' എന്ന ബൃഹത് ഗ്രന്ഥത്തിലും മലവേട്ടുവരെക്കുറിച്ച് പ്രതിപാദിക്കുന്നുണ്ട്. ടി. മാധവമേനോന്റെ A Hand Book of Kerala യിൽ 749-ാം പേജിൽ മലവേട്ടുവരെകുറിച്ച് വിവരിക്കുന്നുണ്ട്. 1901-ലെ മദ്രാസ് സെൻസസ് റിപ്പോർട്ടിൽ മലവേട്ടുവർ കാർഷിക കുടിയാന്മാരും ശിക്കാരികളും (നായാട്ടുകാർ) വനവിഭവങ്ങൾ ശേഖരിച്ച് മലബാർ വനാന്തരങ്ങളിൽ ജീവിക്കുന്നവരാണെന്നും രേഖപ്പെടുത്തിയിരിക്കുന്നു.

1976 -ൽ പ്രസിദ്ധീകരിച്ച ശ്രീ ബാലകൃഷ്ണൻ മാങ്ങാടിന്റെ പഠന ഗ്രന്ഥത്തിൽ മലവേട്ടുവരെ പ്രതിപാദിക്കാൻ 'വേട്ടുച്ചെറോൻ', 'മലവേട്ടുവൻ' എന്നീ രണ്ട് പദങ്ങളും ഉപയോഗിച്ച് കാണുന്നു. (നമ്മുടെ അയൽക്കാർ പേജ് 35, 40, ബാലകൃഷ്ണൻ മാങ്ങാട്) മലവേട്ടുവർ അതിപ്രാചീന കാലത്ത് രാജാധികാരമുള്ളവരായിരുന്നു എന്ന് മയിലഅരസുവെന്ന വേട്ടുവ രാജാവിന്റെ പുരാവൃത്തത്തിലൂടെ ബാലകൃഷ്ണൻ മാങ്ങാട് തന്റെ പഠന ഗ്രന്ഥത്തിൽ സമർത്ഥിക്കുന്നുണ്ട്. (നമ്മുടെ അയൽക്കാർ പേജ് 38, 39, , ബാലകൃഷ്ണൻ മാങ്ങാട്)

'മയില അരസു'
ധീരനായ ഗോത്ര രാജാവ്

പ്രാചീന കാലത്ത് തുളുനാടിനോട്ടു ചേർന്നുള്ള കുണ്ടാർ, അഡൂർ മേഖലയിൽ ഭരണം നടത്തിയിരുന്ന ഗോത്ര രാജാവായിരുന്നു മായില അരസ്. ശക്തനും ധീരനുമായ മായില അരസു തന്റെ രാജ്യം സംരക്ഷിക്കുന്നതിനായി ബെള്ളിപ്പാടി, പാർമല, കണക്കവയൽ, പാണക്കായ എന്നിവിടങ്ങളിൽ കരിങ്കൽ കോട്ടകൾ പണിതു. ശക്തനായ മയില അരസുവിനെ പരാജയപ്പെടുത്താൻ അയൽ രാജാക്കന്മാർക്ക് സാധിച്ചിരുന്നില്ല. ഒരിക്കൽ അയൽ രാജ്യമായ ബെള്ളോടി രാജ്യത്തിലെ രാജകുമാരിയെ മയില അരസു കാണാനിടയായി. രാജകുമാരിയെ ഇഷ്ടപ്പെട്ട മായില അരസു ബെള്ളോടി രാജാവിനോട് വിവാഹാഭ്യർത്ഥന നടത്തി. ബെള്ളോടി രാജാവ് വിവാഹത്തിന് സമ്മതം അറിയിച്ചു. വിവാഹ ദിവസം പുതുവസ്ത്രങ്ങളണിഞ്ഞ് ബെള്ളാടിയിൽ മായില അരസു എത്തിച്ചേർന്നു. വിവാഹ സമയമായപ്പോൾ മായില അരസു താഴ്ന്ന ജാതിയിൽപെട്ടയാളാണെന്നും രാജകുമാരിയെ വിവാഹം ചെയ്തുതരുവാൻ സമ്മതമല്ലെന്നും ബെള്ളോടി രാജാവ് പ്രഖ്യാപിച്ചു. കുപിതനായ മായില അരസു രാജകുമാരിയെ പിടിച്ചുകൊണ്ടുവരാൻ ഒരുങ്ങി. ഇതേതുടർന്ന് ബെള്ളോടി രാജാവും, മായില അരസുവും തമ്മിൽ രൂക്ഷമായ ഏറ്റുമുട്ടൽ നടന്നു. ധീരനായ മായില അരസുവിനെ കീഴടക്കാൻ ബെള്ളോടി രാജാവിന് സാധിച്ചില്ലെങ്കിലും കുറച്ച് അനുചരന്മാരോടൊപ്പം എത്തിയ മായില അരസുവിന് പരാജയം സമ്മതിക്കേണ്ടിവന്നു. കൂടെ വന്ന അനുചരന്മാരെ ബെള്ളോടി രാജാവ് അടിമകളാക്കി. മാനഹാനി ഭയന്ന് മായില അരസുവും ഗോത്രവും ഒന്നടങ്കം തുളുനാടൻ കാട്ടുകളിൽ അഭയം തേടി. മായില അരസുവിന്റെ കോട്ടകളും രാജ്യവും ബെള്ളോടി രാജാവ് പിടിച്ചെടുത്തു. അങ്ങനെ വർഷങ്ങളോളം മലവേട്ടുവർ കാട്ടുകളിൽ മാത്രം കഴിയേണ്ടവരായി മാറി.

മായില്ല്യൻ നിർമ്മിച്ച കോട്ട സ്ഥിതിചെയ്തിരുന്ന കുണ്ടാറിന്റെ സമീപ പ്രദേശങ്ങൾ 'മായില്ല്യം കോട്ട' എന്നാണ് ഇന്നറിയപ്പെടുന്നത്. കോട്ട സ്ഥിതി ചെയ്തിരുന്ന സമീപത്ത് 15 മലവേട്ടുവ കുടുംബങ്ങൾ ഇന്ന് താമസിക്കുന്നുണ്ട്. തന്റെ ചെറുപ്പകാലത്ത് കോട്ടയുടെ അവശിഷ്ടങ്ങളായ കരിങ്കൽ കെട്ടുകൾ കാണാൻ സാധിച്ചിരുന്നതായി സമീപവാസിയായ കെ. കൃഷ്ണൻ ഭണ്ഡാരി (75 വയസ്സ്) സൂചിപ്പിക്കുകയുണ്ടായി. കോളനിയിലെ മൂപ്പനായ കുഞ്ഞൂണൻ വില്ല്യനും ഇത് സ്ഥിരീകരിക്കുകയുണ്ടായി. കോട്ട സ്ഥിതിചെയ്തിരുന്ന പ്രദേശം

ഇന്ന് പ്ലാന്റേഷൻ കോർപ്പറേഷന്റെ അധീനതയിലാണ്. പ്ലാന്റേഷൻ കോർപറേഷൻ കശുമാവ് കൃഷിക്കായി നിലം ഒരുക്കിയപ്പോൾ കോട്ടയുടെ ശേഷിക്കുന്ന അവശിഷ്ടങ്ങൾ പൂർണ്ണമായും നശിപ്പിക്കപ്പെട്ടതായി ഇവർ പറഞ്ഞു. ഗതകാല ചരിത്രസ്മരണയുടെ അവശിഷ്ടമായി കാട്ടുപിടിച്ച് മൂടപ്പെട്ട കിണർ മാത്രം കോട്ട സ്ഥിതിചെയ്ത ഭാഗത്ത് ഇന്നും കാണാം. മായില്ല്യൻ കോട്ടയുടെ സമീപ പ്രദേശത്ത് ചെങ്കൽ കൊത്തിയെടുക്കാൻ മണ്ണ് നീക്കിയപ്പോൾ ധാരാളം പുരാവസ്തുക്കളായ ആയുധങ്ങൾ, മൺപാത്രങ്ങൾ മുതലായവ ലഭിക്കുകയും ചെയ്തിട്ടുണ്ടെന്ന് ദൃക്സാക്ഷികൾ പറഞ്ഞു.

മായില്ല്യ അരസുവിന്റെ കുലദേവനായിരുന്ന 'ശൈമ്പർ', ഗുളികൻ ദേവസ്ഥാനം നാട്ടുകാർ ചേർന്ന് പുനരുദ്ധരിച്ച് 2013 ജനുവരിയിൽ പ്രതിഷ്ഠ നടത്തി ശൈമ്പർ ദേവന്റെ (ശൈമ്പർ- ശിവൻ) ഇഷ്ട നിവേദ്യം ഞണ്ട് ചുട്ടതാണത്രേ!. ഈ ഭാഗത്തുള്ള മലവേട്ടുവർ മീൻപിടിക്കാൻ പോയാൽ ഞണ്ട് ചുട്ട് ശൈമ്പർ ദേവന് ഇപ്പോഴും സമർപ്പിക്കുന്നു.

തങ്ങളുടെ ധീരനായ രാജാവിനെക്കുറിച്ച് പറയുമ്പോൾ മായില്ല്യം കോട്ടയിലെ വെള്ളച്ചി ചെറുക്കടൻ (90 വയസ്സ്), കുഞ്ഞൂണൻ വില്ല്യൻ, ചന്ദ്രൻ കുണ്ടാർ തുടങ്ങിയവർക്ക് ഇന്നും നൂറുനാവാണ്. ആവേശത്തോടെ ഗതകാല ചരിത്രസ്മരണകൾ അവർ ഇന്നും നമ്മോട് പങ്കുവയ്ക്കുന്നു.

മലവേട്ടുവരെ സമഗ്രമായി നിരീക്ഷിച്ചുകൊണ്ടുള്ള ആധികാരിക പഠനങ്ങൾ വളരെ വിരളമാണ്. എന്നാൽ ഡോ. പി.കെ. ഫിലോമിനയുടെ 'ഉത്തരകേരളത്തിലെ വേട്ടുവർ' എന്ന ഗ്രന്ഥം ഈ രംഗത്തെ ആദ്യ സംരംഭമായി കരുതാം. മലവേട്ടുവർ മലകളിലും ഉൾപ്രദേശങ്ങളിലും വസിക്കുന്നവരായതുകൊണ്ടു തന്നെ ഈ മേഖലകളിലേക്ക് ഗവേഷകരുടെ ശ്രദ്ധ വേണ്ടത്ര പതിഞ്ഞിട്ടില്ല.

പുരാവൃത്തങ്ങൾ

പ്രാദേശിക സംസ്കാരത്തിന്റെ അടിയൊഴുക്കുകളും, ഉള്ളറകളും കണ്ടെത്തുവാനുള്ള ശക്തമായ ഉപാധിയാണ്നാടൻ വാങ്മയങ്ങളെക്കുറിച്ചുള്ള പഠനം. ആദിവാസി ചരിത്രം കൂട്ടായ്മയുടെ ചരിത്രമാണ്. കൂട്ടായ്മയുടെ ചരിത്രം, സംസ്കാരം, സാമൂഹ്യ മര്യാദ, അനുഷ്ഠാനങ്ങൾ എന്നിവയുടെ അക്ഷയഖനികളാണ് ആദിവാസി പുരാവൃത്തങ്ങളും (Myth) വാങ്മയങ്ങളും തലമുറകളായി ആർജ്ജിച്ച സാംസ്ക്കാരിക ഘടകങ്ങൾ വാങ്മയ രൂപങ്ങളുടെ അടിസ്ഥാന ഘടകങ്ങളായി വർത്തിക്കുന്നതായി കാണാം. സമുദായത്തിന്റെ തനതായ പാട്ടുകൾ (നാടൻപാട്ടുകൾ), കഥകൾ, പുരാവൃത്തങ്ങൾ, ഐതിഹ്യങ്ങൾ, പഴഞ്ചൊല്ലുകൾ, മന്ത്രങ്ങൾ, കടങ്കഥകൾ, ശൈലികൾ എന്നീ ഉൾപ്പിരിവുകളിലൂടെ വാങ്മയ സ്വരൂപം വികസിതമാകുന്നു. ഈ വാങ്മയ രൂപങ്ങളെല്ലാം തന്നെ അവരവരുടെ സമൂഹജീവിതത്തിൽ ശക്തമായ സാന്നിധ്യമായി നിറഞ്ഞുനിൽക്കുന്നതായി കാണാം. ഇവ ഓരോന്നും ജീവിത ഘട്ടങ്ങളിൽ നിശ്ചിതമായ ധർമ്മം അനുഷ്ഠിച്ചുവരുന്നതായും കാണാവുന്നതാണ്.

ഡോ. എ.എം. ശ്രീധരന്റെ നിരീക്ഷണത്തിൽ 'ഏതെങ്കിലും ചില പ്രാകൃത പ്രതിഭാസങ്ങളെ വിശദീകരിക്കുവാൻ സഹായിക്കുന്നതും ഒരു വർഗ്ഗത്തിന്റേയോ ദേശത്തിന്റേയോ അംഗങ്ങൾക്ക് പൊതു സമ്പത്തായുള്ളതും പ്രകൃത്യാതീതാംശം ഉൾക്കൊള്ളുന്നതുമായ ഒരു പരമ്പരാഗത കഥയാണ് പുരാവൃത്തം.' (ഫോക്‌ലോർ, സമീപനങ്ങളും സാധ്യതകളും: ഡോ. എം.എം. ശ്രീധരൻ: പേജ് 32) എന്ന് സൂചിപ്പിക്കുന്നു. 'പുരാവൃത്തങ്ങൾ അജ്ഞാതമായവയെ

ജ്ഞാതവുമായി ബന്ധിപ്പിക്കുന്നു എന്ന്' സെസിൽ എം ബൗറ പറയുന്നു. (ഫോക്‌ലോർ സമീപനവും സാധ്യതകളും, ഡോ. എം. എം. ശ്രീധരൻ: പേജ് :32).

മനുഷ്യന്റെ സംഘർഷങ്ങളെ സമീകരിക്കലാണ് പുരാവൃത്ത ങ്ങളുടെ ധർമ്മമെന്ന് ഡോ. എ.എം. ശ്രീധരൻ വിശദമാക്കുന്നു. പുരാവൃത്തങ്ങൾ അലിഖിതവും വാചികവുമായി കൈമാറ്റം ചെയ്യ പ്പെട്ടുന്നവയുമാണ്. ഇത് പരമ്പരാഗതമായി ഒരു ജനസമൂഹത്തിൽ സഞ്ചരിച്ചുകൊണ്ടേയിരിക്കുന്നു. പുരാവൃത്തങ്ങൾക്ക് ലിഖിത സ്വഭാവം ഇല്ലാത്തതു കൊണ്ടു തന്നെ ഇതിന് പാഠഭേദങ്ങൾ ഉണ്ടാ ക്കുകയെന്നത് സ്വാഭാവികമാണ്.

പുരാവൃത്തങ്ങളെ ഉച്ചപുരാവൃത്തങ്ങളും നാടോടിപുരാവൃത്തങ്ങ ളും എന്നിങ്ങനെ രണ്ടായി വിഭജിക്കാമെന്ന് റവ. ഡോ. ജോസ് മണിപ്പാറ വിശദമാക്കുന്നു. (കരിമ്പാലന്മാരുടെ പുരാവൃത്തങ്ങൾ : ഡോ. ജോസ് മണിപ്പാറ) എന്നാൽ കുമാരൻ വയലേരി പുരാവൃത്തങ്ങളെ മൂന്നായി തരംതിരിച്ചിരിക്കുന്നു. ഉപരിവർഗ്ഗ പുരാവൃത്തം, നാടോടി പുരാവൃത്തം, ആദിവാസി പുരാവൃത്തം. ഈ തരംതിരിവിലൂടെ ആദിവാസികളുടെ പുരാവൃത്തങ്ങൾക്ക് കൂടുതൽ അർത്ഥവും വ്യാപ്തിയും കൈവരുന്നുണ്ട്. (ആദിവാസി പുരാവൃത്തം: ഡോ. കുമാരൻ വയലേരി: പേജ്: 37) പല ജനസമൂഹങ്ങളെയും ഒരുപോലെ സ്വാധീനിക്കുന്ന പുരാവൃത്തങ്ങ ളെയാണ് ഉച്ചപുരാവൃത്തങ്ങളിൽ (ഉപരിവർഗ്ഗ) ഉൾപ്പെടുത്തിയിരി ക്കുന്നത്. നാടോടി പുരാവൃത്തങ്ങളും, ആദിവാസി പുരാവൃത്തങ്ങളും ഒരു വർഗ്ഗം മാത്രം പരിപാവനമായി കരുതുന്നവയാണ്.

മലവേട്ടുവന്മാരുടെ പുരാവൃത്തങ്ങൾ പരിശോധിച്ചാൽ വർഗ്ഗോല് പത്തി പുരാവൃത്തം, പ്രപഞ്ചോൽപ്പത്തി പുരാവൃത്തം, ദൈവോല്പത്തി പുരാവൃത്തം, ആചാരാനുഷ്ഠാനങ്ങളുമായി ബന്ധപ്പെട്ട പുരാവൃത്തങ്ങൾ എന്നിവ നിലനിൽക്കുന്നതായി കാണാവുന്നതാണ്.

വർഗ്ഗോല്പത്തി

വർഗ്ഗങ്ങളുടെ ഉത്ഭവത്തെക്കുറിച്ചുള്ള പുരാവൃത്തങ്ങൾക്ക് സാം സ്ക്കാരികമായ ഒരു ധർമ്മമുണ്ട്. തങ്ങൾ മറ്റുള്ളവരിൽ നിന്നും വേറിട്ട നിൽക്കുന്നവരാണെന്നുള്ള ആന്തരിക ബോധം ഇത് ഉൽപാ ദിപ്പിക്കുന്നുണ്ട്. സ്വത്വപരമായ സാംസ്ക്കാരിക തനിമയും സാമൂഹ്യ ജീവിതത്തിലെ സാംസ്ക്കാരിക, ആചാരപരമായ മൂല്യങ്ങൾ നില നിർത്തുന്നതിനും ഇത് വർഗ്ഗത്തെ സദാ പ്രചോദിപ്പിച്ചുകൊണ്ടേയി രിക്കുന്നു. മലവേട്ടുവരുടെ ഉല്പത്തിയെക്കുറിച്ച് സമുദായത്തിനിടയിൽ

പ്രചാരമുള്ള മിത്ത് മൂപ്പന്മാർ പറയുകയുണ്ടായി, അത് ഇപ്രകാരം സംഗ്രഹിക്കാം. പ്രപഞ്ചം ഉത്ഭവിച്ചതിനുശേഷം പാർവ്വതിക്കൊരാ ഗ്രഹമുണ്ടായി. വനത്തിൽ താമസിക്കണമെന്നുള്ളതായിരുന്നു ആ ആഗ്രഹം. ശിവനെ തന്റെ ആഗ്രഹം അറിയിച്ചപ്പോൾ ശിവനും, പാർവ്വതിയും ചേർന്ന് വേടരൂപം ധരിച്ച് വനത്തിൽ താമസിച്ചു. ഇതിലുണ്ടായ സന്തതിപരമ്പരകളാണത്രേമലവേട്ടുവർ. ജീവിതോദ്ദേശ്യം പൂർത്തിയാക്കിയ ശിവ-പാർവ്വതിമാർ സ്വർഗ്ഗത്തിലേക്ക് പോകുന്നതിനു മുമ്പ് സന്തതിപരമ്പരകളെ വിളിച്ച് ചേർത്ത് ഇപ്രകാരം പറഞ്ഞത്രേ!. 'നിങ്ങൾക്കായി തരുവാൻ എന്റെ കൈയ്യിൽ ഒന്നുമില്ല. ഈ തുടിയും വില്ലും അമ്പും ഞാൻ തരുന്നു. ഇതുകൊണ്ട് ശിഷ്ടകാലം കഴിക്കുക' ഇങ്ങനെ അരുൾ ചെയ്ത് മൂപ്പനെ അനുഗ്രഹിച്ച് തുടിയും വില്ലും നൽകിയത്രേ! ഇങ്ങനെയാണ് മലവേട്ടുവർക്ക് തുടി ലഭിച്ചതെന്നാണ് ഇവരുടെയിടയിലുള്ള വിശ്വാസം. തുടിയെ ഭക്ത്യാദരവ് പൂർവ്വമാണ് മലവേട്ടുവർ ഉപഗോഗിക്കാറുള്ളത്. തുടി ഉപയോഗിക്കുന്നതിന് മുൻപ് കൊടിലയിൽ അരിയും, വെറ്റില, അടയ്ക്ക എന്നിവ വച്ച് തിരികത്തിച്ച് വയ്ക്കുന്നു. ഇവിടെ ഗുരുതുടി എടുത്ത് വെച്ച് എല്ലാവരും അനുഗ്രഹം നേടുന്നു. അതിനുശേഷം മാത്രമേ തുടി എടുത്ത് മുട്ടുവാൻ പാടുള്ളൂ. തുടി മറ്റൊരു വ്യക്തിക്ക് കൈമാറുമ്പോഴും ഇതേ ചടങ്ങുകൾ ആവർത്തിക്കും.

മലവേട്ടുവരെക്കുറിച്ച് ആധികാരികമായ പഠനങ്ങൾ ഒന്നും തന്നെ ലഭ്യമല്ലാത്തതുകൊണ്ടു തന്നെ ഇവരുടെ വർഗ്ഗവ്യാപനത്തെക്കുറിച്ച് ആധികാരികമായ ലിഖിത രേഖകൾ ഒന്നും തന്നെയില്ല. എന്നാൽ മലവേട്ടുവരുടെ ഇടയിലുള്ള പുരാവൃത്തങ്ങൾ സൂക്ഷ്മമായി അപഗ്രഥിച്ചാൽ വർഗ്ഗവ്യാപനത്തെക്കുറിച്ചുള്ള ജൈവപരമായ തെളിവുകൾ നമുക്ക് ലഭ്യമാകും. മലവേട്ടുവരുടെ ആദ്യ ആവാസ സങ്കേതം കർണ്ണാടകയിലെ തലക്കാവേരിയും പരിസരപ്രദേശങ്ങളുമാണെന്ന് ഊഹിക്കാം.

'ഏഴുമല കടന്ന് ഏഴുതുടിയുമായി

വന്തവരാണ് നാങ്കള്' എന്ന പാട്ടിൽ പുറമേ നിന്ന് വന്നവരാണ് എന്ന സൂചന ലഭിക്കുന്നുണ്ട്. തലക്കാവേരിയിൽ നിന്ന് രണ്ട് ദിശകളിലായി ഇവർ നീങ്ങിയതായി കരുതാവുന്നതാണ്. ഒരു സംഘം പാണത്തൂർ, പനത്തടി കേന്ദ്രമായി താമസം ആരംഭിക്കുകയും മറ്റൊരു സംഘം കോട്ടഞ്ചേരി വനം കേന്ദ്രമാക്കി താമസമാക്കിയതായും കരു താവുന്നതാണ്. മലവേട്ടുവരുടെ ഇടയിലെ ഇല്ലമായ പാപ്പിനിയൻ ഇല്ലത്തിന്റെ ഉത്ഭവവുമായി ബന്ധപ്പെട്ട പുരാവൃത്തത്തിൽ പനത്തടിയിൽ നിന്നും കിഴക്കൻ മലയോരത്ത് മൂപ്പന്മാർ

കോട്ടഞ്ചേരി വനത്തിനുള്ളിൽ മലവേട്ടുവർ ആരാധന നടത്തുന്ന കരിഞ്ചാമുണ്ഡി സ്ഥാനം

എത്തിച്ചേർന്നതായി പറയുന്നുണ്ട്. കൂടാതെ ഇവരുടെ പ്രധാന ആരാധനാ മൂർത്തിയായ 'കരിവത്തുചാമുണ്ഡിയുടെ' ഐതിഹ്യത്തിൽ പനത്തടി കരിവത്ത് കാവിൽ നിന്നും ചാമുണ്ഡിയും, മൂപ്പന്മാരും കിഴക്കോട്ട് സഞ്ചരിച്ചതിനെപ്പറ്റി സൂചന നൽകുന്നുണ്ട്. (കരിവത്തു ചാമുണ്ഡി- ഐതിഹ്യം; സൂചന നോക്കുക) കോട്ടഞ്ചിരി വനത്തിൽ ഇവരുടെ പ്രധാന ആരാധനാമൂർത്തിയായ 'കരിഞ്ചാമുണ്ഡിയുടെ' ആരാധനാസ്ഥാനത്തിന്റെ അവശിഷ്ടം ഇപ്പോഴും കാണാം. കൂടാതെ തലക്കാവേരിയുമായി ഇവർ അടുത്ത ബന്ധം പുലർത്തിയിരുന്നു. തലക്കാവേരി ക്ഷേത്രത്തിലെ പ്രധാന ആരാധനാദിനമായ 'കാവേരി സംക്രമം' ഇവർ ഇന്നും അനുഷ്ഠിച്ച് വരുന്നു. കാവേരി സംക്രമത്തിന് പഴയകാല മൂപ്പന്മാർ കാവേരി ക്ഷേത്രത്തിൽ എത്തുമായിരുന്നുവത്രേ. ഈ ദിനത്തിൽ പൂർവ്വികർക്ക് ബലിയിടുന്നതിനു 'മന്നോത്ത് ചടങ്ങ്' മലവേട്ടുവർ ഇപ്പോഴും നടത്തി വരുന്നു. കൂടാതെ കാവേരിയമ്മയെ കുറിച്ചുള്ള ധാരാളം പാട്ടുകളും ഇവരുടെ ഇടയിൽ നിലനിൽക്കുന്നു. ഈ സൂചനകളെല്ലാം തലക്കാവേരിയുമായുള്ള ഇവരുടെ അഭേദ്യമായ ബന്ധത്തെ അരക്കിട്ടുറപ്പിക്കുന്നതാണ്. തലക്കാവേരിയിലും കാവേരിയുടെ സമീപ പ്രദേശങ്ങളായ ബാഗമണ്ഡലം, ചാരവണ്ണ എന്നിവിടങ്ങളിലും മലവേട്ടുവർ ഇപ്പോഴും താമസിക്കുന്നുണ്ട്.

കേരളത്തിലെ ആദിവാസികളുടെ പൂർവ്വികന്മാരെക്കുറിച്ച് പഠനം നടത്തിയ ഗവേഷകർ ഈ വിഷയത്തിൽ വ്യത്യസ്തമായ നിരീക്ഷണങ്ങൾ വെളിപ്പെടുത്തിയതായി കാണാം.

നീഗ്രോ വംശത്തിന്റേയും ആസ്ട്രേലോയിഡ് വംശത്തിന്റേയും ശരീര പ്രകൃതിയുള്ളവരെ കോരളത്തിലെ ആദിവാസികളിൽ കണ്ടെത്താമെന്ന് നിരീക്ഷിക്കപ്പെട്ടിട്ടുണ്ട്. വനവിഭവങ്ങളെ ആശ്രയിച്ചു കഴിയുന്നവരെയും അമ്പും വില്ലും ആയുധമായി കൊണ്ടുനടക്കുന്നവരുമായ ആദിവാസികൾ മധ്യശിലായുഗത്തിന്റെ പ്രതിനിധികളാണെന്ന് ചരിത്രകാരന്മാരെ ഉദ്ധരിച്ചുകൊണ്ട് എ ശ്രീധരമേനോൻ അഭിപ്രായപ്പെടുന്നു. (ആദിവാസി, ഭാഷ, ദേശം, സംസ്കാരം, ഡോ.

സോമൻ കടലൂർ പേജ് 21) ഈ നിരീക്ഷണത്തെ പിൻപറ്റിയാൽ മലവേട്ടുവരുടെ പൂർവ്വചരിത്രം മധ്യശിലായുഗം വരെ നീണ്ടുനിൽക്കുന്നതായി അനുമാനിക്കാം.

പ്രപഞ്ച വീക്ഷണം

കാട്ടുകളിൽ ജീവിച്ചിരുന്ന ആദിമനിവാസികൾക്ക് തന്റെ ചുറ്റുപാടുമുള്ള പ്രകൃതിയും, പ്രപഞ്ചവും അത്ഭുതവസ്തു തന്നെയായിരുന്നു. സൂര്യനും, ചന്ദ്രനും, നക്ഷത്രവും, മലയും, പുഴയും, മഴയും, മിന്നലും, വെയിലും തന്റെ പരിമിതമായ ജ്ഞാനമണ്ഡലത്തിൽ ഒതു ങ്ങുന്നതായിരുന്നില്ല. അതുകൊണ്ടുതന്നെ ഇതിനെക്കുറിച്ചെല്ലാം ഓരോ വിഭാഗവും തങ്ങളുടെ അനുഭവപരിസരത്തുനിന്നും ആർജ്ജിച്ച ധാരണകളും സങ്കല്പങ്ങളും കൂടിച്ചേർന്ന വീക്ഷണം രൂപപ്പെടുത്തുകയുണ്ടായി. 'പ്രപഞ്ചം തന്നിൽ നിന്ന് ഭിന്നമായ ഒന്നല്ലെന്നും താനുൾപ്പെടുന്ന പ്രപഞ്ചത്തിലെ സാമൂഹിക പ്രതിഭാസങ്ങളെ നിർണ്ണയിക്കുന്നതിൽ തുച്ഛമല്ലാത്ത പങ്ക് തനിക്കുണ്ടെന്നും മനുഷ്യനു ബോധ്യമായപ്പോൾ ലോകവീക്ഷണം സാമൂഹികാസ്തിത്വത്തിന്റെ അർത്ഥോല്പാദന കേന്ദ്രമായെന്നുള്ള ഡോ. എം.എ. ശ്രീധരന്റെ നിരീക്ഷണം ഇവിടെ ശ്രദ്ധേയമാകുന്നു.' (ഫോക്‌ലോർ പഠനം) കേവലം ശാസ്ത്രയുക്തിക്കുമപ്പുറം വർഗ്ഗപരമായ ജ്ഞാനപരത ആദിവാസകളുടെ പ്രപഞ്ച വീക്ഷണത്തിൽ ദർശിക്കാവുന്നതാണ്. ഈ ദർശനങ്ങളിൽ പഴമനസ്സുകളുടെ മൂല്യബോധത്തിന്റെ അർത്ഥധാരകൾ കണ്ടെത്താൻ കഴിയും. പ്രപഞ്ചത്തിലെ ചരാചരങ്ങളുടെ ഉത്ഭവത്തെക്കുറിച്ചും നിലനിൽപ്പിനെക്കുറിച്ചും ഉള്ള വർഗ്ഗപരമായ ജ്ഞാനമാണ് യഥാർത്ഥത്തിൽ പ്രപഞ്ചവീക്ഷണത്തിന്റെ അടിസ്ഥാനം ഓരോ ആദിവാസിവിഭാഗത്തിലും ഈ വീക്ഷണത്തിൽ വ്യതിരിക്തത ഉണ്ടാകാനുള്ള കാരണം അവരുടെ അനുഭവമണ്ഡലത്തിന്റെ വൈവിധ്യത തന്നെയാവാം.

മലവേട്ടുവരുടെ പ്രപഞ്ചവീക്ഷണം അവരുടെ 'ആദിപ്പാട്ടിൽ' നിന്നും കണ്ടെത്താവുന്നതാണ്. പ്രപഞ്ചത്തിന്റെ ഉല്പത്തി, സസ്യജന്തുജാലങ്ങളുടെ ഉല്പത്തി, ഭൂമി, മേൽലോകം, കീഴ്‌ലോകം ഇവയുടെ ഉൽപത്തി എന്നിവയെല്ലാം 'ആദിപ്പാട്ടിൽ' വിവരിക്കുന്നു.

ആദിപ്പാട്ട്

ആദിയിലെ അന്തപ്പൊരുളും ഒന്നിമില്ലേ കാലം
ഇരിയപെറ്റ ഇരുമനുചൻ ഇല്ലാതെ കാലം
നാക്കാലിപെറ്റ് നാക്കാലിമൃഗവും ഇല്ലാതെ കാലെ
ഓമ്പോലും ഓടിയ പാമ്പും ഇല്ലാതെ കാലം
പറപച്ചി പഞ്ചാതിരിയും ഇല്ലാതെ കാലം
ഇരുവാൻ കിളി പറപ്പാനെ ഇല്ലാതെ കാലം
കിഴക്കുദിക്കി സൂര്യ ഭഗവാൻ ഇല്ലാതെകാലം
അത്തമിക്കും ആദിദ്യനും ഇല്ലാതെ കാലം
നാലുദിക്കും നച്ചത്രാതികളും ഇല്ലാതെകാലം
തെക്കുംദിക്കും ചെന്തിന്ത്രനും ഇല്ലാതെകാലം
വടക്കുദിക്കും വാലന്ത്രനും ഇല്ലാതെ കാലം
ഇരുട്ടുകെട്ടി മാമായപ്പെട്ടിരിക്കുന്ന കാലം
ഒപ്പവും വെള്ളം, ഓട്ടുവം പാമ്പും ഇല്ലാതെ കാലം
കരയും കന്നും, തേങ്കുവും മയിലും ഇല്ലാതെ കാലം
ഇരുകാല്കൊണ്ട് ഇരുകാല് മനുചൻ ഇല്ലാതെകാലം
എന്തുരൂപായി, ഏതുരൂപായി ഇരുന്നൊരന്റാദി?
ഇരുട്ടുകെട്ടി മാമയപ്പെട്ട് ഇരുന്നൊരാന്റാദി
എന്തുരുപായി, ഏത് രൂപായി തീർന്നോരന്റാദി?
എന്തുരൂപായി ഏത് രൂപായി ഇരിപ്പുതുണ്ടോ പൂമി
പഞ്ചപജി പലനിറമ്മായി ഇരിപ്പുതുണ്ടാദി
പഞ്ചപാശി പലനിറമായി ഇരിപ്പുതുണ്ടേ പൂമി
ആകാശവും പൂമിയോടൊത്തു ഒന്നമില്ലെ കാലം
തെക്കുനിന്ന് വടക്കുദിക്കും മാവൂർതേൻ കാറ്റ്
മാവൂർ കാറ്റും വയ്യേ വന്നേ രണ്ടിളം പച്ചി
അജകിളിയും പഞ്ചാകിളിയും രണ്ടിളം കിളിയും
അങ്ങനെ കിളികൾ രണ്ടും ഇുവിൽ പാടി കളിക്കിന്നേ
അജപച്ചി രമിക്കല് തട്ടി പഞ്ച പച്ചിക്ക് ചെനയും
മുട്ടയ്ക്ക് തേങ്ങണ് പച്ചി പഞ്ച പച്ചിയെ താനെ
എവിടാണിരിക്കല് നമ്മടെ പഞ്ചമുട്ട വയ്ക്കാൻ
കാലെറുപ്പാനൊരു നീരും നിലവും മില്ലേ
കൂട്ടു വയ്ക്കുവെനെങ്കില് മരവും മട്ടലുമില്ല
അപ്പപ്പറയുന്ന് പച്ചി പഞ്ച പച്ചിതാനും
എവിടാണിരിക്കല് നമ്മടെ പഞ്ചമുട്ടവയ്ക്കാൻ
അജപച്ചീടെ മുല്ലപറിച്ച് കൂട്ടും പണിതീർത്ത്

ഒന്നാനാം തിങ്കള് പച്ചി ഒന്ന് മുട്ട വയ്ക്കുന്ന്
രണ്ടാനാം തിങ്കള് പച്ചി രണ്ട് മുട്ട വയ്ക്കുണ്
മുട്ടയും വച്ച് പച്ചിയെ കാപ്പിപൊളുങ്ങുന്നു
കാപ്പി പൊളുങ്ങീറ്റ് പച്ചിക്ക് പൈദാഹം പാരെ
അപ്പം പറയുന്ന് പച്ചി പഞ്ച പച്ചിയെ താനും
എവിടാന്ന് എടുത്തനി ചെല്ല് കിളി ചെല്ലിപ്പഴവും
അറുകടലും മറു കടലിന്റെ ഏഴാം കടലിന്റെ മേലേ
കേയ്ന്ന് പയത്തിന് പോലും പഞ്ചപച്ചിതാനും
അപ്പം പറയുന്ന് പച്ചി അജപച്ചിതാനും
ഇപ്പം പയത്തിനുപോയിട്ടെപ്പം വരുവാൻ
ഇന്നാ പയം കിട്ടിയില്ലെങ്കില് നാളെ വരുമേൻ
നാളെ പയം കിട്ടില്ലെങ്കില് മൂന്നു കയിയുമ്പം വരുമേൻ
അപ്പോഴും കേക്കുന്ന പച്ചിക്ക് രാജാവു തന്ന
അജപച്ചി പറണ്ണ് പോലും പഞ്ചപച്ചിയെതാനും
പഞ്ചപച്ചിയുടെ മുട്ടകളൊക്കം വീണ്ടടഞ്ഞപോയേ
കിഴ്മുറി പോയൊരു നിലവും കീഴ്ലോകവുമായി
മേൽമുറി വീണൊരു നിലവും മേലോകവുമായി
നീരായി വീണതൊക്കെ നീരും നിലവുമായി
ഇരിയപെറ്റ ഇരു മനുച്ചനും ഉണ്ടായികാലം
ഇരിയപെറ്റ ഇരു മനുച്ചനും ഉണ്ടായി വന്നിലവേ
നാക്ക്മുളച്ച നാക്കലിമൃകവും ഉണ്ടായിവനിലവേ
ഓമ്പേലും ഓടിയ പാമ്പും ഉണ്ടായി വന്നു
പരപ്പാൻ ഇരുപാറ്റയും ഉണ്ടായി വന്നിലേ
കിഴക്കുദിക്കും സൂര്യഭഗവാൻ ഉണ്ടായി വന്നീലേ
അസ്ക്ക് മലയിൽ ആദിദ്യഭകവാൻ ഉണ്ടായിവന്നീലേ
അയ്യാപൊലികയിൽ എടുത്തു ഞാൻ പാട്ട്

സാരാംശം:- ആദിയിൽ എല്ലാം ശൂന്യമായിരുന്നു. ഒന്നിന്റേയും പൊരുൾ ആർക്കും അറിയില്ല. ഇരുകാലി മനുഷ്യരോ, നാക്കാലി മൃഗമോ ഉരഗങ്ങളോ, പക്ഷികളോ, കിളികളോ, പറവകളോ ഒന്നും ഉണ്ടായിരുന്നില്ല. ഭൂമിയോ, പ്രപഞ്ചമോ ഏതുരൂപത്തിലാണെന്നോ, എന്ത് നിറത്തിലാണെന്നോ അറിയില്ല. ആദിക്കും, ഭൂമിക്കും ഒരു നിറമോ, ആകൃതിയോ ഉണ്ടായിരുന്നില്ല. ആകാശമോ, ഭൂമിയോ വേർതിരിച്ചറിയുവാൻ പറ്റാത്ത കാലം. അങ്ങനെ കാലം കുറേ കടന്നുപോയി. ഒരു നാളിൽ തെക്കു നിന്ന് വടക്കോട്ട് ഒരു കാറ്റടിച്ചു. (കാറ്റിനെ മാവൂർ തേൻകാറ്റ് എന്നാണ് വർണ്ണിച്ചിരിക്കുന്നത്) ആ

കാറ്റിൽ രണ്ടിലും കിളി ശൂന്യതയിലേക്ക് പറന്നുവന്നു. അജകിളിയും പഞ്ചകിളിയും എന്നായിരുന്നു കിളികളുടെ പേര്. അജപക്ഷി ആൺകിളിയും, പഞ്ചപക്ഷി പെൺകിളിയും ആയിരുന്നു. കാറ്റിനോടൊത്ത് അവർ പറന്ന് രമിച്ചു. പഞ്ചപക്ഷിക്ക് മുട്ടയിടാൻ സമയമായി. എവിടയാണ് കൂടൊരുക്കുക? എന്തുകൊണ്ടാണ് കൂട് നിർമ്മിക്കുക? കാലൊരപ്പാൻ നിലമില്ല. കൂടൊരുക്കാൻ മരവുമില്ല. കൂടൊരുക്കാൻ കിളികൾ ഒരു മാർഗ്ഗം കണ്ടെത്തി. അജപക്ഷിയുടെ തൂവൽ പറിച്ച് കൂടുണ്ടാക്കി. അതിൽ രണ്ട് മുട്ടകൾ ഇട്ട് പഞ്ചപക്ഷി അടയിരുന്നു. അടയിരുന്ന പെൺപക്ഷിക്ക് വിശപ്പും ദാഹവും ഉണ്ടായി. ഭക്ഷിക്കാൻ ഒന്നുമില്ല. തന്റെ വിഷമത ആൺപക്ഷിയെ അറിയിച്ചു. ആറുകടലും, മറുകടലും ഏഴാംകടലിന്റേയും മേലേ കിളികൾക്കുള്ള വിശിഷ്ട പഴമുണ്ട്. ഇത്രയും ദൂരം സഞ്ചരിച്ച് എപ്പോഴാണ് മടങ്ങിവരാൻ സാധിക്കുക? ഇന്ന് പഴം കിട്ടിയാൽ ഞാൻ നാളെ എത്തും. നാളെയും പഴം കിട്ടിയില്ലെങ്കില് മൂന്ന് നാള് കഴിയും. അവസാനം അജപക്ഷി പഴം തേടി പുറപ്പെടാൻ തീരുമാനിച്ചു. ചിറകുകൾ വിടർത്തി കൂട്ടിൽ നിന്ന് പറന്നുയർന്നു. പറക്കലിന്റെ ആക്കത്തിൽ മുട്ട വീണ് ഉടഞ്ഞു. കീഴ്മുറി വീണഭാഗം കീഴ്ലോകമായി. മേൽമുറി വീണഭാഗം മേൽ ലോകവുമായി. മുട്ടയുടെ നീര് (രക്തം) വീണഭാഗം വെള്ളവും ഭൂമിയുമായി മാറി. പക്ഷിയുടെ തൂവലുകൾ സസ്യങ്ങളായി മാറി. മുട്ടയുടെ മറ്റ് അവശിഷ്ടങ്ങളിൽ നിന്ന് മനുഷ്യനും നാക്കാലി മൃഗവും, ഓമ്പോലും, പാമ്പും, പറക്കുന്ന പ്രാണികളുമുണ്ടായി കിഴക്ക് സൂര്യ ഭഗവാനും അസക്ക് മലയിൽ ആദിദ്യ ഭഗവാനും ഉണ്ടായിവന്നു.

മുട്ടയുടെ കരു കല്ലായിമാറി. കുറുന്തോട്ടി, അത്തി, ഇത്തി, കുറുമാണം, പുല്ല് എന്നീ ക്രമത്തിൽ സസ്യങ്ങൾ ഉണ്ടായി.

വളരെ ഉദാത്തമായ പ്രപഞ്ച വീക്ഷണമാണ് മലവേട്ടുവരുടെ ഈ പാട്ടിൽ നിന്ന് ഇതൾവിരിയുന്നത്. ആത്മീയമായ അന്തർധാര ഈ വീക്ഷണത്തിൽ ഉൾച്ചേരുന്നുണ്ട്. പ്രപഞ്ചത്തിലെ എല്ലാം ഒന്നിൽ നിന്ന് ഉത്ഭവിക്കുന്നുവെന്നും, എല്ലാം 'ഏകം' (അണ്ഡം) എന്ന സംജ്ഞയിൽ ലയിക്കുന്നുവെന്നും ഈ പാട്ട് നമ്മെ ഓർമ്മിപ്പിക്കുന്നു. ഈ ഏകാത്മകതയാണ് പ്രപഞ്ചത്തെ സമഭാവനയോടെ വീക്ഷിക്കുവാനും സംരക്ഷിക്കുവാനും ഇവർക്ക് പ്രചോദനം നൽകുന്നത്. മലവേട്ടുവരുടെ ഭൂമിയെക്കുറിച്ചുള്ള വീക്ഷണം അവരുടെ 'ഭൂമിവന്ദന'ത്തിൽ നിന്നും ഗ്രഹിക്കുവാൻ സാധിക്കും. ചോദ്യോത്തര രീതിയിലുള്ള ഈ പാട്ടിൽ ഭൂമിയുടെ ആധാരം, ഭൂമിയെകുറിച്ചുള്ള സങ്കൽപ്പം എന്നിവ വിശദമാക്കുന്നു.

ഭൂമിവന്ദനം

പൂമിയേ, പൂമിയേ പൂമി ആത്തവരെ
പൂമിക്കിട്ടൊരാധാരം എന്തെല്ലാം....?
പൂമിക്കിട്ടൊരാധാരം ചൊല്ലോടെചങ്ങാതി
പൂമിക്കിട്ടൊരാധാരം ചൊല്ലോടെചങ്ങാതി
പൂമിക്കിട്ടൊരാധാരം പൂമി പൂക്കിള്
പൂമിക്കിട്ടൊരാധാരം പൂമി പൂക്കിള്
പൂമി പൂക്കിളിനാധാരവും ചൊല്ലേടോ ചങ്ങാതി
പൂമി പൂക്കിളിനാധാരം കല്ലതെരിക
പൂമി പൂക്കിളിനാധാരം കല്ലതെരിക
കല്ലതെരികകാധാരവും എന്തെല്ലാം തോന്നും?
കല്ലതെരിക്കാധാരവും എന്തെല്ലാം തോന്നും?
കല്ലതെരികാധാരവും കപ്പനിതോന്നും
കല്ലതെരികാധാരവും കപ്പനിതോന്നും
കപ്പനിക്കാധാരവും എന്തെല്ലാം തോന്നും.
കപ്പനിക്കാധാരവും എന്തെല്ലാം തോന്നും.
കപ്പനിക്കാധാരവും തെളിഞ്ഞ നീറ്റല്ലെ
കപ്പനിക്കാധാരവും തെളിഞ്ഞ നീറ്റല്ലെ

തെളിഞ്ഞ നീറ്റിനാധാരവും ചൊല്ലടോ ചങ്ങാതി
തെളിഞ്ഞ നീറ്റിനാധാരവും ചൊല്ലടോ ചങ്ങാതി
തെളിഞ്ഞ നീറ്റിനാധാരം ഇരുമ്പുകോൽമോതിരം
തെളിഞ്ഞ നീറ്റിനാധാരം ഇരുമ്പുകോൽമോതിരം
ഇരുമ്പുകോൽ മോതിരത്തിനാധാരം എന്തെല്ലാം തോന്നും?
ഇരുമ്പുകോൽ മോതിരത്തിനാധാരം എന്തെല്ലാം തോന്നും?

ഇരുമ്പുകോൽ മോതിരത്തിനാധാരം ഓടകോലല്ലോ
ഓടക്കോലിനാധാരം ചൊല്ലിടോ ചങ്ങാതി
ഓടക്കോലിനാധാരം ചൊല്ലിടോ ചങ്ങാതി
ഓടക്കോലിനാധാരം കോടി മുണ്ടല്ലോ
ഓടക്കോലിനാധാരം കോടി മുണ്ടല്ലോ
പൂമിയേ പൂമിയേ പൂമി ആത്തവരെ
പൂമിയേ പൂമിയേ പൂമി ആത്തവരെ

സാരാംശം:- ഭൂമിയുടെ ആധാരം എന്താണ്? ഭൂമിയുടെ ആധാരം ഭൂമി പൂക്കിളാണ്. ഭൂമി പൂക്കിളിന്റെ ആധാരം കല്ലതൊരികയാണ്.

കല്ലതൊരികയുടെ ആധാരം കപ്പനിയാണ്. (മൺകുടം) കപ്പനിയുടെ ആധാരം തെളിഞ്ഞ നീറ്റാണ് (വെള്ളം). തെളിഞ്ഞ നീറ്റിന്റെ ആധാരം ഇരുമ്പുകോൽ മോതിരമാണ് (ഇരുമ്പ് കൊണ്ടുള്ള മോതിരം). ഇരുമ്പു കോൽ മോതിരത്തിന്റെ ആധാരം ഓടക്കോലാണ്. ഓടക്കോലിന്റെ ആധാരം കോടി മുണ്ടും (പുതിയ വെള്ളത്തുണി).

പതിഞ്ഞ ഈണത്തിൽ തുടിയുടെ ലഘുതാളത്തിൽ ഈ പാട്ട് ലയിച്ച് മലവേട്ടുവമൂപ്പൻ പാടുമ്പോൾ കേൾക്കുന്നവർ ആ മന്ദതാള ത്തിൽ അലിഞ്ഞുചേരും. ലഘുതാളമായതുകൊണ്ടു തന്നെ ചിന്തയുടെ മണ്ഡലത്തിൽ നേർത്ത അലകൾ ഈ പാട്ട് അവശേഷിപ്പിക്കുന്നുണ്ട്. ഈ പാട്ടിന്റെ ലയഭാവത്തിലേക്ക് ഏകാഗ്രതയും ശ്രദ്ധയും കേന്ദ്രീക രിക്കാൻ ഇത് പ്രേരിപ്പിക്കുന്നു.

ഈ പാട്ടിലെ ഓരോ ബിംബവും മലവേട്ടുവരുടെ സർഗ്ഗാത്മ കതയ്ക്ക് ഉത്തമഉദാഹരണമാണ്. ഈ പാട്ടിൽ ഭൂമിയെ യഥാർത്ഥ ത്തിൽ 'തൊരികയിൽ വച്ച' നിറയെ വെള്ളമുള്ള മൺകലമായി വിശേഷിപ്പിക്കുന്നു. അതിൽ ഇരുമ്പുകൊണ്ടുള്ള മോതിരം ഉണ്ട്. ഇത് ഭൂമിയുടെ ഉള്ളിലും, പുറത്തുമുള്ള മൂല്യവത്തായ ഭൗതിക വസ്തു ക്കളുടെ പ്രതീകമാണ്. അതിന്റെ നടുക്ക് ഒരു ഓടക്കോലുമുണ്ട്. (ഈ ഓടക്കോലിനെ ആധുനികർ അച്ചുതണ്ട് എന്ന് വിശേഷിപ്പി ക്കുന്നു.) ഓടക്കോലിന്റെ ആധാരമായി പറയുന്നത് കോടിമുണ്ടാണ്. പുതിയ വെള്ളത്തുണി ഭൂമിയുടെ നേരെ മുകളിലുള്ള ആകാശത്തെ പ്രതിനിധീകരിക്കുന്നു. ഈ പാട്ടിലെ ഓരോ രൂപകവും ഇവരുടെ ജീവിതത്തിലെ വിവിധ ഘട്ടങ്ങളിൽ കടന്നുവരുന്നതായി കാണാം. വിവാഹസമയത്ത് മംഗലം കളി നടത്തുമ്പോൾ പന്തലിന്റെ നടുക്കായി ഒരു മൺകുടവും, അതിൽ വെള്ളവും, ഇരുമ്പുമോതിരവും അതിൽ ഒരു ഓടക്കോലും വയ്ക്കുന്നു. പെണ്ണിനെ കോടിമുണ്ട് പുത പ്പിച്ച് പന്തലിലേക്ക് ആനയിക്കും. ഇതുപോലെ മരണസമയത്ത് ഈ ബിംബങ്ങൾ കടന്നുവരുന്നു. മരിച്ചയാളെ ദഹിപ്പിക്കുന്നതിനും കൊണ്ടുപോകുമ്പോൾ കുറച്ച് വെള്ളം മൺകലത്തിൽ ഒഴിച്ച് അതിൽ അല്പം അരിയും ഇട്ട് കൊണ്ടുപോകുന്നതു കാണാം. ഇതിന്റെ കൂടെ മൂപ്പൻ ഒരു വടിയും പിടിച്ച് പോകും. (കണങ്കോല്) ഈ വടിയിൽ മരിച്ച വ്യക്തിയെ പുതപ്പിച്ച കോടിയുടെ ഒരു കഷ്ണം മുറിച്ചെടുത്ത് ദഹിപ്പിക്കുന്ന സ്ഥാനത്ത് മൺകലത്തിനടുത്തായി നാട്ടിവെക്കും. ജനനം, വിവാഹം, മരണം എന്നീ മനുഷ്യരുടെ ജീവിത ഘട്ടങ്ങളെ ഭൂമിയുമായി മലവേട്ടുവർ ചേർത്തുവയ്ക്കുന്ന അസാധാരണമായ ആത്മീ യദർശനവും ഈ പാട്ട് നൽകുന്നുണ്ട്.

ഗോത്ര ഘടനയും ഭരണക്രമവും

മലവേട്ടുവരിൽ രണ്ട് ഉപവിഭാഗങ്ങളുണ്ട്. കുടിവേട്ടുവർ (മുടിവേട്ടുവർ) പെരിങ്ങാരവേട്ടുവർ എന്നിവയാണ് അത്. വർഗ്ഗപരമായ സവിശേഷതയും, ആചാരാനുഷ്ഠാനങ്ങളും, ഭാഷയും ഒന്നുതന്നെയാണെങ്കിലും സാമുദായിക കേന്ദ്രീകരണത്തിന്റെ സ്ഥലനാമവുമായി ബന്ധപ്പെടുത്തിയാണ് ഈ വകഭേദം വർഗ്ഗനാമത്തിലുണ്ടായത്. കാസർഗോഡ് ജില്ലയിലെ ഭൂരിഭാഗം പേരും കുടിവേട്ടുവ വിഭാഗത്തിലും കണ്ണൂർ ജില്ലയിലുള്ള ഭൂരിഭാഗവും പെരിങ്ങാര വേട്ടുവ വിഭാഗത്തിലും ഉൾപ്പെട്ടവരാണ്. രണ്ട് പ്രദേശങ്ങളിലും അതാത് പേരിൽ അറിയപ്പെടുന്നവരാണെങ്കിലും ആചാരാനുഷ്ഠാനങ്ങൾ, ഭാഷ, ഭൗതിക സംസ്കാരം എന്നിവ പരിശോധിച്ചാൽ ഇവർ ഒറ്റവിഭാഗത്തിൽ പെടുന്നവരാണെന്ന് കണ്ടെത്താൻ കഴിയും. ഈ വിഭജനത്തിന് കാരണമായി ഒരു ഐതിഹ്യം ഇവരുടെ ഇടയിൽ നിലവിലുണ്ട്. അത് ഇപ്രകാരം സംഗ്രഹിക്കാം. 'ഒരു അമ്മയുടെ രണ്ട് മക്കളായിരുന്നുവത്രേ ഈ രണ്ട് വിഭാഗത്തിലേയും ആദ്യ മൂപ്പന്മാർ. ഒരു ദിവസം രണ്ട് പേരും ചേർന്ന് നായാട്ടിനുപോയി. നായാട്ടിൽ ലഭിച്ച ഇറച്ചി ചുട്ട് കാട്ടിൽവെച്ച് തന്നെ പൂർവ്വ ഗുരുക്കന്മാർക്കും വനദേവതമാർക്കും സമർപ്പിക്കുന്ന പതിവ് മലവേട്ടുവർക്ക് ഉണ്ട്. ഇറച്ചി മുറിച്ചശേഷം ജ്യേഷ്ഠൻ അനുജനോട് പറഞ്ഞുവത്രേ. ഞാൻ പോയി ഇലമുറിച്ച് കൊണ്ടുവരാം, നീ ഇറച്ചി ചുട്ട് വയ്ക്കണം. കാട്ടുവാഴയുടെ (തേൻവാഴ) ഇല അന്വേഷിച്ച് പോയ ജ്യേഷ്ഠൻ മടങ്ങിവരാൻ അല്പം വൈകി. ചുട്ട ഇറച്ചിയുടെ ഗന്ധം അനുജനിൽ കൊതി ജനിപ്പിച്ചു. ഒന്നോ

രണ്ടോ കഷ്ണം തിന്നാലും ജ്യേഷ്ഠൻ അറിയാൻ പോകുന്നില്ലെന്നുറച്ച് അനുജൻ ഒരു കഷ്ണം ഇറച്ചി എടുത്ത് തിന്നത്രേ. ഇലയുമായി വരുന്ന ജ്യേഷ്ഠൻ അനുജൻ ഇറച്ചി ചവയ്ക്കുന്നതാണ് കണ്ടത്. കോപാകുല നായ ജ്യേഷ്ഠൻ അനുജനെ രൂക്ഷമായി ശകാരിച്ചു. 'നീ നമ്മുടെ കുല ആചാരവും നിയമവും തെറ്റിച്ചു. പൂർവ്വ ഗുരുക്കന്മാരെയും, എന്നെയും ധിക്കരിച്ചു.' അന്നുമുതൽ ജ്യേഷ്ഠൻ അനുജനുമായുള്ള ബന്ധം മുറിച്ചു കളഞ്ഞത്രേ. ഗോത്രത്തിൽ നിന്ന് ഒറ്റപ്പെട്ടുപോയ അനുജനും കൂട്ടരും ഇവരിൽ നിന്ന് അകന്ന് ജീവിക്കാൻ നിർബന്ധിതരായി.

ജ്യേഷ്ഠനും സംഘവും കാടുകളിൽ 'കുടി' കെട്ടി സ്ഥിരതാമസ മാക്കി. എന്നാൽ അനുജനും കൂട്ടർക്കും ജ്യേഷ്ഠന്റെ സംഘത്തിന്റെ ഭയം മൂലം സ്ഥിരമായി ഒരിടത്ത് താമസിക്കുവാൻ സാധിക്കാതെ കാടുകളിൽ ഇടയ്ക്കിടയ്ക്ക് അലഞ്ഞ് തിരിഞ്ഞ് സഞ്ചരിക്കേണ്ടി വന്നു. അങ്ങനെ സഞ്ചരിച്ച് കാസർഗോഡ് ജില്ലയിലെ ഇന്നത്തെ മുക്കട എന്ന സ്ഥലത്ത് ഇവർ സംഘമായി കേന്ദ്രീകരിച്ചു. ഇതിന്റെ സമീപ ത്തായി ഉയർന്ന ജാതിയിൽപെട്ടവരും താമസിക്കുന്നുണ്ടായിരുന്നു. 'പെരിങ്ങാല പെരുങ്കുലോം' ആയിരുന്നു ഉയർന്ന വിഭാഗത്തിൽപെട്ട വരുടെ ഭരണകേന്ദ്രം. ഒരിക്കൽ ഉയർന്നജാതിയിൽപെട്ട ഒരു സ്ത്രീയെ പെണ്ണ് ചോദിച്ച് ഇവർ പോയി. ഉന്നതജാതിയിൽ പെട്ടവർ ഒരു നിബന്ധനവച്ചു. മണ്ണുകൊണ്ട് കയർ പിരിച്ച് തരണമെന്നായിരുന്നു ആദ്യനിബന്ധന. ഈ വിവരം മൂപ്പനെ അറിയിച്ചപ്പോൾ മൂപ്പൻ പറഞ്ഞു. കയർപിരിക്കാം. പിരിക്കാനാവശ്യമായ റാട്ട് യന്ത്രം പണിത് തരണം. ഉയർന്ന ജാതിക്കാർ പരാജയം സമ്മതിച്ചുവെ ങ്കിലും നെല്ലിക്ക പന്തലിൽ എല്ലാവരും നൃത്തം ചെയ്യണമെന്ന് ആവശ്യപ്പെട്ടു. പന്തൽ പണിതപ്പോൾ ഉന്നതജാതിക്കാർ ഒരു തന്ത്രം പ്രയോഗിച്ചു പന്തലിന്റെ മേൽക്കൂരയിൽ നെല്ലിക്ക ഇലയും നിലത്ത് നെല്ലിക്കയും വിതറി അതിന്റെ മേൽ ഇലയും വിരിച്ചു. നൃത്തം ചെയ്തവരെല്ലാം നിലത്തുവീണു. അവരെയെല്ലാം ഉയർന്ന ജാതിക്കാർ നിഷ്ഠൂരമായി കൊന്നൊടുക്കി. വിവരമറിഞ്ഞ് ഗോത്രം മുഴുവൻ സംഘടിച്ചെത്തി ഇവരുമായി യുദ്ധത്തിലേർപ്പെട്ടുവെങ്കിലും പരാജയപ്പെട്ടു. മലവേട്ടുവരുടെ ആരാധനമൂർത്തികളുടെ ആയുധങ്ങൾ സമീപത്തെ കിണറ്റിൽ വലിച്ചെറിഞ്ഞു. അവിടെ താമസിച്ചവരെ ല്ലാം മരണപ്പെട്ടു. ഒരു പെൺകുട്ടി മാത്രം അവശേഷിച്ചു. ഈ പെൺ കുട്ടിയെ തീയ്യവിഭാഗത്തിൽപെട്ട ഒരാൾ എടുത്തു വളർത്തിയത്രേ. ആ പെൺകുട്ടിക്ക് 14 മക്കൾ പിറന്നു. അവർ ഓരോ ഇല്ലങ്ങളായി മാറിയത്രേ. പെരിങ്ങാര കുലോം കേന്ദ്രീകരിച്ച് താമസിച്ചതിനാൽ ഇവർ പെരിങ്ങാര വേട്ടുവർ എന്ന് പിന്നീട് അറിയപ്പെട്ടു.

ഭരണക്രമം

സുസംഘടിതമായ ഗോത്ര ഭരണ സംവിധാനം ഇവരുടെ ഇടയിൽ നിലനിന്നിരുന്നു. തനതു ഭരണക്രമം സുഗമമാക്കുന്നതിനുള്ള വിവിധ സംവിധാനങ്ങളും ഗോത്രഘടനയിൽ ഉൾച്ചേർന്നിരുന്നു. സമുദായ ത്തെ വിവിധ ഇല്ലങ്ങളായി തിരിച്ചിരിക്കുന്നു. ഓരോ ഇല്ലത്തിനും ഒരു തലവൻ ഉണ്ടായിരിക്കും. തലവൻ 'മൂപ്പൻ' എന്നറിയപ്പെടുന്നു. മൂപ്പനെ ഭരണകാര്യത്തിൽ സഹായിക്കാൻ മറ്റ് ഇല്ലങ്ങളിലെ മൂപ്പൻ മാരെ ഉൾപ്പെടുത്തി രൂപീകരിച്ച സംവിധാനം ഉണ്ടായിരുന്നു. ഇത് 'ചങ്ങാതിക്കൂട്ടം' എന്നറിയപ്പെട്ടു. ഒരു ഇല്ലത്തിന് രണ്ടോ, അതിലധി കമോ ചങ്ങാതിമാർ ഉണ്ടാകും. ചങ്ങാതിമാരെ 'അകത്തെ ചങ്ങാതി' 'പുറത്തെ ചങ്ങാതി' എന്നിങ്ങനെ തരം തിരിച്ചിരുന്നു. മൂപ്പനെ ആരാ ധനകാര്യത്തിൽ സഹായിക്കലായിരുന്നു അകത്തെ ചങ്ങാതിയുടെ മുഖ്യജോലി. ആരാധന സ്ഥാനത്തെ ഉത്സവം, വിവാഹം, മരണാന ന്തര ചടങ്ങുകൾ എന്നിവയ്ക്ക് ആവശ്യമായ ഭൗതിക സാഹചര്യങ്ങൾ ഒരുക്കി കൊടുക്കലാണ് 'പുറത്തെ ചങ്ങാതി'മാരുടെ മുഖ്യ കർത്തവ്യം തീരുമാനങ്ങൾ കൈക്കൊള്ളുന്നതിൽ രണ്ട് ചങ്ങാതിമാർക്കും തുല്യ അധികാരം നൽകിയിരുന്നു. ചങ്ങാതിമാരുടെ പ്രവർത്തനങ്ങളെ മൊത്തത്തിൽ 'ചങ്ങാതികാര്യം' എന്നാണ് പറയുക. ഓരോ വിഭാ ഗത്തിലെ ചങ്ങാതിമാർക്കും നിശ്ചിതമായ കൂലി നൽകിയിരുന്നു. കൂടാതെ വിശേഷാൽ സന്ദർഭങ്ങളിൽ ചില പ്രത്യേക അവകാശ ങ്ങളും ഇവർക്ക് നൽകണമായിരുന്നു. വിവാഹം, മരണാനന്തര ചടങ്ങുകൾ, ഈ അവസരങ്ങളിൽ ചില പ്രത്യേക ആനുകൂല്യങ്ങൾ ഇവർക്ക് നൽകും. പഴയ കാലത്ത് നെല്ലാണ് കൂലിയായി നൽകി യിരുന്നത്. ഇപ്പോൾ പണമായി മാറ്റിയിട്ടുണ്ട്. ഓരോ ഇല്ലത്തിന്റെ ചങ്ങാതിമാരെ പ്രാചീനകാലത്തു തന്നെ നിശ്ചയിച്ചിട്ടുണ്ട്.

മലവേട്ടുവ ഗോത്രത്തിൽ ആദി ഇല്ലങ്ങൾ '7' ആയിരുന്നുവെന്നും പിന്നീട് '14' ആയി മാറിയെന്നും മൂപ്പന്മാർ പറയുന്നു. ഇപ്പോൾ രണ്ട് ജില്ലകളിലായി ഏകദേശം '30' ഓളം ഇല്ലങ്ങൾ ഇവരുടെയിടയിൽ ഉണ്ട്. ഓരോ ഇല്ലത്തിന്റേയും ഉത്ഭവവുമായി ബന്ധപ്പെട്ട ധാരാളം ഐതിഹ്യങ്ങൾ ഗോത്രത്തിനിടയിൽ പ്രചാരത്തിലുണ്ട്. പാപ്പി നിയൻ, പിറ്റക്കാടൻ, നരിക്കുടിയൻ, മുതിനത്താൻ, നെല്ലിക്കാടൻ, കുറ്റിയൻ, കേരിയൻ, വെട്ടുക്കത്ത്, വില്ല്യൻ, ചെറുക്കൊടൻ, പുതുക്ക ടിയൻ, കേരയിൽ, കണ്ടയൻകോടൻ, ഇളയിടത്ത്, പയ്യംവീട്ടിൽ, താറ്റിക്കോടൻ, പുതിയകൂട്ടത്തിൽ, മൂത്തേടത്ത്, മുളപ്രക്കാരൻ, ചന്ത്രോക്കാരൻ, കാണിയറ, പേരെടുക്കത്ത്, മരുതോടൻ.'

മലവേട്ടുവരുടെ ജീവിതത്തിൽ ഇല്ലത്തിന് വളരെ പ്രാധാന്യമുണ്ട്. ഇല്ലം ചോദിച്ചാണ് പരിചയപ്പെടൽ. ഇല്ലം നോക്കി മാത്രമേ ഇവർ വിവാഹബന്ധത്തിൽ ഏർപ്പെടാറുള്ളൂ. ഒരേ ഇല്ലത്തിൽപെട്ട ഒരാൾ മരണപ്പെട്ടാൽ ഇല്ലത്തിലെ മുഴുവൻപേരും പുല ആചരിക്കും.

ഓരോ ഇല്ലത്തിനും തെരഞ്ഞെടുക്കപ്പെട്ട ഒരു മൂപ്പൻ ഉണ്ടായിരിക്കും. മൂപ്പന്റെ തെരഞ്ഞെടുപ്പിന് പാരമ്പര്യം കീഴ്‌വഴക്കമായിരുന്നില്ല. ഗോത്രത്തിലെ (ഇല്ലത്തിലെ) ഏറ്റവും പ്രായംകൂടിയ വ്യക്തിയേയാണ് മൂപ്പനായി തെരഞ്ഞെടുക്കുക. മൂപ്പനെ ഗോത്രത്തിലെ മുഴുവൻ അംഗങ്ങളും ചേർന്ന് ആചാരപ്പെടുത്തുന്നതോടുകൂടി അദ്ദേഹം ഗോത്രത്തിന്റെ തലവനായി മാറുന്നു. ഗോത്രത്തിന്റെ ആരാധനാസ്ഥാനത്ത് വെച്ച് ഒരു കൊടിയിലയിൽ തിരികത്തിച്ച് വച്ച് മുഖ്യആരാധനാമൂർത്തിയുടെ തിരുവായുധം കൊടിയിലയിൽ വെച്ച് തെരഞ്ഞെടുത്ത വ്യക്തിക്ക് നൽകുന്നു. ഇതേസമയം എല്ലാ കുടുംബാംഗങ്ങളും അരിയും പൂവും മൂപ്പന്റെ തലയിൽ വർഷിക്കുന്നു. അതോടുകൂടി അയാൾ മൂപ്പനായി അവരോധിക്കപ്പെടുന്നു. നായാട്ട്, വിവാഹം, മരണം, ആരാധന, പുനംകൃഷി എന്നീ അവസരങ്ങളിൽ മൂപ്പന്റെ നേതൃത്വവും സാന്നിദ്ധ്യവും നിർബന്ധമാണ്. മൂപ്പന് പ്രത്യേക അധികാരങ്ങളും അവകാശങ്ങളും സമുദായം നൽകിയിരുന്നു. മൂപ്പനെ ധിക്കരിക്കുകയോ, അപമാനിക്കുകയോ, ചോദ്യം ചെയ്യാനോ പാടില്ല. ഇങ്ങനെ ചെയ്യുന്നവർക്ക് കടുത്തശിക്ഷ നൽകിയിരുന്നു. (ഈ കാലത്ത് പൂർവ്വ ഗുരുക്കന്മാർക്ക് പ്രായശ്ചിത്തം ചെയ്യിക്കലാണ് പ്രധാന ശിക്ഷയായി നൽകുന്നത്.) ഗോത്രത്തിലെ ഓരോ കുടുംബവും ഒരു 'പൊതി' നെല്ല് മൂപ്പന് സമർപ്പിക്കണമായിരുന്നു. ഇതിന് 'ബിരുന്ത്' എന്ന് പറയും. കൂടാതെ മൂപ്പനും ചങ്ങാതിയും ഇടയ്ക്കിടയ്ക്ക് കുടുംബാംഗങ്ങളുടോ വീടുകൾ സന്ദർശിക്കുമായിരുന്നു. അപ്പോഴും വീട്ടുകാർ ഭക്ത്യാദരങ്ങളോടെ മൂപ്പനെ സ്വീകരിച്ച് സൽക്കരിക്കുകയും, മടങ്ങുമ്പോൾ നെല്ല്, പച്ചക്കറി മുതലായവ നൽകുകയും ചെയ്യുമായിരുന്നു. ഇങ്ങനെ ചെയ്തില്ലെങ്കിൽ മൂപ്പന്റെ 'കുളി കൂട്ടും' എന്നാണ് ഗോത്രത്തിലെ വിശ്വാസം. മൂപ്പന്റെ ഭാര്യ മൂപ്പത്തി എന്ന് അറിയപ്പെടും.

മലവേട്ടുവർ തായ്‌വഴി സമ്പ്രദായമാണ് പിൻതുടരുന്നത്. അമ്മയുടെ ഇല്ലപേരാണ് മക്കൾക്ക് ലഭിക്കുക. ഇല്ലപ്പേര് ഇവർ വീട്ടുപേരായി സ്വീകരിക്കുന്നു.

മൂപ്പനെ ഗോത്രത്തിലുള്ളവർ സംഘമായി തെരഞ്ഞെടുക്കുന്നതിനാൽ ജനാധിപത്യത്തിന്റെ പ്രാചീന രൂപം ഈ തെരഞ്ഞെടുപ്പ് പ്രക്രിയയിൽ അന്തർഭവിച്ചിരിക്കുന്നു. മറ്റ് വിഭാഗങ്ങളിൽ നേതൃസ്ഥാനം

പിൻതുടർച്ചാവകാശമായി നിലനിൽക്കുമ്പോൾ മലവേട്ടുവ വിഭാഗ ത്തിൽ തലവനെ സമുദായാംഗങ്ങൾ തെരഞ്ഞെടുക്കുന്ന പ്രക്രിയ ജനാധിപത്യ സംവിധാനത്തിന്റെ പ്രാഗ്ഘട്ടത്തെ സൂചിപ്പിക്കുന്നു. മൂപ്പന്മാരെ തെരഞ്ഞെടുക്കുമ്പോൾ ചങ്ങാതിമാരുടെ സാന്നിധ്യം നിർബന്ധമായതിനാൽ ഒരു നിരീക്ഷണ സംവിധാനവും ഇതിൽ പ്രയോഗവത്കരിക്കപ്പെടുന്നുണ്ട്.

കിരാൻ പദവി

മലവേട്ടുവ മൂപ്പന്മാർക്ക് നാട്ടുവാഴികൾ നൽകിയിരുന്ന പരമോ ന്നത ബഹുമതിയായിരുന്നു 'കിരാൻ പദവി' ഫ്യൂഡൽ കാലഘട്ട ത്തിലാണ് ഈ സമ്പ്രദായം ആരംഭിച്ചതെന്ന് കരുതാവുന്നതാണ്. നാട്ടുവാഴിയും കീഴ്ജനതയ്ക്കും ഇടയിലുള്ള മധ്യസ്ഥന്റെ റോൾ ആണ് കിരാന് ലഭിച്ചിരുന്നത്. നാട്ടുവാഴിയുടെ കൃഷിപ്പണിയുടെ മേൽനോട്ടം, നാട്ടുവാഴിക്ക് പുറത്തുനിന്നുള്ള എല്ലാ ഭൗതിക സൗകര്യങ്ങളും ഒരു ക്കിക്കൊടുക്കുക എന്നിവയായിരുന്നു കിരാന്റെ മുഖ്യചുമതലകൾ. കിരാൻ പദവി ലഭിക്കുന്ന വ്യക്തി യാതൊരുവിധതൊഴിലും ചെയ്യേ ണ്ടിയിരുന്നില്ല. കിരാന് കൃത്യമായി ചിതകൂലി (വല്ലി) ജന്മികൾ നൽകിയിരുന്നു. പണിക്കൂലിയായി വല്ലി മറ്റുള്ളവർക്ക് അളന്ന് നൽകുന്നതും കിരാനായി രുന്നു. കിരാനെ എല്ലാവിഭാഗം ജനങ്ങളും ബഹുമാനിക്കുകയും ആദരിക്കുകയും ചെയ്തിരുന്നു. കിരാനെ പേര് ചൊല്ലി വിളിക്കാൻ പാടില്ലായിരുന്നു. കിരാനെ ധിക്കരിക്കുന്നവരെ യും, അപമാനിക്കുന്നവരെയും നാട്ടുവാഴികൾ ശിക്ഷിച്ചിരുന്നു.

കിരാൻ പദവി നൽകുന്നതിന് പ്രത്യേക ചടങ്ങുകൾ ഉണ്ട്. ഇത് 'വളമംഗലം' എന്നാണ് അറിയപ്പെട്ടിരുന്നത്. പ്രായം, പക്വത, ഗോത്രത്തെ ഒരുമിച്ച് നയിക്കാനുള്ള കഴിവ് എന്നിവയായിരുന്നു കിരാനെ തെരഞ്ഞെടുക്കാനുള്ള മാനദണ്ഡമായി പരിഗണിച്ചിരു ന്നത്. കിരാനെ വാഴിക്കാൻ നാട്ടുവാഴി തീരുമാനിച്ചു കഴിഞ്ഞാൽ ഗോത്രാംഗങ്ങൾ എല്ലാവരും ചേർന്ന് യോഗ്യനായ ഒരാളുടെ പേര് നിർദ്ദേശിക്കുന്നു. ജന്മിക്കും കൂടി സമ്മതമായാൽ വളമംഗലത്തിന്റെ തിയ്യതി തീരുമാനിക്കും. മറ്റു ജന്മിമാരെയും ഈ വിവരം അറിയിക്കും. കിരാനായി വാഴിക്കുന്നത് നാട്ടുവാഴിയായ ജന്മിയുടേയോ രാജാവി ന്റേയോ കുലോത്ത് വച്ചായിരിക്കും. അന്നേദിവസം ഗോത്രാംഗങ്ങളും ചങ്ങാതിമാരും രാവിലെ അവിടെ എത്തിച്ചേരും. ചങ്ങാതിയുടെ കൂടെ പോയി കുളികഴിഞ്ഞ് വെള്ള വസ്ത്രം ധരിച്ച് നിയുക്ത കിരാൻ എത്തും. നാട്ടുവാഴി വെള്ളിയോ സ്വർണ്ണമോ കൊണ്ടുള്ള വള

അണിയിക്കും. ഒരു കഷണം പട്ടും, ഓലക്കുടയും വടിയും നൽകും. തുടർന്ന് മൂന്ന് തവണ 'കിരാൻ' എന്ന് ഉറക്കെ വിളിക്കും. ശേഷം എല്ലാവരും ചേർന്ന് അരിയിട്ട് വാഴിക്കും. ഓലക്കുട ചൂടി തുടികൊട്ടിന്റെ അകമ്പടിയോടു കൂടി കിരാൻ പ്രധാന ജന്മിമാരുടെ തറവാടുകൾ സന്ദർശനം നടത്തി. 7ാം ദിവസം തിരിച്ചെത്തും. അന്ന് ജന്മിയുടെ കുലോത്ത് ഗംഭീര സദ്യ ഒരുക്കി എല്ലാവർക്കും നൽകുന്നു. ഓരോ ഇല്ലത്തിനും ഓരോ കിരാൻമാർ ഉണ്ടാകും. കിരാൻ പദവി ലഭിച്ച മൂപ്പന്മാർ ആരും തന്നെ ഇന്ന് ജീവിച്ചിരിപ്പില്ല. കമ്പല്ലൂർ കോട്ടയിൽ ജന്മികൾ കിരാൻപദവി നൽകിയ ശ്രീ കണ്ണൻ ചെറുകോടൻ കിരാൻ 2009ൽ നിര്യാതനായതോടുകൂടി സമുദായത്തിലെ കിരാൻ യുഗം അവസാനിച്ചു. ചില ഇല്ലങ്ങളിലെ അവസാനത്തെ കിരാന്മാരുടെ പട്ടിക നോക്കുക:-

1. കണ്ണൻ ചെറുക്കോടൻ കിരാൻ - കമ്പല്ലൂർ കോട്ടയിൽ
2. കൈക്കൊള കിരാൻ വില്ല്യാട്ട് - ചെറക്കരമാണിയാടി
3. കണ്ണൻ കിരാൻ ചെന്തളത്ത്പാപ്പിനിയൻ- കോടോം ജന്മി
4. വെള്ളടക്ക കൗക്കൊളകിരാൻ- ചിറ്റാരിക്കാൽ കരിമ്പിൽ
5. പാലകിരാൻ മുടന്തേൻ പാറ- പാട്ടത്തിൽ ജന്മിമാർ
6. മാണിക്കൻ കിരാൻ മൗവ്വേനി- നീലേശ്വരം കിഴക്കൻ കുലോം
7. അമ്പാടി കിരാൻ നെല്ലിക്കാടൻ
8. ചക്രാന്തികിരാൻ പട്ളം
9. കേരിയൻ മാണിക്കൻ കിരാൻ പട്ളം
10. വട്ടിരൻ കിരാൻ പാടിച്ചാൽ- പെരിങ്ങാരകുലോം.
11. തുണ്ടേൻചെമ്പൻ കിരാൻ- കക്കോട് പെരിങ്ങാരകുലോം.

മലവേട്ടുവ ഗോത്രത്തിലെ പ്രശസ്തനായ കിരാനായിരുന്ന മൗവ്വേനി പാപ്പിനിയൻ ഇല്ലത്തിലെ വെളുത്തൻകിരാൻ. നീലേശ്വരം രാജാക്കന്മാരാണ് ഇദ്ദേഹത്തിന് കിരാൻ പദവി നൽകിയത്. ധാരാളം ഭൂസ്വത്തിനും, കന്നുകാലി സമ്പത്തിനും ഉടമയായിരുന്നു. കിരാൻമാരിലെ ശ്രേഷ്ഠൻ എന്ന അർത്ഥത്തിൽ 'വലിയകിരാൻ' എന്നാണ് ഇദ്ദേഹം അറിയപ്പെട്ടിരുന്നത്. 100 വർഷം മുമ്പ് ജീവിച്ചിരുന്ന ഇദ്ദേഹത്തിനായിരുന്നു സമുദായത്തിൽ ആദ്യമായി ഓട് മേഞ്ഞ വലിയ വീടുണ്ടായിരുന്നത്. നെല്ല് ശേഖരിക്കാൻ സ്വന്തമായി വീട്ടിൽ പത്തായവും നിർമ്മിച്ചിരുന്നു. നീലേശ്വരത്തു നിന്ന് വീടിനാവശ്യമായ സാമഗ്രികൾ വള്ളത്തിൽ മുക്കട വരെ കൊണ്ടുവരികയും

അവിടെ നിന്ന് വാല്യക്കാർ തലച്ചുമടായി സാധനങ്ങൾ കിലോമീറ്റർ അകലെ മൗവ്വേനിയിൽ എത്തിക്കുകയായിരുന്നുവെന്ന് പഴമക്കാർ ഇന്നും സ്മരിക്കുന്നു. മലവേട്ടുവ സമുദായത്തിന്റെ ഇടയിൽ ആദ്യമായി ആചാരപ്രകാരം ക്ഷേത്രം നിർമ്മിച്ചതും ഇദ്ദേഹമാണ് (മൗവ്വേനി ശ്രീ വിഷ്ണുമൂർത്തി ക്ഷേത്രം.) അയിത്തവും തൊട്ടുകൂടായ്മയും നിലനിന്ന ആ കാലഘട്ടത്തിൽ തന്റെ ക്ഷേത്രത്തിൽ നീലേശ്വരം തളി ശിവക്ഷേത്രത്തിലെ ബ്രാഹ്മണരെകൊണ്ട് ആദ്യമായി ഇദ്ദേഹം പ്രതിഷ്ഠയും നടത്തിച്ചു. അങ്ങനെ ജില്ലയിലെ ആദിവാസി ക്ഷേത്രങ്ങളിൽ ബ്രാഹ്മണപ്രതിഷ്ഠയുള്ള ആദ്യക്ഷേത്രമായി മൗവ്വേനി ശ്രീ വിഷ്ണുമൂർത്തി ക്ഷേത്രം മാറി. സമൂഹത്തിൽ കിരാൻമാർക്കുണ്ടായിരുന്ന മുന്തിയ പരിഗണനയിലേക്ക് വെളിച്ചം വീശുന്നതാണ് ഈ സംഭവം. വലിയ കിരാനെക്കുറിച്ച് ധാരാളം ഐതിഹ്യങ്ങൾ സമുദായത്തിലെ പഴമക്കാരുടെ മനസ്സിൽ ഇന്നും പച്ചപിടിച്ചു നിൽക്കുന്നു. മരണപ്പെട്ടതിനു ശേഷം 'ഗുരുദൈവമായി' വലിയകിരാനെ ക്ഷേത്രത്തിൽ കെട്ടിയാടിച്ചു വരുന്നു.

സമുദായകോടതികൾ

സമുദായത്തിലുണ്ടാകുന്ന പ്രശ്നങ്ങൾ പരിഹരിക്കുന്നതിന് തനതായ നീതിന്യായ സംവിധാനം മലവേട്ടുവർക്ക് ഉണ്ടായിരുന്നു. 'സംഘം കൂടൽ' 'കൂട്ടം കൂടൽ' എന്നീ പേരുകളിലായിരുന്നു ഇത് അറിയപ്പെട്ടിരുന്നത്. മൂപ്പന്മാരും ചങ്ങാതിമാരുമായിരുന്നു കോടതിയുടെ പരമാധികാരികൾ. പ്രശ്നത്തിന്റെ ഗൗരവം പരിഗണിച്ച് വിവിധ ശിക്ഷകളും നടപ്പാക്കിയിരുന്നു. അഗ്നിപരീക്ഷ, മുള്ളുമരത്തിൽ കെട്ടിയിട്ട് ഉറുമ്പിനെ ശരീരത്തിൽ ഇടുക, ലഘുവായ അടി, പ്രായശ്ചിത്ത ശിക്ഷ എന്നിവയായിരുന്നു പ്രധാന ശിക്ഷകൾ. പ്രായശ്ചിത്ത ശിക്ഷ ആരാധനയുമായി ബന്ധപ്പെട്ടാണ് നടപ്പാക്കിയിരുന്നത്. തെറ്റിന് പ്രായശ്ചിത്തമായി പൂർവ്വഗുരുക്കന്മാർക്ക് വച്ച് കൊടുത്ത് മാപ്പ് പറയൽ, പൂർവ്വഗുരുക്കന്മാരെ കെട്ടിയാടിച്ച് മാപ്പ് പറയൽ, 'പ്രാതകെട്ടൽ' 'നാവും കൊടിയില മുറിക്കൽ' തുടങ്ങിയവയായിരുന്നു പ്രധാന പ്രായശ്ചിത്ത ശിക്ഷകൾ. തിളച്ച എണ്ണയിൽ കൈമുക്കുക, തീയിൽ പൊള്ളിച്ച ഇരുമ്പ് എടുപ്പിക്കുക മുതലായവയായിരുന്നു അഗ്നിപരീക്ഷയിൽ ഉൾപ്പെട്ടിരുന്നത്. ഗോത്രഭരണകാലത്ത് കടുത്ത ശിക്ഷ ഭയന്ന് മൂപ്പന്മാരെ എല്ലാവരും അനുസരിച്ച് ജീവിക്കാൻ ഇത് ഇടയാക്കി.

ജീവിതവും സംസ്കാരവും

വേഷം

ഇല ഉപയോഗിച്ച് നാണം മറച്ചിരുന്ന ആദിമ മനുഷ്യരുടെ ജീവിതകാലഘട്ടം മലവേട്ടുവരുടെ ജീവിതത്തിലും കാണാവുന്നതാണ്. തുണിയുടെ കണ്ടുപിടുത്തത്തോടുകൂടി പരമ്പരാഗതമായ ഒരു വേഷസംവിധാനം ഇവരുടെ ഇടയിൽ രൂപംകൊണ്ടു. പുരുഷന്മാർ മുട്ടിനുതാഴെ വരെ മാത്രം നീളുന്ന തരത്തിൽ മുണ്ടുടുക്കും. തലയിൽ മുണ്ട് മടക്കി തലപ്പാവായി ധരിക്കും. തുണികൊണ്ട് തുന്നി ഉണ്ടാക്കിയ ചെറിയ സഞ്ചി ഇവരുടെ അരയിൽ ഇറുക്കി വയ്ക്കും.

മലവേട്ടുവ മൂപ്പത്തി

കൊട്ടനിർമ്മാണത്തിൽ ഏർപ്പെട്ടിരിക്കുന്ന മലവേട്ടുവ കുടുംബം

(പാക്ക്) ഇതിൽ വെറ്റില ചവയ്ക്കാനുള്ള സാധനങ്ങളും, മറ്റൊരറയിൽ വിവിധ പച്ചമരുന്നുകളും ഉണ്ടാകും. പ്രായമായവർ മുടി നീട്ടിവളർത്തി കെട്ടിവയ്ക്കുന്ന പതിവുമുണ്ട്. കണങ്കാലിന്റെ മുക്കാൽഭാഗം മുതൽ മറയ്ക്കുന്ന രീതിയിൽ ഒറ്റമുണ്ടാണ് സ്ത്രീകൾ ധരിക്കുക. ആദ്യകാലത്ത് ബ്ലൗസ് ധരിക്കാറില്ലായിരുന്നു. ഒരു തുണി മാറിന് കുറുകെ കെട്ടിവയ്ക്കുകയാണ് ചെയ്തിരുന്നത്. ഇതിനെ 'കുഞ്ചാട്ടം കെട്ടൽ' എന്നാണ് പറഞ്ഞിരുന്നത്. കഴുത്തിൽ മാറുവരെ മറയ്ക്കുന്ന രീതിയിൽ വിവിധ വലുപ്പത്തിലുള്ള കല്ലമാലകൾ ധാരാളം അണിയും (കാട്ടുചെടിയുടെ ഉണങ്ങിയ കായയാണ് കല്ല) രണ്ടുകൈകളിലും അലുമിനിയം കൊണ്ടുള്ള വളകളും അണിഞ്ഞിരിക്കും. പത്തുവിരലിനും വിരൽ മടക്കുവരെ അലുമിനിയം ഉപയോഗിച്ചുള്ള വളയങ്ങൾ മോതിരമായി അണിയും. പഴയകാലത്ത് മേൽക്കാതിലും മുക്കുവളയങ്ങൾ ധരിച്ചിരുന്നു. മധ്യകാലഘട്ടത്തിൽ പുരുഷന്മാർ കാതുകുത്തി കടുക്കൻ ഇടുന്ന സമ്പ്രദായം ഉണ്ടായിരുന്നു. പ്രായമായവർ ഒഴികെയുള്ളവർ ഇക്കാലത്ത് ആധുനിക വേഷ സംവിധാനങ്ങളാണ് ഇഷ്ടപ്പെടുന്നത്.

നായാട്ടും മത്സ്യബന്ധനവും

നായാട്ട് കേവലം വിനോദോപാധിയും ഭക്ഷ്യസമ്പാദന ഉപാധിയും മാത്രമായിരുന്നില്ല. അനുഷ്ഠാനപരമായ ചടങ്ങായും മലവേട്ടുവർ നായാട്ടിനെ പരിഗണിച്ചിരുന്നു. അതിനാൽ നായാട്ടിന് മുൻപും ശേഷവും അനുഷ്ഠാനബന്ധിതമായ ധാരാളം ചടങ്ങുകൾ കാണാം. തുലാം 10ന് ശേഷം ആരാധനാ സ്ഥാനമായ പതിയുടെ മുമ്പിൽ നിന്ന് മൂപ്പൻമാരുടെ നേതൃത്വത്തിൽ നായാട്ടു തീയ്യതി

കുറിക്കും. സംഘമായാണ് നായാട്ട് നടത്തുക. പ്രത്യേകമായി പരിശീലനം ലഭിച്ച നായ്ക്കളും സംഘത്തിൽ ഉണ്ടാകും. ഒരു സംഘം കാടിളക്കി മൃഗങ്ങളെ ഓടിക്കും. മൃഗങ്ങൾ വരാൻ സാധ്യതയുള്ള സ്ഥാനത്ത് മറ്റ് സംഘങ്ങൾ തമ്പടിക്കും. ഓടിവരുന്ന മൃഗങ്ങളെ നായ്ക്കൾ സംഘമായി ആക്രമിക്കും. ഈ സമയം നായാട്ട് സംഘം മൃഗങ്ങളെ കീഴ്പ്പെടുത്തും. മൃഗത്തെ ലഭിച്ചശേഷം എല്ലാവരും ഒത്തു ചേർന്ന് കാട്ടിൽ വച്ച് മുറിക്കും. തുടർന്ന് ഇറച്ചി ചുട്ട് നായാട്ടുദൈവങ്ങൾക്കും മലദൈവങ്ങൾക്കും ഇലയിൽ വച്ച് വിളമ്പും. മൂപ്പന് മൃഗത്തിന്റെ 'കൊറവ്' അവകാശമായി ലഭിക്കും. (കൊറവ്- മൃഗത്തിന്റെ ഒരു കാൽ) നായാട്ടിൽ പങ്കെടുത്ത നായ്ക്കൾക്കും ഓരോ അവകാശം നൽകും. നായാട്ടു ദൈവം 'ഏഴുവർ കൂട്ടം' എന്നാണ് അറിയപ്പെട്ടിരുന്നത്. നായാട്ടിനുശേഷം ഇറച്ചി ഉണക്കി പഞ്ചുരുളി കല്ലുരുട്ടി തുടങ്ങിയ ഗോത്രദൈവങ്ങൾക്ക് ആരാധനാസ്ഥലത്ത് 'അടിയന്തിരമായി' സമർപ്പിക്കുമായിരുന്നു. നായാട്ടിന്റെ ഓർമ്മയ്ക്ക് മാൻ, നായ, കലമാൻ തുടങ്ങിയ മൃഗങ്ങളുടെ രൂപങ്ങൾ ഇരുമ്പ്, ഓട് തുടങ്ങിയ ലോഹങ്ങളിൽ നിർമ്മിച്ച് പതിയിൽ വച്ച് ആരാധന നടത്തുന്നതും മലവേട്ടുവരുടെ മാത്രം പ്രത്യേകതയാണ്.

ആഞ്ചൽ കെണി

കുരങ്ങ്, മൂച്ചൻ എന്നീ മരത്തിൽ സഞ്ചരിക്കുന്ന മൃഗങ്ങളെ പിടിക്കാനാണ് 'ആഞ്ചൽ കെണി' ഉപയോഗിച്ചിരുന്നത്. നീളമുള്ള മുള

'അടിച്ചിൽ'- ചെറിയ മൃഗങ്ങളെ പിടിക്കാനുള്ള കെണി

മീൻ പിടിക്കാൻ ഉപയോഗിക്കുന്ന കൂട

3 ആയി കീറും. ഇത് മരത്തിന്റെ മുകളിൽ നീളത്തിൽ കെട്ടിവയ്ക്കും. നടുക്കത്തെ കീറലിൽ കുറച്ച് നീളത്തിൽ ഒരു ആപ്പ് വയ്ക്കും. കെണി സ്ഥാപിക്കുന്ന മരത്തിലേക്ക് മറ്റു വൃക്ഷങ്ങളിൽ നിന്നും രണ്ടു ഭാഗത്ത ക്കായി ഓരോ പാലം കെട്ടും. ഈ പാലം കീറിയ മുളയുടെ രണ്ടറ്റ ത്തായി അവസാനിക്കും. ഇവിടെ കെണി ഒരുക്കുകയും നടുക്കത്തെ ആപ്പുമായി ബന്ധിപ്പിക്കുകയും ചെയ്യും. പാലത്തിലും, മുളയുടെ രണ്ട റ്റത്തും കുരങ്ങന്മാർക്ക് ഇഷ്ടമുള്ള ധാന്യവും, ഭക്ഷണസാധനങ്ങളും വയ്ക്കും. കെണിയിൽ ഘടിപ്പിച്ച ഭക്ഷണസാധനം കുരങ്ങ് വലിച്ചെ ടുക്കുമ്പോൾ കെണിയുമായി ബന്ധിപ്പിച്ച് കയർ മുറിയുകയും ആപ്പ് തെറിക്കുകയും ചെയ്യും. അപ്പോൾ കുരങ്ങന്റെ കൈ മുളയുടെ കീറിൽ കുടുങ്ങുകയും നിലവിളിക്കുകയും ചെയ്യും. ഈ സമയത്ത് കുരങ്ങനെ പിടിച്ച് കൊണ്ടുപോകുന്ന രീതിയാണ് ആഞ്ചൽ കെണിയിൽ ഉപയോഗിച്ചിരുന്നത്.

നായാട്ടിനുപുറമെ വ്യക്തിഗതമായി കെണികൾ ഒരുക്കി മൃഗങ്ങളെ വേട്ടയാടിയിരുന്നു. 'അടിച്ചിൽ' മുറക്കെണി, കുടുക്ക്, കുട്ടക്കെണി, ളുക്ക് കെണി എന്നിവയായിരുന്നു പ്രധാന കെണികൾ. മുള്ളൻപ ന്നിയെ പുകച്ച് പിടിക്കുന്ന സൂത്രവും വ്യാപകമായി ഉപയോഗിച്ചി രുന്നു. പടക്കം, വിഷക്കായ എന്നിവ മൃഗങ്ങളെ വേട്ടയാടാൻ ഇവർ ഉപയോഗിച്ചിരുന്നില്ല. പ്രധാനമായും ഉടുമ്പ്, കുരങ്ങൻ, മുള്ളൻപന്നി,

കാട്ടുപന്നി, മാൻ, മലാൻ, ഉറുമ്പുതീനി (അള്ളാവ്) മുയൽ, കാട്ടുകോഴി എന്നിവയെയാണ് വേട്ടയാടി പിടിച്ചിരുന്നത്. ഉടുമ്പ്, പന്നി, കാട്ടുകോഴി എന്നിവയുടെ നെയ്യ് ഔഷധമായി ഉപയോഗിക്കാൻ സൂക്ഷിച്ച് വയ്ക്കുമായിരുന്നു. വില്ല്, അമ്പ്, തെറ്റാലി, കവണ എന്നിവ യാണ് പ്രധാന നായാട്ട് ഉപകരണങ്ങൾ.

മത്സ്യബന്ധനത്തിനും തനതായ രീതി മലവേട്ടുവർ വികസിപ്പി ച്ചിരുന്നു. 'തൊവ്വ്' 'ഏമ്പ' എന്നിവയായിരുന്നു പ്രധാനപ്പെട്ട ഈ രീതികൾ അറിയപ്പെട്ടിരുന്നത്. തോട്ടിൽ ഒഴുക്ക് വർദ്ധിക്കുന്നതിനു മുമ്പ് ഒഴുക്ക് കുറഞ്ഞ ചിങ്ങം മുതലുള്ള മാസങ്ങളിലും വെള്ളം ഒഴുകി പോകാൻ ഒരുവഴി മാത്രം വയ്ക്കുന്നു. അവിടെ പ്രത്യേക രീതിയിൽ മുളകൊണ്ട് നിർമ്മിച്ച 'കൂട' വയ്ക്കുന്നതാണ് ഈ സമ്പ്രദായം. പു തുമഴക്കാലത്ത് ചെറുതോടുകളിൽ നിന്നും മത്സ്യം പിടിക്കാൻ ഉപയോഗിച്ച രീതിയാണ് 'ഏമ്പ'. തോട്ടിൽ ഉറവ ഉണ്ടാകുന്നതിനു മുമ്പ് തന്നെ ഏമ്പ നിർമ്മാണം ആരംഭിക്കും ഇതിനായി തോടിന്റെ ഉയരമുള്ള ഇരുകരകൾ തെരഞ്ഞെടുക്കും. തുടർന്ന് കുറുകെ ബലമുള്ള കമ്പ് ഇരുകരകളെയും ബന്ധിച്ച് ഉറപ്പിക്കും. നീളത്തിലും കുറുകെയും ചരിച്ചു വച്ച് മറ്റ് കമ്പുകൾ തോടിനെ ബന്ധിപ്പിക്കും ഇതിൽ തേക്ക്, പുന്ന തുടങ്ങിയവയുടെ ഇല മേയുന്നു. അതിന്റെ മുകളിലായി മണ്ണിട്ട് ഉറപ്പിക്കുന്നു. തോട്ടിൽ ഉണ്ടാകുന്ന വെള്ളം ഇതിന്റെ മുകളിലൂടെ ഒഴു

'ഏമ്പ'

കി താഴോട്ട് പതിക്കുന്നു. ഇപ്പോൾ കൃത്യമായ ഒരു വെള്ളച്ചാട്ട മാതൃകയാണ് താഴെനിന്ന് നോക്കിയാൽ കാണാൻ സാധിക്കുക. വലിയ കൂട നിർമ്മിച്ച് വീഴുന്ന വെള്ളത്തിന്റെ പിറകിലായി കെട്ടിവയ്ക്കും. പുതു മഴയ്ക്ക് തോട്ടിലൂടെ കയറിവരുന്ന മത്സ്യങ്ങൾ ഈ വെള്ളച്ചാട്ടം കണ്ട് വെള്ളച്ചാട്ടത്തിന്റെ മുകളിൽ എത്താൻ ഉയരത്തിൽ ചാടും. മുകളിലെത്താൻ കഴിയാതെ മത്സ്യങ്ങൾ താഴെ വീഴും. ഈ വീഴ്ച ചിറകിൽ കെട്ടിയ കൂടയിലേക്കായിരിക്കും. ഈ സമ്പ്രദായത്തിലൂടെ ആ തോട്ടിൽ കയറുന്ന മുഴുവൻ മത്സ്യങ്ങളും ഏമ്പക്കൂടയിൽ വീഴും. അധികം ലഭിക്കുന്ന മത്സ്യങ്ങളെ ഉണക്കി സൂക്ഷിക്കും.

മത്സ്യങ്ങൾക്ക് തനതായ പേരുകൾ നൽകിയിട്ടുണ്ട്. കുറ്റി, ചേറ്, ചൂട്ട, മടമീൻ, ആരള്, കൊയല, ചൊവ്വാലി, പൊഴക, കുരുടൻ, കൊഞ്ച്, കുരള്, പൂളൻ, കരിമ്പൂളൻ, വാള, കമ്മവ്, നെറ്റി പൊട്ടൻ, മുഷി, കൂരി, നെടുഞ്ചിരി, കാലൻ, വായക്കവരയൻ, വരയൻചൂട്ട, കണ്ണൻചൂട്ട, കുറു മ്പളാട്ടി, വട്ടൻ തുടങ്ങിയവയാണ് അവ. ഇതിൽ പല മത്സ്യങ്ങളും ഇന്ന് കാണാനില്ലെന്ന് പ്രായമായവർ പറയുകയുണ്ടായി. ഞണ്ട് വിഭാഗങ്ങൾ കോവള് ഞണ്ട്, നാടൻ ഞണ്ട് എന്നിവയാണ് സാധാരണയായി ഭക്ഷിക്കാൻ ഉപയോഗിക്കുന്നത്. ഞവുച്ചങ്ങ എന്ന പേരുള്ള കക്കയും ഇവർ ഭക്ഷിക്കാൻ ഉപയോഗിച്ചിരുന്നു.

നായാട്ടിലെ സംഘവഴക്കം കാട്ടറിവുകളുടെ വിനിമയ ഉപാധിയായി പരിവർത്തനപ്പെടുത്തുവാൻ ഇവർക്ക് സാധിച്ചു. സസ്യ-ജന്തു വൈവിധ്യങ്ങളുടെ ലോകം കൂടുതൽ അടുത്തറിയുവാൻ ഇവരെ ഇത് പ്രാപ്തരാക്കി. വിവിധ വന്യമൃഗങ്ങളുടെ പ്രത്യേകതകൾ, സഞ്ചാര രീതി, ശബ്ദം എന്നിവ തിരിച്ചറിയാനും സാമൂഹ്യജീവിതത്തിനും, നായാട്ടിന്റെ കാര്യക്ഷമതയ്ക്കും ഇത് പ്രയോജനപ്പെട്ടു.

കാട്ടറിവുകൾ

ഭക്ഷ്യവസ്തുക്കൾ

പരിഷ്കൃത സമൂഹത്തിന് കാട് എന്നത് കേവലം ജൈവ ആവാസവ്യവസ്ഥയും ചൂഷണം ചെയ്യേണ്ട പ്രകൃതി വിഭവവും മാത്രമാണ്. സങ്കുചിതമായ ഈ വീക്ഷണത്തിന്റെ അനന്തരഫലമായാണ് വനകൈയ്യേറ്റവും വനനശീകരണവും. മലവേട്ടുവരെ സംബന്ധിച്ചിടത്തോളം വനം അന്നം നൽകുന്ന അക്ഷയഖനികളാണ്. ഈ തിരിച്ചറിവ് വനത്തെ സംരക്ഷിക്കുന്നതിനും പരിപാലിക്കുന്നതിനും ഇവരെ സദാ പ്രേരിപ്പിച്ചുകൊണ്ടിരിക്കുന്നു.

കാട്ടിൽ നിന്ന് ശേഖരിക്കുന്ന 8 ഓളം കിഴങ്ങുകൾ മലവേട്ടുവർ ഭക്ഷണത്തിനായി ഉപയോഗിച്ചിരുന്നു. നര, കുരുണ്ടു, മൊട്ടുക്ക, വെണ്ണി, ചാവ, കേത, നോളിക, വയര് എന്നിവയായിരുന്നു പ്രധാന കിഴങ്ങുവർഗ്ഗങ്ങൾ. ഇവയുടെ സംസ്കരണരീതിയും ഇവർക്ക് നന്നായി അറിയാമായിരുന്നു. 'കേത' എന്ന കിഴങ്ങ് വിഷാംശം ഉള്ളതാണ്. ഇത് സംസ്കരിച്ച് ഭക്ഷണയോഗ്യമാക്കുന്നത് എങ്ങനെയെന്ന് ശ്രദ്ധിച്ചാൽ അതിലുള്ള ഇവരുടെ അറിവ് എത്രമാത്രമാണെന്ന് മനസ്സിലാക്കാം. ഉരുളക്കിഴങ്ങിന്റെ ആകൃതിയും വലിപ്പവുമുള്ള ഈ കിഴങ്ങ് കൊട്ടയിൽ ശേഖരിച്ച് ശക്തിയായി വെള്ളം വീഴുന്നിടത്ത് വയ്ക്കും. 7 ദിവസം തുടർച്ചയായി ജലപാതമേറ്റ് ഇതിന്റെ വിഷാംശം ഇല്ലാതാകും. തുടർന്നാണ് ഇത് ഭക്ഷണത്തിനായി പുഴുങ്ങി എടുക്കുക.

മുളയരി (കായൽ അരി), പനഞ്ചോറ്, ഈന്ത്കായ എന്നിവയും സംസ്കരിച്ച് ഭക്ഷണത്തിനായി ഉപയോഗിച്ചിരുന്നു. ഈന്ത് കായ,

കേത സംസ്കരിക്കുന്ന രീതിയിൽ 7 ദിവസം വെള്ളത്തിലിട്ട ശേഷം മുറിച്ച് ഉണക്കി പൊടിച്ചാണ് ഉപയോഗിച്ചിരുന്നത്. പനഞ്ചോറ് സംസ്കരിക്കുന്ന രീതി അല്പം ആയാസം നിറഞ്ഞതായിരുന്നു. മൂത്ത പനയുടെ ചോറ് ചെറുകഷ്ണങ്ങളാക്കി മുറിച്ചെടുക്കും. ഇത് ഉരലിലിട്ട് ഇടിക്കും. തുടർന്ന് വെള്ളത്തിൽ കലക്കി അരിച്ചെടുക്കും. വെള്ളവും പൊടിയും കലർന്ന മിശ്രിതം കലത്തിൽ ഒഴിച്ച് വയ്ക്കും. അല്പസമയത്തിനുശേഷം പനംപൊടി വെള്ളത്തിനടിയിൽ ഊറിക്കൂടും. വെള്ളം ഒഴിച്ച് കളഞ്ഞ് പനമ്പൊടി മാത്രം ശേഖരിക്കും. ശേഖരിച്ച പനമ്പൊടിയുടെ കൂടെ നിശ്ചിത അളവിൽ വെള്ളം ചേർത്ത് അടുപ്പിൽ വയ്ക്കും. തുടർച്ചയായി ഇളക്കിക്കൊണ്ടിരിക്കും. അപ്പോൾ ചില ശബ്ദങ്ങൾ കേൾക്കാൻ കഴിയുമത്രേ. അപ്പത്തിന്റെ ആകൃതിയിൽ ലഭിക്കുന്ന ഭക്ഷണ വിഭവം ചെറിയ കഷ്ണങ്ങളായി മുറിച്ചെടുത്ത് ഭക്ഷിക്കും. പനഞ്ചോറ് പാകം ചെയ്യുമ്പോൾ ശബ്ദം ഉണ്ടാക്കാൻ പാടില്ലെന്നുള്ള ഒരു വിശ്വാസം ഇവരുടെ ഇടയിൽ ഉണ്ട്. അതുകൊണ്ടുതന്നെ പാതിരാത്രിയിലാണ് പനഞ്ചോറ് പാകം ചെയ്യാറുള്ളത്.

തേൻവാഴ (കാട്ടുവാഴ), വള്ളിമാങ്ങ, വാതക, കുരങ്ങുപുളി, കൊട്ടപ്പഴം, കാട്ടുചക്ക, ആഞ്ഞിലി ചക്ക തുടങ്ങിയവയുടെ പഴങ്ങളും ഭക്ഷണത്തിനായി ഉപയോഗിച്ചിരുന്നു. തേൻപോതി, താന്നി തുടങ്ങിയ മരത്തിന്റെ കായ വറുത്ത് ഭക്ഷിച്ചിരുന്നു.

ചില സസ്യങ്ങളുടെ ഇലകളും പൂവും കറിവെയ്ക്കാൻ ഉപയോഗിച്ചിരുന്നു. കോഴിക്കാല്, കയിലോതി, പെരുമുതല (കായും പൂവും കാട്ട് ചേമ്പ്, താള്, കോപ്പുളി, പുരാപ്പുളി, പൈച്ചമ്പുളി, എന്നിവയാണ് പ്രധാന ഇലകൾ. കാട്ടുവാതക (കാട്ടുപാവക്ക), കരുവുള് (കാട്ടുകോവക്ക) എന്നിവയുടെ കായ്കളും കറിവെക്കുവാൻ ഉപയോഗിച്ചിരുന്നു. വിവിധ കറികൾക്ക് പുളി രസം നൽകുന്നതിനായി വള്ളിമാങ്ങയുടെ കായും പൈച്ചമ്പുളിയുടെ ഇലയും ഒണ്ടംപുളിയുടെ കായും ഉപയോഗിച്ചു. മുളക്കൂമ്പ് (കണല) ചെറുതായി മുറിച്ച് കറിവെച്ച് ഭക്ഷിക്കുമായിരുന്നു.

പതിനൊന്ന് കൂൺ ഇനം മലവേട്ടുവർ ഭക്ഷണത്തിനായി ഉപയോഗിക്കുമായിരുന്നു. നിലാവിരിക്കുമില്, പിറ്റക്കുമില്, ചുരുളിക്കുമില്, പന്നിക്കുമില്, എരുമനാക്കൻ, അരിക്കുമില്, കായക്കുമില്, നിലപുളപ്പൻ കുമില്, മാവുംക്കുമില്, പന്തക്കുമില് എന്നിവയായിരുന്നു അവ.

തേൻ, പന്തം, പുളിഞ്ചി, കാട്ടുജീരകം, മരോട്ടിക്ക എന്നിവ ശേഖരിച്ച് വിൽപ്പന നടത്തിയിരുന്നു. ചെറുതേൻ, മരത്തേൻ, പെരുന്തേൻ എന്നിങ്ങനെ തേനീച്ചകളെ തരംതിരിച്ചിരുന്നു. ഈച്ച

വെള്ളെമടുത്ത് പറക്കുന്നത് നിരീക്ഷിച്ച് തേനീച്ചക്കൂട് കണ്ടെത്തുന്ന രീതിയാണ് ഇവർ സ്വീകരിച്ചിരുന്നത്. തേനീച്ചയുടെ കടിയേൽക്കാതിരിക്കാൻ പച്ചമരുന്ന് ചവച്ച് കൂട്ടിലേക്ക് തുപ്പും. തേനീച്ച മാറുന്ന മുറയ്ക്ക് സൂക്ഷ്മമായി തേൻ അട ശേഖരിക്കും. മുഴുവൻ തേൻ അടയും ശേഖരിക്കാറില്ല. കുറച്ച് അട കൂട്ടിൽ വയ്ക്കും. തേനീച്ചയുടെ മുട്ടയുള്ള കുറച്ച് അട ശേഖരിക്കുകയും ഇവ പച്ചയായി ചവച്ച് തിന്നുകയും ചെയ്യും. ഇത് കറിവെക്കാനും ഉപയോഗിക്കാറുണ്ട്.

തേൻ ശേഖരിച്ച് കഴിഞ്ഞാൽ ഗോത്രദൈവമായ 'കല്ലുരുട്ടി' തെയ്യത്തിന് നിവേദ്യം തയ്യാറാക്കി സമർപ്പിക്കുന്ന ചടങ്ങും ഉണ്ട്. നെല്ലരി പൊടിച്ച്, തേൻചേർത്ത് മണ്ണ് കൊണ്ടുള്ള ഓടിൽ അപ്പമായി ചുട്ടെടുത്ത് നിവേദിക്കുന്ന ചടങ്ങാണ് ഇത്. ഇതിനെ ' അടപൂജ' എന്നാണ് പറയുക.

കാട്ടിലെത്തിയാൽ വിശപ്പും, ദാഹവും, ക്ഷീണവും അകറ്റാനുള്ള മാർഗ്ഗവും ഇവർക്കറിയാം. ചെറിയ കല്ലുവാഴയുടെ മൂന്നോ നാലോ പുറം പോളകൾ കളഞ്ഞ് അകത്തുള്ള മാംസളമായ പോളയുടെ ചുവടുഭാഗം ഭക്ഷിക്കും. കല്ലുവാഴ കിട്ടിയില്ലെങ്കിൽ 'നരന്തവള്ളി' എന്ന വള്ളിച്ചെടിയുടെ തണ്ട് മുറിച്ചെടുക്കും. നല്ല ജംലസംഭരണിയായ ഈ തണ്ടിൽ നിന്നും ഉറ്റി വീഴുന്ന വെള്ളം കുടിച്ച് ദാഹവും ക്ഷീണവും അകറ്റും. 'കാനത്തിലെത്തിയ നാങ്കക്ക് കാനം എല്ലാം തരും, പെപ്പുങ്കും, കത്തലിങ്കും എല്ലാം കാനം വയ്ക്കാട്ടും' (കാട്ടിലെത്തിയാൽ കാട് ഞങ്ങൾക്ക് എല്ലാം തരും. വിശപ്പിനും, ദാഹത്തിനും എല്ലാത്തിനും കാട് വഴികാട്ടിത്തരും). കണ്ണൻ മൂപ്പന്റെ ഈ വരികളിൽ കാടിന്റെ കനിവും, നിറവും അനുഭവിച്ചതിന്റെ ആത്മസംതൃപ്തി നിറഞ്ഞുനിൽക്കുന്നു.

കാടിനെ സൂചിപ്പിക്കാൻ 'കാനം' എന്ന പദമാണ് മലവേട്ടുവർ ഉപയോഗിക്കുന്നത്. ഭാഷാപരമായി 'കാനം' എന്ന പദം ഉച്ചാരണത്തിൽ കൂടുതൽ ഗാംഭീര്യം പ്രകടമാക്കുന്നുണ്ട്. നിഗൂഢമായ ഒരു അർത്ഥതലം ഈ വാക്കിൽ അന്തർലീനമായിരിക്കുന്നു. എന്തൊക്കെയോ ഒളിപ്പിച്ച് വച്ചിട്ടുള്ള രഹസ്യാത്മകത ഇതിനുചുറ്റും ചൂഴ്ന്നു നിൽക്കുന്നുണ്ട്. ഈ നിഗൂഢതലമാണ് കാടിനെ ആരാധനയോടുകൂടി വീക്ഷിക്കാൻ ഇവർക്ക് പ്രേരണ നൽകുന്നത്.

കാർഷിക സംസ്കാരവും അനുഷ്ഠാനങ്ങളും

പുനം കൃഷി

പുനംകൃഷിയിൽ പ്രഗത്ഭരായിരുന്നു മലവേട്ടുവർ. നല്ല കായികാധ്വാനം ആവശ്യമുള്ള ഈ കൃഷിരീതിയിൽ കഠിനാദ്ധ്വാനികളായ മലവേട്ടുവർ മിടുക്കരായിരുന്നു. ഓരോ ഗോത്രവും (ഇല്ലവും) മൂപ്പന്റെ നേതൃത്വത്തിൽ സംഘമായി ഓരോ പ്രദേശത്തും കൃഷിചെയ്യുന്നതായിരുന്നു രീതി. മകരമാസത്തിൽ തന്നെ കൃഷിചെയ്യാൻ തെരഞ്ഞെടുക്കുന്ന സ്ഥലം വെട്ടിത്തെളിച്ച് തീയിട്ട് ഒരുക്കും. ഇതിനെ 'പൊനംകൊത്തുക' എന്നാണ് പറയുക.

വിവിധ തരം കുട്ടകൾ

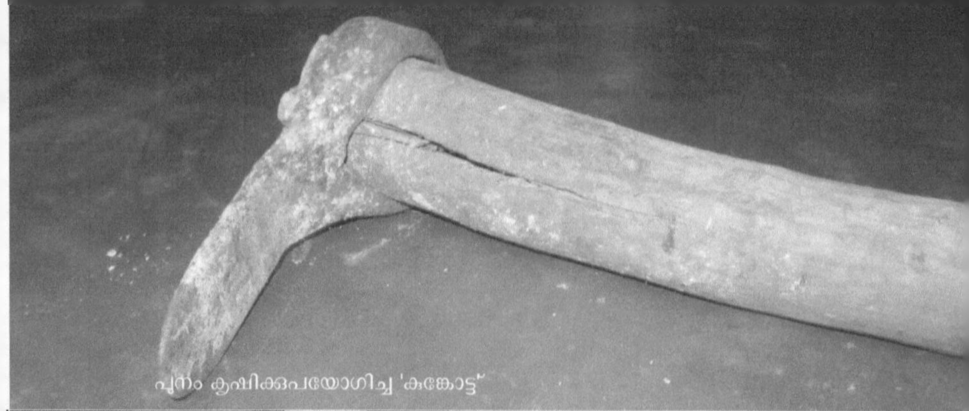

പുനം കൃഷിക്കുപയോഗിച്ച 'കുങ്കോട്ട്'

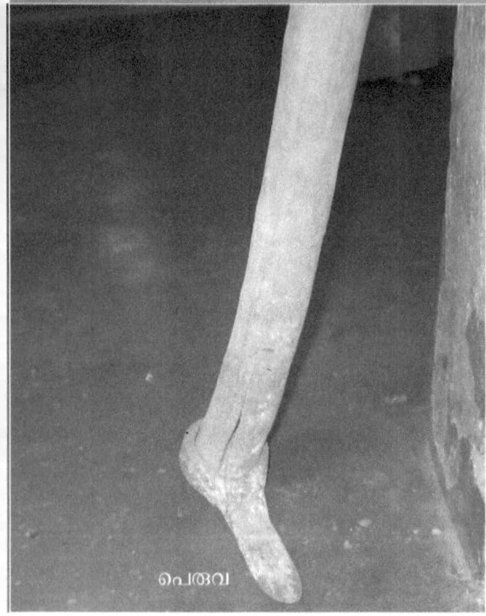

പെരുവ

വിത്തുകുട്ട

പൊയ്യപിടിക്കൽ

പൊനംകൊത്തുന്നതിനു മുമ്പ് നടത്തിയിരുന്ന ചടങ്ങായിരുന്നു 'പൊയ്യപിടിക്കൽ'. കൃഷിചെയ്യുന്ന പ്രദേശം കണ്ടെത്തിയാൽ പൊനം വെട്ടിത്തെളിച്ച് തീയിടുന്നതിന് മുന്നോടിയായി മൂപ്പന്റെ നേതൃത്വത്തിലാണ് ഈ ചടങ്ങ് നടത്തിയിരുന്നത്.

3 ഇടങ്ങഴിനെല്ല്, ഒരു തേങ്ങ, എന്നിവ കൊടിയിലയിൽ മുതിർത്ത് 3 തിരി കത്തിച്ചുവെക്കും. കിഴക്കോട്ടായിരിക്കും തിരികത്തിച്ചുവയ്ക്കുക. കുറത്തി, പൂർവ്വഗുരുക്കന്മാർ എന്നിവരെ സങ്കല്പിച്ചാണ് ഈ അനുഷ്ഠാനം. പുനത്തിനുള്ള 'നരികരിമ്പ്' ചെടി ഒറ്റ കൊത്തിന് 3 കഷ്ണമായി മൂപ്പൻ മുറിക്കണം. തുടർന്ന് രണ്ടോ മൂന്നോ കാട് വാല്യക്കാരും വെട്ടണം. അതിനുശേഷം മടങ്ങിപ്പോയി 7 ദിവസം കഴിഞ്ഞ് പൊനം കൊത്താൻ ആരംഭിക്കും. 7ാം ദിവസം മൂപ്പന്റെ

നേതൃത്വത്തിൽ എല്ലാവരും ചേർന്ന് പൊനംകൊത്തി തീയിടും. ധനു 10നാണ് പൊയ്ത്ത പിടിക്കൽ നടത്തുക.

വിത്തിടൽ

പൊനം കൊത്തി തീയ്യിട്ട് വൃത്തിയാക്കിയശേഷം പൊനത്തിന്റെ നടുക്ക് മരക്കുറ്റിയുള്ള ഭാഗം കണ്ടെത്തും. മരക്കുറ്റിയുടെ ചുറ്റും നന്നായി വൃത്തിയാക്കും. തുടർന്ന് പൊയ്ത്തുപിടിക്കൽ ചടങ്ങിന് മുതിർച്ച നടത്തിയ രീതിയിലിൽ ഇലയിൽ മുതിർച്ച നടത്തും. വിതയ്ക്കാൻ ഉപയോഗിക്കുന്ന കുങ്കോട്ട് (ളുക്കോട്ട്) പെരുവ എല്ലാവരും മുതിർച്ച നടത്തിയ കുറ്റിയുടെ ചുവട്ടിൽ വയ്ക്കും. മൂപ്പൻ വിത്ത് വാരിയെടുത്ത് എല്ലാവർക്കും ഓരോപിടി നൽകും. തുടർന്ന് കുറ്റിയുടെ ചുവട്ടിലേക്ക് എല്ലാവരും ചേർന്ന് വിത്ത് വിതറും. കുങ്കോട്ട് എടുത്ത് വിത്ത് വിതറിയ മരക്കുറ്റിയുടെ ചുറ്റും എല്ലാവരും ചേർന്ന് കിളിയ്ക്കും. അതിനുശേഷം പൊനത്തിന്റെ കിഴക്ക് ഭാഗത്തു നിന്നും വിതയ്ക്കൽ ആരംഭിക്കും.വിത്ത് കിളയ്ക്കുവാൻ സ്ത്രീകളും പങ്കാളികളാകും. മനോഹരമായ വിത്തു കിളപ്പാട്ട് പുനത്തിൽ ആരവമായി ഉയരും. പണിയുടെ ക്ഷീണവും, കാഠിന്യവും മറന്ന് പാട്ടിൽ ലയിച്ച് പൊനംകൊത്ത് കൂട്ടായ്മയുടെ ഉത്സവമാക്കി മാറ്റും. പള്ളിവീട്ടിൽ കാർത്യായനി ആലത്തടി പറമ്പ പാടിയ വിത്ത് കിളപ്പാട്ട് ചുവടെ ചേർക്കുന്നു.

മാമയത്ത് തൊവ്വത് മടക്കത്തില് (2)
ഏഴോളം, ഏഴോളം കന്നി കളിക്കുന്നുണ്ടേ(2)
എല്ലായലിളയോത ധട്ടിധന്നി (2)
അമ്മരെ കയ്യുള്ള പൊൻ മോതിരം (2)
പൊൻമോതിരം കണ്ട് കരഞ്ഞ് കന്നി (2)
പൊൻമോതിരം ഊരികൊടുത്തന്റമ്മ (2)
കന്നി വളർന്നാല് നമ്പറക്ക്
നമ്പറ് വളർന്നാല് കന്നിക്കാണേ
എന്നും പറഞ്ഞവപ്പ നമ്പറ്ക്ക്
എങ്ങനെയാണ് കന്നിനാ കൊണ്ടുപോണ്ടത്
ആന, കുതിര മേലെ കൊണ്ടുപോണം
തയ്ല്ലും, മുയില്ലും മേലേ കൊണ്ടുപോണം
എന്തപ്പ കന്നി മുഖം വാടിയത്? (2)
കൊള്ളാത്ത വെയില് ഞാ കൊണ്ടുട്ടാണേ (2)
അടിക്കാത്ത കാറ്റ് ഞാ കൊണ്ടുട്ടാണേ (2)

പൊനത്തിന്റെ സമീപത്തായി തന്നെ ഇവർ സംഘമായി കുടിൽ

കെട്ടി താമസിക്കും. ഇവരുടെ ആരാധനാസ്ഥാനമായ 'പതിയും' ഇവിടെ തന്നെയായിരിക്കും. വർഷാവർഷം കൃഷിയിടം മാറുന്നതിനാലും ഫലഭൂയിഷ്ഠമായ വനമണ്ണായതിനാലും കത്തിക്കുന്ന ചാരം, കരി എന്നിവ മാത്രമായിരുന്നു വളമായി ഉപയോഗിച്ചിരുന്നത്. രണ്ടോ മൂന്നോ പുതുമഴ ലഭിച്ചതിനുശേഷം കുംഭത്തിൽ തന്നെ വിത്തിടും. പുനം കൃഷിയുമായി ബന്ധപ്പെട്ട് ധാരാളം അനുഷ്ഠാനപരമായ ചടങ്ങുകളും നടത്തിയിരുന്നു. മൂപ്പന്റെ നേതൃത്തിലായിരുന്നു കൃഷിയിറക്കുക. മൂപ്പൻ ഒരുപിടി വിത്ത് വാരിയെടുത്ത് കുറത്തിയെ സങ്കൽപ്പിച്ച് കിഴക്കോട്ട് തിരിഞ്ഞ് നിന്ന് കൈ ആകാശത്തിനു നേരെ ഉയർത്തിപ്പിടിച്ച് കണ്ണടച്ച് പ്രാർത്ഥിക്കും. അതിനുശേഷമാണ് വിത്തിടുക. കറുക, ചെനെല്ല്, പാൽ കയമ, മലഉടുമ്പൻ (കറുത്ത നെല്ല്), ചോമൻ, കോഴിവാലൻ, തിരുമുണ്ടൻ, പാലിയൻ, ചീവോതി, തവളക്കണ്ണൻ, ഓടവായൻ, കുറുവായൻ തുടങ്ങിയവയാണ് പ്രധാനമായും കൃഷി ചെയ്തിരുന്നത്. നെല്ലിനോടൊപ്പം തുവര, ചോളം (കാക്കചോളം, അരിചോളം) തിന, ചാമ, കുമ്പ എന്നിവയും പുനംവെള്ളരിയും മത്തനും കുമ്പളവും കൃഷിചെയ്തിരുന്നു. പുനം കൃഷിചെയ്യുമ്പോൾ പുനംപാട്ട് എല്ലാവരും ചേർന്ന് പാടും. അധ്വാനത്തിന്റെ ക്ഷീണവും, പ്രയാസവും മറക്കാൻ ഇത് ഉപകരിക്കും.

നെല്ലിനുണ്ടാകുന്ന കീടബാധ തടയുന്നതിനായി പച്ചിലമരുന്നാണ് ഉപയോഗിച്ചിരുന്നത്. കൃഷിസംരക്ഷണത്തിനായി പഞ്ചുരുളി, കല്ലുരുട്ടി, കുറത്ത് ദൈവങ്ങളേയും ആരാധിക്കുകയും ആദ്യഫലം സമർപ്പിക്കുകയും ചെയ്യുമായിരുന്നു. നെല്ല് പന്നി നശിപ്പിക്കുന്നത് തടയാൻ കൃഷിയിടത്തിന്റെ നടുക്ക് ചെറിയ കുടിൽ കെട്ടി രാത്രിയിൽ കാവലിരുന്ന് കവണ ഉപയോഗിച്ച് കല്ലെറിഞ്ഞും പാട്ടമുട്ടി ശബ്ദമുണ്ടാക്കിയുമാണ്

പൊലുവള്ളി

പന്നികളെ ഓടിച്ചിരുന്നത്. വാഴയുടെ വെളുത്ത പോള കൃഷിയിടങ്ങളിൽ ഇടയ്ക്കിടയ്ക്ക് നാട്ടിവയ്ക്കുമായിരുന്നു. മന്ത്രവാദവും കൃഷി സംരക്ഷണത്തിനായി ഉപയോഗിച്ചതായി പറയപ്പെടുന്നുണ്ട്. 'വിലക്കൽ' മന്ത്രമാണ് ഇതിന് ഉപയോഗിച്ചിരുന്നത്. പന്നിയെ വിലക്കി ഒരു മലയിൽ നിന്നും മറ്റൊരു മലയിലേക്ക് കടത്തുന്നതായിരുന്നു ഈ മന്ത്രം.

പാൽ മരുന്ന്

നെല്ലിനുണ്ടാകുന്ന കീടബാധ തടയുന്നതിന് തയ്യാറാക്കുന്ന മരുന്നാണ് പാൽമരുന്ന്. സസ്യങ്ങളുടെ ഇല, മരങ്ങളുടെ തോല് എന്നിവ ഉപയോഗിച്ചാണ് പാൽ മരുന്ന് തയ്യാറാക്കുന്നത്. ഈ മരുന്ന് നേരിട്ട് നെൽച്ചെടിക്ക് തളിക്കാറില്ല. മരുന്ന് തയ്യാറാക്കി വലിയ പാത്രത്തിൽ, കാറ്റിന്റെ ദിശനോക്കി പൊനത്തിന്റെ രണ്ട് മൂലയ്ക്കും, നടുക്കും അടച്ച് വയ്ക്കുകയായിരുന്നു പതിവ്. മരുന്നിന്റെ ഗന്ധം കാറ്റിനോടൊപ്പം സഞ്ചരിച്ച് കീടങ്ങളെ അകറ്റുന്നതായ രീതിയാണ് ഇതിന്റെ പ്രത്യേകത. കാണിക്കാരൻ കുഞ്ഞിക്കണ്ണൻ കോലുവള്ളി മരുന്ന് തയ്യാറാക്കുന്നവിധം വിവരിച്ചുതരികയുണ്ടായി. പാല, കരിമരുത്, പുന്ന, കറവേങ്ങ എന്നിവയുടെ തൊലിയും, നാരകം, പാണൽ, ആവണക്ക് എന്നിവയുടെ ഇലയും ആനടി എന്ന സസ്യം വേരോടുകൂടിയും എടുത്ത് ഉരലിൽ ഇട്ട് നന്നായി ഇടിച്ച് പൊടിക്കും. ഇതിലേക്ക് അടയ്ക്ക നീറ്റുന്ന വെള്ളം, പശുവിൻ മൂത്രം (ഗോമൂത്രം), അരികഴുകിയ വെള്ളം (കാടി) അല്പം മണ്ണെണ്ണ എന്നിവ ഒഴിച്ച് കലക്കും. നന്നായി ഇളക്കി മൂന്ന് പാത്രത്തിലേക്ക് പകരും. ഇവ പൊനത്തിന്റെ മൂന്നുഭാഗങ്ങളിലായി അടച്ച് വയ്ക്കും. (രണ്ട് മൂലയ്ക്കും നടുക്കും) നെല്ല് കൊയ്ത്തു കഴിഞ്ഞാൽ ഈ മരുന്ന് എടുത്ത് ദൂരെ മറിച്ചു കളയും.

നെല്ല് വിളവായാൽ ഒരുപിടി നെല്ല് മൂപ്പൻ കെട്ടിവയ്ക്കും. കൊയ്യുന്ന ദിവസം പൊലി വള്ളി (കാട്ടിലെ ഒരു വള്ളിച്ചെടി) പറിച്ചെടുത്ത് അതും നെല്ലിനോട് ചേർത്ത് വച്ച് പൊലി പൊലി എന്ന് പറഞ്ഞ് ഒരു കറ്റ അരിഞ്ഞെടുക്കും. ഈ കറ്റ പുന്ന ഇലയിൽ വച്ച് മൂപ്പൻ തലച്ചുമടായി പൊലി, പൊലി എന്ന് ഉറക്കെ പറഞ്ഞുകൊണ്ട് വീടിന്റെ കന്നി മൂലയിൽ വയ്ക്കും. അതിനുശേഷമാണ് മറ്റുള്ളവർ കൊയ്യുക. പിന്നീട് കറ്റകൾ ഇതിനടുത്തായി അടുക്കി വയ്ക്കും. മൂപ്പൻ ഒരു കറ്റ എടുത്ത് താഴേയ്ക്ക് ഇടും. അതിനുശേഷം മാത്രമേ മറ്റുള്ളവർക്ക് കറ്റ മെതിക്കാൻ അവകാശമുണ്ടായിരിക്കുകയുള്ളൂ. നെല്ല് അളക്കാൻ

'ചിറുങ്ങ്' 'ഇടങ്ങഴി' എന്നീ അളവുപാത്രങ്ങളാണ് ഉപയോഗിച്ചിരുന്നത്.

തുലാം 10 ന് പുത്തരി കഴിയാതെ പുതിയ നെല്ല് ഉപയോഗിക്കാൻ പാടില്ലായിരുന്നു. പുത്തരി ദിവസം എല്ലാ കുടുംബാംഗങ്ങളും ഒരുപൊതി നെല്ല് വീതം ആരാധനാസ്ഥലത്ത് (പതി) കൊണ്ടുവരും. ഇത് ഇടിച്ച് ഗോത്രദൈവങ്ങൾക്കും, പൂർവ്വ ഗുരുക്കന്മാർക്കും സമർപ്പിക്കും. മിച്ചം വരുന്നതും പച്ചക്കറിയും ഉപയോഗിച്ച് സദ്യ ഒരുക്കും.

നെല്ല് പൊതികളായി സൂക്ഷിച്ചുവയ്ക്കുന്ന പതിവാണ് ഉണ്ടായിരുന്നത്. നെല്ലിന്റെ ഉണങ്ങിയ നാരുകളുടെ സഹായത്തോടെ മത്തന്റെ ആകൃതിയിൽ കെട്ടിയുണ്ടാക്കുന്നതാണ് പൊതിയെന്ന് അറിയപ്പെട്ടിരുന്നത്. കുടിലിന്റെ ചൂടേൽക്കുന്ന ഭാഗത്ത് ഇവ കെട്ടിത്തൂക്കി വയ്ക്കും. അങ്ങനെയാണ് വിത്തുകളെ ഇവർ സംരക്ഷിച്ചിരുന്നത്. 'പൊതി' എന്നത് കൈമാറ്റത്തിനുള്ള അളുകോലായി പരിഗണിച്ചിരുന്നു. പണത്തിനു പകരം നെല്ല് വിനിമയോപാധി ആയിരുന്ന കാലത്ത് അളവുകൾ 'പൊതി' നെല്ലിന്റെ കണക്കിലാണ് പറയപ്പെട്ടിരുന്നത്. (ഉദാ. ഒരു പൊതി നെല്ല്, 11/2 പൊതി നെല്ല്.... എന്ന കണക്കിൽ) ഇടങ്ങഴി 'പറ' എന്നീ കണക്കുകളും കൈമാറ്റത്തിനായി ഉപയോഗിച്ചിരുന്നു.

മഴക്കാലത്ത് പുഴുങ്ങിയ നെല്ല് ഉണക്കാൻ 'വതക്ക' എന്ന സംവിധാനം കുടിലുകളിൽ കാണാം. വീടിന്റെയുള്ളിൽ അരയാൾ പൊക്കത്തിൽ പന്തലുപോലെ കെട്ടിയുണ്ടാക്കിയ സംവിധാനമാണ് ഇത്. ഈതിന്റെ മുകളിൽ മുളകൊണ്ട് നിർമ്മിച്ച 'വരി' വിരിച്ചിടുന്നു. വതയ്ക്കയുടെ അടിയിൽ ആവശ്യത്തിനു ചൂട് ലഭിക്കുന്നവിധം തീയിടും. വരിയിൽ പുഴുങ്ങിയ നെല്ലും മറ്റ് ഉണങ്ങേണ്ട വസ്തുക്കളും വയ്ക്കുന്നു.

പ്രകൃതിക്ക് യോജിച്ച കൃഷി സമ്പ്രദായമായിരുന്നു പുനം കൃഷി. സംഘമായി ഉല്പാദിപ്പിക്കുകയും വീതിച്ചെടുക്കുകയും ചെയ്തിരുന്ന രീതിശാസ്ത്രം ഗോത്ര കൂട്ടായ്മയ്‌യുടെ ജൈവവത്തായ നന്മകളുടെ പ്രതീകമാണ്. കൃഷിയെ ഭക്ഷണോപാധിയെന്നതിലുപരി ആരാധനയുടെ ഭാഗമായും പരിഗണിച്ചതിനാൽ വർഗ്ഗ നിലനിൽപ്പിന് ആത്യാവശ്യമാണെന്ന ഉപരിബോധം സൃഷ്ടിക്കുവാൻ സാധിച്ചു. പുനം കൃഷിയുടെ അസ്തമയം ഇവരിലെ സ്വാശ്രയബോധം ചോർത്തിക്കളയുകയും ഒരു അരക്ഷിതാവസ്ഥ സൃഷ്ടിക്കുവാൻ ഇടയാക്കുകയും ചെയ്തു. ഈ അരക്ഷിതാവസ്ഥ വർഗ്ഗത്തിന്റെ കെട്ടുറപ്പിനെ തന്നെ പിന്നീട് ബാധിക്കുകയുണ്ടായി.

പൊനംസംരക്ഷണ രീതികൾ

പൊനത്തിലെ നെൽകൃഷിയെ കീടബാധയിൽ നിന്നും വിവിധ രോഗങ്ങളിൽ നിന്നും സംരക്ഷിക്കുന്നതിന് വിവിധ പച്ചമരുന്നുകൾക്കു പുറമേ ധാരാളം അനുഷ്ഠാനപരമായ ചടങ്ങുകളും നടത്തിയിരുന്നു. അനുഷ്ഠാനപരമായ ചടങ്ങുകൾക്ക് മന്ത്രവും മരുന്നുമാണ് ഉപയോഗിച്ചിരുന്നത്. അനുഷ്ഠാനപരമായ ചടങ്ങുകൾ മൂപ്പനാണ് പൊനത്തിൽ നടത്തുക. വെമ്പ് വിളിക്കൽ, പാനവിളി, വിലക്കൽ മന്ത്രം എന്നിവയായിരുന്നു അനുഷ്ഠാനപരമായ ചടങ്ങുകൾ. മണ്ണിനുണ്ടാകുന്ന കേടിനെ 'നിലവരിക്കേട്' എന്നാണ് പറഞ്ഞിരുന്നത്. വിത്ത് മുളച്ചശേഷം നെൽച്ചെടിക്ക് രണ്ടോ മൂന്നോ ഓല ഉണ്ടായ ശേഷമാണ് നിലവരിക്കേട് നീക്കുന്നതിനുള്ള അനുഷ്ഠാനം നടത്തിയിരുന്നത്. നിലവരിക്കേട് നീക്കം ചെയ്യുന്നതിന് 'വിലക്കൽ മന്ത്രം' ആണ് ഉപയോഗിച്ചിരുന്നത്. വിലക്കൽ മന്ത്രം ചൊല്ലി മണ്ണ് ശുദ്ധിയാക്കുന്നു. ശുദ്ധിയായ മണ്ണിൽ നെൽച്ചെടി നന്നായി വളരുമെന്ന് ഇവർ വിശ്വസിക്കുന്നു. ദേവലോകത്തു നിന്നു കൊണ്ടുവന്ന വിത്ത് ശുദ്ധിയായ മണ്ണിലെ വിതയ്ക്കാൻ പാടുള്ളൂവെന്നും, അന്നം ശുദ്ധിയായിരിക്കണമെന്നും ഉൽകൃഷ്ട ബോധവും ഈ അനുഷ്ഠാനത്തിൽ നിഴലിക്കുന്നു.

വെമ്പ് വിളിക്കൽ

നെല്ലിന് പുട്ടല് ഉണ്ടായ ശേഷം കതിര് പതിരാകാതാരിക്കാൻ നടത്തുന്ന അനുഷ്ഠാനമാണ് 'വെമ്പ് വിളിക്കൽ' മന്ത്രവും മരുന്നു ഇതിനായി ഉപയോഗിക്കും. നെൽച്ചെടിക്ക് പ്രത്യേക പച്ചിലമരുന്ന് തളിച്ചശേഷം, മൂപ്പൻ 'ഞളവുംക്കോല്' എടുത്ത് പിടിക്കും. പൊനത്തിന്റെ ഒരു മൂലയിൽ നിന്ന് തുടങ്ങി ഈ കോല് ഉപയോഗിച്ച് നെല്ലിന്റെ പുട്ടല് പതുക്കെ തൊട്ട് കൊണ്ട് പുനത്തിൽ മുഴുവൻ ഭാഗത്തും സഞ്ചരിക്കും. ഈ സമയം ഗുഢമായ ചില മന്ത്രങ്ങൾ ഉരുവിടും. നെൽച്ചെടിയുടെ തലഭാഗം സ്പർശിച്ചുകൊണ്ട് കാറ്റിന്റെ ദിശനോക്കി എതിർദിശയിൽ ഞളവും കോൽ നാട്ടിവെയ്ക്കും. ഞളവും കൊൽ ആട്ടുന്നതിലൂടെ നെല്ലിന് ബാധിക്കുന്ന കീടങ്ങളെ ആട്ടി പുനത്തിന്റെ പുറത്തേക്ക് കടത്തുന്നതായി ഈ അനുഷ്ഠാനം സങ്കൽപ്പിക്കുന്നു.

പാനവിളി

ഭൂമിയിൽ ആദ്യമായി പൊനംകൃഷി ചെയ്തപ്പോൾ പൊനം ശുദ്ധി യാക്കാൻ കുറത്തി ചെയ്ത ശുദ്ധികർമ്മത്തെ ഓർമ്മിപ്പിച്ച് നടത്തുന്ന കർമ്മമാണ് പാനവിളി (സൂചിത കഥ നോക്കുക). പൊനത്തിലുണ്ടാ കുന്ന അശുദ്ധി, മാരണം എന്നിവ നീക്കുന്നതിനാണ് 'പാനവിളി' നടത്തുന്നത്. 'പാനകുറത്തി' മന്ത്രമാണ് ഇതിന് ഉപയോഗിക്കുന്നത്. പൊനം തീയിട്ട് വിത്ത് ഇടുന്നതിന് മുൻപും വിത്തിട്ടശേഷവും പാന വിളി നടത്താം. ചിങ്ങം, കന്നി മാസത്തിൽ വെള്ളി, ചൊവ്വ ദിവസ ങ്ങളിലാണ് പാനവിളിക്ക് പൊതുവെ തെരഞ്ഞെടുക്കുക.

പാനകെട്ടുന്നതിനായി ഒരാളെ തെരഞ്ഞെടുക്കും. അയാൾ 7 ദിവസം വ്രതം അനുഷ്ഠിക്കണം. പാനവിളി നടത്തുന്ന ദിവസം ഗോത്രാംഗങ്ങളെല്ലാം പൊനത്തിൽ എത്തിച്ചേരണം. പൊനത്തിന്റെ കിഴക്ക് ദിക്കിൽ പാനകുറത്തിക്ക് വെച്ച് വിളമ്പും. പാനകെട്ടുന്നയാൾ വെള്ളയും പട്ടും ഉടുത്ത് നിൽക്കും. ഒരാൾ തുടി കൊട്ടാനും, മറ്റൊരാൾ മരുന്ന് പുനത്തിൽ കുഴിച്ചിടാനും കൂടെയുണ്ടാകും. 'കൊമ്പൻ ചിരങ്ങ' എന്ന് പേരുള്ള പച്ചക്കറിയുടെ ഉണങ്ങിയ കട്ടിയുള്ള കുറ്റിയാണ് പാനകുടമായി ഉപയോഗിക്കുക. ('കൊമ്പൻ കുറ്റി' എന്ന് ഇത് അറി യപ്പെടുന്നു.) ഇത് ലഭ്യമല്ലെങ്കിൽ മൺകുടവും ഉപയോഗിക്കും. പാന കുടത്തിൽ പഴയനെല്ല് നിറയ്ക്കും. കുടം നെല്ലിന്റെ കച്ചി ഉപയോഗിച്ച് പൊതിഞ്ഞ് കെട്ടും. കുടത്തിന്റെ വായ്ത്തല തിരിയോല ഉപയോഗിച്ച് ബലിത്തട്ട് മാതൃകയിൽ അലങ്കരിക്കും. ചെന്തെങ്ങിന്റെ പൂങ്കുലയോ ടൊപ്പം 7 നെൽകരിതോ, നെല്ലിന്റെ ഓലയോ കുടത്തിന്റെ വായ്ത്തല യിൽ കുത്തിവയ്ക്കും. കുറത്തിക്ക് വെച്ച് വിളമ്പിയ സ്ഥലത്ത് വടക്ക് കിഴക്ക് മാറി അലങ്കരിച്ച പാനക്കുടം വയ്ക്കും. മഞ്ഞളും, ചുണ്ണാമ്പും ചേർത്ത് കലക്കിയ ഗുരുസി വെള്ളം പുനത്തിൽ മുഴുവൻ ഭാഗത്തും തളിച്ച് പൊനം ശുദ്ധിയാക്കും.

തുടർന്ന് തുടിമുട്ടി കുറത്തി മന്ത്രം ചൊല്ലും. മന്ത്രം പൂർത്തിയാകു ന്നതോടെ പാനകെട്ടിയ വ്യക്തിയിൽ കുറത്തി ആവാഹിക്കപ്പെട്ടു കയും അയാൾ തുള്ളി ഉറയാനും തുടങ്ങും. മൂപ്പന്റെ നേതൃത്വത്തിൽ എല്ലാവരും ചേർന്ന് അലങ്കരിച്ച പാനക്കുടം ഇയാളുടെ തലയിൽ വച്ചു കൊടുക്കും. കുടവുമായി ഇയാൾ പുനത്തിലൂടെ ഓടും. കൂടെ തുടി മുട്ടുന്നയാളും. മരുന്ന് കുഴിച്ചിടാൻ നിയുക്തനായ വ്യക്തിയും ഉണ്ടാകും. അശുദ്ധിയോ, മാരണമോ ഉള്ള സ്ഥലത്ത് കുടം പാനകെട്ടിയ ആൾ താഴ്ത്തിവയ്ക്കും. അപ്പോൾ കൂടെയുള്ളയാൾ അവിടെ കുഴിച്ച് അശുദ്ധി പുറ ത്തെടുത്ത് ഗുരിസുവെള്ളത്തിലിടും. കുഴിച്ച സ്ഥാനത്ത് കൈയ്യിലുള്ള

മരുന്ന് നിക്ഷേപിച്ച് മൂട്ടം ഇങ്ങനെ ആ പ്രദേശത്തിലുള്ള മുഴുവന് പുനത്തിലും പാന സഞ്ചരിക്കും. സമീപത്തുള്ള ഏതെങ്കിലും കുടിലിൽ മാരണം ഉണ്ടെങ്കിൽ അവിടെയും പാന എത്തി ഈ വിധം മാരണം നീക്കും. പാനയുടെ സഞ്ചാരം പൂർത്തിയായാൽ ഒഴുക്കുള്ള തോട്ടിൽ ഗുരുസി നിക്ഷേപിച്ച മാരണവും അശുദ്ധിയും ഒഴുക്കിക്കള യും. പാന കുടത്തിലെ നെല്ല് പാനകെട്ടിയ വ്യക്തി വീട്ടിൽ കൊണ്ടു പോയി കുറത്തിക്ക് വച്ച് വിളമ്പി കൊടുക്കും. വട്ടിയൻ കണ്ണൻ മൗവ്വേനി, ചക്രാന്തി പാപ്പിനിവീട്ടിൽ, മാണിക്കൻ മുട്ടോംകടവ്, മാണിക്കൻ വളഞ്ഞങ്ങാനം തുടങ്ങിയവർ പ്രമുഖ പാനവിളിക്കാരായിരുന്നു.

ഇതുപോലെയുള്ള മറ്റൊരു അനുഷ്ഠാനമായിരുന്നു 'ആണകെട്ടി നിർത്തൽ'. വീരൻ ദൈവത്തിനെ പുനത്തിന് കാവൽ നിർത്തുന്ന സമ്പ്രദായമായിരുന്നു ഇത്. മൂപ്പൻ വീരൻതെയ്യത്തെ മൊഴിപറഞ്ഞ് പുനത്തിന് കാവൽ നിർത്തുന്നു. പുനം വീരൻ ദൈവം സംരക്ഷിക്കുന്നു. പുനം മൂർന്ന് പുത്തരി ദിവസം വീരൻ ദൈവത്തെ കെട്ടിയാടിക്കുന്നു.

കേവലം അന്ധവിശ്വാസത്തിനുപരിയായി ഗോത്ര ജീവിതത്തിൽ ഇത്തരം കാർഷികാനുഷ്ഠാനങ്ങൾക്ക് വ്യക്തമായ ചില ധർമ്മങ്ങളുണ്ടായിരുന്നു. കൃഷി, കൃഷി സംരക്ഷണം എന്നിവ ദൈവികമായ വരദാനമാണ്, അവയുടെ നിലനിൽപ് ഗോത്രക്കൂട്ടായ്മയുടെ അടിസ്ഥാനഘടകമാണെന്നുമുള്ള തിരിച്ചറിവ് ഈ അനുഷ്ഠാനങ്ങൾ ഗോത്രാംഗങ്ങൾക്ക് നൽകുന്നു.

പുത്തരി

തുലാം 10, തുലാം 17 എന്നിങ്ങനെ രണ്ട് തരം പുത്തരിയാഘോഷം ഇവരുടെയിടയിൽ ഉണ്ട്. തുലാം 10 വലിയ പുത്തരിയും തുലാം 17 വയ്പ്പുത്തരി എന്നറിയപ്പെട്ടു. വയ്പ്പുത്തരി കഴിഞ്ഞുമാത്രമേ പുതിയ ഭക്ഷ്യറിളകൾ ഉപയോഗിക്കാൻ പാടുള്ളൂ എന്നായിരുന്നു നിയമം. തുലാം 10 ആഘോഷിക്കാൻ സാധിക്കാത്തവരാണ് വയ്പ്പുത്തരി ആഘോഷിക്കുക.

ആരാധനാസ്ഥാനമായ പതിയിൽ ആരാധനാമൂർത്തികൾക്ക് പുത്തരിയടിയന്തിരം നടത്തിയശേഷം കുറത്തിക്ക് പുത്തരിയടിയന്തിരം നടത്തുന്നതാണ് പ്രധാന ചടങ്ങ്. ഇത് 'തെയ്യത്തിന് അടിയന്തിരം' 'മീത് നിവേദ്യം' എന്നറിയപ്പെടുന്നു. പുനം കൊയ്യുന്നതിനു മുമ്പ് പുനത്തിൽ കുറത്തിയെ സങ്കൽപിച്ച് മൂപ്പൻമാടിവെച്ച നെല്ലാണ് കുറത്തിയടിയന്തിരത്തിന് ഉപയോഗിക്കുക. (മാടിവെക്കൽ ചടങ്ങ്).

മീത് നിവേദ്യം തയ്യാറാക്കൽ
(പുത്തരിയടിയന്തിരം)

കുറത്തിക്ക് നിവേദ്യം തയ്യാറാക്കുന്ന കോമരം മൂന്ന് ദിവസം വ്രതമെടുക്കണം. കുളിച്ച് ശുദ്ധിയായി വന്നശേഷം മഞ്ഞളും ചുണ്ണാമ്പും ചേർത്ത ഗുരിസിവെള്ളം തളിച്ച് ശുദ്ധിയാക്കും. 'പൂവരിയുംകൊടിയില' തയ്യാറാക്കി തിരികത്തിച്ച് വയ്ക്കും. ഈ തിരിയെടുത്ത് വടക്കുഭാഗത്ത് തയ്യാറാക്കിയ അടുപ്പിൽ തീ കൂട്ടുന്നു. കോമരം മൺകലത്തിൽ അടുപ്പിൽ വെള്ളം വയ്ക്കും. 1 1/4 അരി, 5 വെറ്റ, 1 അടയ്ക്ക എന്നിവ മുളന്തട്ടുപ്പയിൽ വെച്ച് പൂവരിയും കൊടിയില കത്തിച്ച് സ്ഥാനത്ത് വയ്ക്കും. പൂവരിയും കൊടിയില എടുത്ത് തട്ടുപ്പയുടെ മുൻപിൽ വെച്ച് മൂപ്പന്റെ നേതൃത്വത്തിൽ എല്ലാവരും ചേർന്ന് കുറത്തിക്ക് പറഞ്ഞ് കേൾപ്പിക്കും.

'തെയ്യത്തെ വിചാരിച്ച് വിത്തിട്ട്
വിത്ത് കായ്ച്ച് പൊനം മൂർന്ന്
നെല്ലെടുത്ത് കുത്തി തെയ്യത്തിന് പുത്തരി തരുന്നു.
പുത്തരിയുടെ അരി ഇടുന്നു.
വാട്ടമോ, കോട്ടമോ ഇല്ലാതെ തെയ്യം കാക്കണം'

പൂജാരി മൂന്ന് പ്രാവശ്യം അരി കഴുകി മൂന്ന് പ്രവാശ്യം അരി നുള്ളിയിടും. ശേഷം മുഴുവൻ അരിയും കലത്തിലിടും. പിന്നെ വെല്ലം ചിരണ്ടിയിടും. തേങ്ങ ചെറിയകഷ്ണങ്ങളായി മുറിച്ചിടും. മൂന്ന് മഞ്ഞളിലയും ഇടും. ചിരട്ടത്തവികൊണ്ട് ഇടയ്ക്കിടയ്ക്ക് ഇളക്കും. വെള്ളം ഊറ്റിക്കളയില്ല. വെള്ളം കലത്തിൽ തനിയെ വറ്റണം. ഈ നിവേദ്യം കൊറത്തിക്ക് വിളമ്പുന്നതിന് മുമ്പ് പഞ്ചുരുളി, കല്ലുരുട്ടി തെയ്യങ്ങൾക്കും നിവേദ്യം തയ്യാറാക്കണം. ഇത് 'അടപൂജ' എന്ന് അറിയപ്പെടുന്നു.

പൂവരിയും കൊടിയിലയും തയ്യാറാക്കി തിരികത്തിച്ച് വയ്ക്കും. അവിടെ എത്തിച്ചേർന്ന മുഴുവൻപേർക്കും മൂപ്പൻ അരി നുള്ളി നൽകും. പൂവരിയും കൊടിയിലയുടെ പിറകിൽ വച്ച തട്ടുപ്പയിൽ (1 1/2 അരിസ 1 തേങ്ങ, 1 അടയ്ക്ക, ഉരി അരി അരച്ചത്) ഈ അരി എല്ലാവരും ചേർന്ന് ചാർത്തും. 'നെല്ല് മൂർന്ന് ദൈവത്തിന് പുത്തരി അടിയന്തിരം വച്ചിരിക്കിണ്' എന്ന് പറഞ്ഞു കേൾപ്പിച്ചതിനുശേഷം തട്ടുപ്പ (മുറം) പിറകിലോട്ട് വലിക്കും. അധികം വളരാത്ത പിടക്കോഴിയെ പിടിച്ച് ഗുരുസിവെള്ളം ഉപയോഗിച്ച് കോഴിയുടെ കാലും, കോവയും (കൊക്കും) കഴുകി ശുദ്ധിയാക്കും. കാല് പിറകിലോട്ട്

ചിറകിനോട് ചേർത്ത് കഴുത്ത് നീട്ടി പിടിക്കും. ശേഷം കഴുത്തിൽ നിന്നും തൂവലുകൾ 3 പ്രാവശ്യം നുള്ളി പൂവരിയും കൊടിയിലയിൽ വയ്ക്കും. കോഴിയെ ഞെക്കി കൊല്ലും. (അറുക്കാൻ പാടില്ല) കോഴിയെ ചുട്ട് രോമം കളഞ്ഞ് മുറിക്കും. മാംസത്തിൽ നിന്നും കാല്, പല്ല, കരൾ, രണ്ട് ചിറക്, തല എന്നിവ എടുത്ത് മാറ്റിവയ്ക്കും. ഈർക്കിൽ കൊണ്ട് 'കോപ്പ്' ഉണ്ടാക്കി ഈ ഭാഗങ്ങളിൽ നിന്ന് കാല് ഏറ്റവും അടിയിലും തല ഏറ്റവും മുകളിലും വരുന്ന രീതിയിൽ കോർക്കും. (കോപ്പ്: ഈർക്കിൽ കൊണ്ട് വളച്ച് കോർമ്പൽ ആകൃതിയിൽ നിർമ്മിക്കുന്നത്.) ബാക്കി മാംസം കറിവ യ്ക്കാൻ നൽകും. കൊറത്തിക്ക് അരിവേവിച്ച രീതിയിൽ അടുപ്പത്ത് ചോറ് വയ്ക്കും. ചേറ് വെന്ത് വാർത്തതിനുശേഷം കറിവയ്ക്കും. ഇറച്ചി കലത്തിൽ വേവിച്ച് കുരുമുളക്, തേങ്ങചിരണ്ടിയത്, മഞ്ഞൾപൊടി അരച്ചത്, പച്ചമുളക് (കാന്താരി) വെളുത്തുള്ളിയല്ലി 2കഷ്ണം ചതച്ച് ഇടും. ഈ കറി തിളയ്ക്കുമ്പോൾ 'കോപ്പ കുത്തിയ ഇറച്ചി' ഈർക്കിൽ കൂർമ്പലോടെ ഇതിൽ താഴ്ത്തി വച്ച് വേവിക്കും.

തുടർന്ന് അടപൂജയ്ക്കുള്ള അപ്പം തയ്യാറാക്കും. മുൻപ് പൂവരിയും കൊടിയിലയിൽ വച്ച് അരച്ച അരി എടുത്ത് (ഉരി അരി) ഓരോ നുള്ള് ഉരുട്ടി എടുത്ത് ഇലയിൽ വയ്ക്കും. ഇങ്ങനെ '9' ഉരുളകൾ തയ്യാറാക്കും

ഈ ഉരുളകൾ വിരൽ ഉപയോഗിച്ച് പരത്തും. മണ്ണിന്റെ ഓട്ടിൽ ചുട്ടെടുക്കും. ഗുരുകാരണവന്മാർക്ക് കത്തിച്ചവച്ചശേഷം മുൻപ് കോഴിയുടെ തൂവല് വച്ച പൂവരിയും കൊടിയിലയിൽ മഞ്ഞൾപ്പൊടി, 3 പരക്കല്ല്, 3 തുളസി പൂവോടുകൂടി ഇല എന്നിവ വയ്ക്കും. തടുപ്പയുടെ ഉള്ളിൽ 3 കൊടിയില ഒരു ഇല മുൻപിലും മറ്റ് രണ്ട് കൊടിയില പിറകിലുമായി ത്രികോണാകൃതിയിൽ വയ്ക്കും. ഏറ്റവും മുൻപിൽ വച്ച ഇലയിൽ 3 പ്രാവശ്യം ചോറ് കോരിയിടും. അതുപോലെ മറ്റ് ഇലകളിലും 3 പ്രാവശ്യം ചോറ് കോരിയിടണം. കറിയും ഇപ്രകാരം വിളമ്പും. കോപ്പയിൽ കോർത്ത ഇറച്ചി മുൻപിലെ കോടിയില യിൽ ചോറിനുമുകളിൽ വയ്ക്കും. (ഈർക്കിലിന്റെ തല കിഴക്കേക്കാ യിരിക്കണം.) കുറച്ച് കഴിഞ്ഞ് കോപ്പയുടെ തലക്കെട്ടഴിച്ച് ഇറച്ചി കഷ്ണം ഊരിയെടുത്ത് ചോറിൽ വയ്ക്കും. ഈർക്കിൽ ഇലയുടെ വലതു ഭാഗത്ത് വയ്ക്കും. ചുട്ടെടുത്ത അപ്പം 3 എണ്ണം വീതം 3 ഇലയിലും വയ്ക്കും. ഓരോ അപ്പം ഇലയ്ക്ക് മുൻഭാഗത്തും മറ്റ് രണ്ടെണ്ണം വീതം ഇലയുടെ രണ്ട് ഭാഗത്തും വയ്ക്കും. അങ്ങനെ 3 ഇലകളിലും വയ്ക്കും. തടുപ്പയിലെ മുൻപിലെ കൊടിയിലയിൽ 3 പരക്കല്ല്, കരികഷ്ണം, വെള്ളം എന്നിവ കോട്ടിയ ഇലയിൽ വയ്ക്കും. തടുപ്പയുടെ നാല് മൂലയ്ക്കും നാല് കോത്തി രികൾ നാട്ടി വയ്ക്കും.

ഇതേസമയം പഞ്ചുരുളിക്ക് വടക്കെ ദിക്കിൽ മുത്തിറയും വാരണയും വയ്ക്കും. വാഴപ്പോളകൊണ്ട് രണ്ട് കള്ളി തട്ടുണ്ടാക്കും. ഒരു ഇലയിൽ നാഴിനെല്ല്, പരത്തിവെച്ച് അതിന്റെ മുകളിലായി തട്ടും തടയും കുത്തിയത് വയ്ക്കും. ഇതിന്റെ രണ്ട് കള്ളികളിൽ ഇലവെച്ച് വലത്തെ കൊടിയിലയിൽ അരി, 5 വെറ്റ, 1 അടയ്ക്ക, തേങ്ങ എന്നിവയും ഇടത്തെ കൊടിയിലയിൽ അവലും, മലരും, പഴവും മുതിർച്ച നടത്തും. 1 ഗ്ലാസ് കള്ള്, 1 ഗ്ലാസ്സ് ഗുരുസി. 1 ഗ്ലാസ് റാക്ക് എന്നിവ വയ്ക്കും. ശേഷം ഗുരുകാരണവന്മാരെ വന്ദിച്ചശേഷം 3 പ്രാവശ്യം മണിമുഴക്കി ഹോമം ചെയ്യും. ഉഴിഞ്ഞ തിരി ആ പൂപരിയും കൊടിയിലയിൽ വച്ച് മറ്റൊരു തിരി എടുത്ത് കല്ലുരുട്ടിക്ക് നിവേദിച്ച സ്ഥാനത്ത് ഇതുപോലെ മണിമുഴക്കി ഹോമം നടത്തും. ശേഷം പഞ്ചുരുളിക്ക് മൂപ്പൻ പറഞ്ഞ് കേൾപ്പിക്കും.

'ഈശ്വര! വടക്ക് ധർമ്മലോകം, മടവൂർ പഞ്ചുരുളി ഇന്ന് ദൈവത്തിന്റെ പുത്തരിയടിയന്തിരം, പത്താക്കം നാള്, ദൈവത്തിന് പുത്തരി വച്ചിരിക്കിണ്, വച്ചതിൽ വല്ല തെറ്റുകളോ കുറ്റങ്ങളോ വന്നിട്ടുണ്ടെങ്കിൽ പൊറുക്കണം. നാടിന് തക്കതായ വേലികെട്ടിയിട്ടില്ലെങ്കിലും, വീടിന് തക്കത്ത വേലികെട്ടി, നാങ്കടെ വിത്തും, വിതയും കാത്ത് ശത്രുക്കളെ മാറ് കൊട്ടുത്ത്, നാങ്കളെ രച്ചിക്കണം'

ശേഷം കല്ലുരുട്ടിക്ക് നിവേദിച്ച സ്ഥാനത്ത്പോയി മൂപ്പനും മറ്റുള്ളവരും ചേർന്ന് അവിടെയും പറഞ്ഞ് കേൾപ്പിക്കും.

'ഈശ്വര കല്ലുരുട്ടി പാഷാണമൂർത്തിദൈവമേ! തീയിന്ന് തെക്ക്, തെക്കിന്ന് വടക്ക്, കത്തുംകനൽപോലെ, പൂവും പൂക്കൊല പോലെ, ഉദിച്ചിരിക്കും പൊന്നും പകവാനെപ്പോലെ, എടത്ത് ചന്ദ്രൻ, വലത്ത് ചന്ദ്രക്കല, കല്ലുരുട്ടി പാഷാണമൂർത്തി ചങ്കാട്ടി രക്ഷാമാതാവ്, ചൂട്ടുകുളിയ, കുപ്പാ പഞ്ചപരുളി ഇന്ന് പത്താക്കം നാള് ദൈവത്തിന്റെ പുത്തരി അടിയന്തിരം വച്ചിരിക്കിണത്, വച്ചിരിക്കുന്നതിന് വല്ല തോയവ്വ മുണ്ടെങ്കിൽ മാതാവ് പൊറുക്കണം' കൂട്ടുംകുടുംബം, നടക്കുന്ന പത്ത് വാലിയകാരിക്കും, നാങ്കക്കും ദീർഘായുസ്സ് ഉണ്ടാക്കി ശത്രുദോഷം തട്ടിനീക്കി മാരക പെരിങ്ങത്തിന്ന് രച്ചിച്ച്, വച്ചിരിക്കുന്ന അടയും പൂജയും കൈപിടിച്ച് മാതാവ് കാക്കണം.' കല്ലുരുട്ടിക്ക് നിവേദിച്ചതിന്റെ വടക്ക് ഭാഗത്ത് ഗുളികനും ചേറും കറിയും നിവേദിക്കണം.

പുറത്തെ ഈ കർമ്മങ്ങൾ പൂർത്തിയാക്കിയശേഷമാണ് കുറത്തിക്ക് നിവേദ്യം സമർപ്പിക്കുക. കുറത്തിക്ക് വീടിന്റെ അകത്താണ് നിവേദ്യം മുതിർച്ച ചെയ്യുക. നിവേദിച്ചുകഴിഞ്ഞാൽ എല്ലാവരും

ഭക്ഷണം പാചകം ചെയ്യുന്നതിന് മുമ്പ് അടുപ്പിന്റെ മൂലയിൽ കുറത്തിക്ക് നിവേദിച്ചിരിക്കുന്നു

അരിയിട്ട് വന്ദിക്കും. ശേഷം മൂപ്പൻ വാചാൽ പറയും. 'ഈശ്വര വടക്കതെയ്യം, കുറത്തിയമ്മ, വടക്കത്തി എണങ്ങും, തൊരക്കാരത്തി ചെറുകൊടിച്ചി ദൈവത്തിന് പുത്തരി അടിയന്തിരം നിവേദ്യം വച്ചിരിക്കിണ് കൈ കൊണ്ട്, മാതാവ് കാത്ത് പരിപാലിക്കണം'.

തുടർന്ന് നിവേദ്യം ഭക്ഷിക്കാനായി വിളമ്പും. ആദ്യം കല്ലുരുട്ടി തെയ്യത്തിന്റെ തടപ്പയുടെ 3 മൂലയ്ക്ക് 3 പേർ ഇരിക്കും. ഒരാൾ ചങ്ങാതിയായിരിക്കും. മറ്റുരണ്ടുപേർ അതേ ഇല്ലക്കാരായിരിക്കും. പിറകിലായി 3 കീറ്റലികൾ മുതിർച്ച നടത്തിയവിടെ 3 കുട്ടികളെ ഇരുത്തും. ഇവർ ഭക്ഷിക്കാൻ തുടങ്ങിയാൽ അവിടെ കൂടിയ മറ്റുള്ളവർക്കും ചോറും കറിയും നിവേദ്യങ്ങളും വിളമ്പി നൽകും.

കുറത്തിയുടെ പുത്തരിയടിയന്തിരം തുലാം 10ന് വൈകുന്നേരം തുടങ്ങി രാത്രിയിലാണ് സമാപിക്കുക.

കുറത്തി മലവേട്ടുവരുടെ കാർഷികദേവതയായി മാറിയ പുരാവൃത്തം

കുറത്തി മലവേട്ടുവരുടെ കാർഷികദേവതയും അന്നദേവതയുമായി മാറിയതെങ്ങനെയെന്ന് ഇവരുടെ 'പാനക്കുറത്തി' മന്ത്രത്തിൽ പ്രതിപാദിക്കുന്നു. മന്ത്രത്തിലൂടെ ഇതൾവിരിയുന്ന പുരാവൃത്തം ചുരുക്കി ചുവടെ ചേർക്കുന്നു.

കീഴുലകത്തിൽ കൃഷിയോ മറ്റും ഇല്ലാതിരുന്ന കാലം. പഴങ്ങളും കാട്ടുകിഴങ്ങുകളും മാത്രമായിരുന്നു ഭക്ഷണം. മേലകത്തിൽ നിന്നും പാർവ്വതിയും പരമേശ്വരനും കീഴുലകം സന്ദർശിക്കാൻ വന്നു.

പാർവ്വതി കരിങ്കുറത്തിയായും ശിവൻ ഗുളികനായും അവതാരം കൊണ്ടു. (ഇവർ ആങ്ങള-പെങ്ങൾ സങ്കൽപത്തിലാണ് ഭൂമിയിൽ അവതരിച്ചത്) കുറത്തി പനന്തവളയായാണ് പ്രത്യക്ഷപ്പെട്ടത്. കീഴ്ലകത്തിലേക്കുള്ള സഞ്ചാരത്തിൽ രണ്ടുപേരും വഴിപിരിഞ്ഞു. പുലയരുടെ കോട്ടയായ തെക്കനാർകോട്ടയിലെ കിണറ്റിൽ പനന്ത വളയായി കുറത്തി പ്രത്യക്ഷപ്പെട്ടു. രാവിലെ ഒരുനിറം, ഉച്ചയ്ക്ക് മറ്റൊരുനിറം, വൈകുന്നേരം വേറൊരു നിറം. കിണറ്റിൽ വിചിത്രമായ തവളയെക്കണ്ട മുക്കുവച്ചെക്കൻ തവളയോട് ചോദിച്ചു. 'നീ എവിടെ നിന്ന് വരണത്? ഞാ മേലകത്ത് നിന്നും കിഴലകത്തേക്ക് പതിയും പള്ളിയറയും അന്വേഷിച്ച് വന്നതാണ്. എനിക്ക് നിനക്ക് പതിയും പള്ളിയറയും കെട്ടിത്തരാൻ പറ്റില്ല. മുക്കുവ ചെക്കന്റെ മറുപടികേട്ട് പനന്തവള അവിടെനിന്നും പറന്നുപോയി പറയന്റെ കുടിലിലെത്തി. പറയനോടും തന്റെ ആവശ്യം കുറത്തി ഉന്നയിച്ചു. നിങ്ങടെ പതിയും പള്ളിയറയും കെട്ടിത്തരാൻ എനിക്ക് വശമില്ല എന്ന് പറയൻ മറപടി പറഞ്ഞു. എങ്കിൽ ഞാൻ ഇവിടെനിന്നും പോകുകയാണ്. കുറത്തി മറപടി നൽകി. പിന്നീട് കുറത്തി പുള്ളുവച്ചെക്കന്റെ മാടത്തിലെത്തി. പുള്ളുവച്ചെക്കനും കുറത്തിയുടെ ആവശ്യം തള്ളിക്കളഞ്ഞു. പിന്നീട് കുറത്തി വേട്ടുവച്ചെക്കന്റെ ചാളയിലെത്തി. അവിടെ പതിയും പള്ളിയറയും നേരത്തെ തന്നെ ഉണ്ടായിരുന്നു. സന്തോഷത്തോടെ കുറത്തി പതിയിൽ കയറി വാസം ആരംഭിച്ചു. പതിയിൽ കയറിയ കുറത്തിക്ക് വേട്ടുവ ചെക്കൻ വെള്ളവും ധാന്യവും നൽകി. രാത്രിയായപ്പോഴേക്കും ശിവൻ ചണ്ഡലവേഷം ധരിച്ച് വേട്ടുവചെക്കന്റെ ചാളയിൽ എത്തി ചേദിച്ചു. 'എന്റെ ഒരു പെങ്ങ വാല്യക്കാരത്തിയെ കണ്ടുവോ?' 'ഒരു വാല്യക്കാരത്തി വിരുന്നായിട്ട് ഇന്നലെ വന്നിട്ട് പതിയിലും പള്ളിയറയിലും കുടീട്ടിണ്ട്.' വേട്ടുവചെക്കൻ മറുപടി നൽകി. പിറ്റേ ദിവസം വേട്ടുവചെക്കനേയും കൂട്ടി കുറത്തിയും ഗുളികനും പുനത്തിലേക്ക് പൊയി പുനംകൊത്താൻ തുടങ്ങി. പുനത്തിലെത്തിയ കുറത്തിയും ശിവനും (ഗുളികൻ) വേട്ടുവചെക്കനെ പുനംകൊത്താൻ പഠിപ്പിച്ചു. പുനംകൊത്തി തീയിട്ട് തെളിച്ചു. പീരിയടിച്ച് പുനത്തിന് അതിരുകൾ തിരിച്ചു. വിത്തിടാൻ നോക്കിയപ്പോഴാണ് പു നത്തിലെ അശുദ്ധി ശിവന് മനസ്സിലായത്. അശുദ്ധി മാറ്റാൻ ഉഗ്രമൂർത്തിയായ പാനക്കുറത്തിയായി അവതരിക്കാൻ ശിവൻ കുറത്തിയെ ഉപദേശിച്ചു. പാനകുറത്തിയായി മാറിയ കരിങ്കുറത്തി ഞവ്വും കോലും, ഞളവും കോലും, തിരിയോലയും എടുത്ത് ഭൂമിമുഴുവൻ അടിച്ച് വൃത്തിയാക്കി മാരണം എടുത്ത് ശുദ്ധിയാക്കി. അശുദ്ധിയും മാരണവും കരിങ്കടലിലേക്ക് നീക്കണം (പാനക്കുറത്തി

പുനം ശുദ്ധിയാക്കിയ സങ്കല്പത്തിൽ മലവേട്ടുവ മൂപ്പന്മാർ പുനത്തിൽ 'പാനവിളി' എന്ന ചടങ്ങ് നടത്തിവരുന്നു.) അശുദ്ധിയും മാരണവും ക രിങ്കടലിലേക്ക് താഴ്ത്താൻ ശിവനെ (ഗുളികനെ) പാനക്കുറത്തി ഏൽപ്പിച്ചു. ഗുളികന് കരിങ്കടലിലേക്ക് പറക്കാനുള്ള ശക്തിയില്ല. നാല് ഈശ്വരന്മാരേയും ഭഗവാനേയും വിളിക്കാൻ ആങ്ങളയോട് പാനക്കുറത്തി പറഞ്ഞു. അങ്ങനെ ഗുളികൻ മാരണവും അശുദ്ധിയും ക രിങ്കടലിലേക്ക് താഴ്ത്തി. ശുദ്ധിയായ മണ്ണിൽ കൃഷിയിറക്കി. നെല്ല് കൊയ്ത്ത് പൊതിയായി കെട്ടി. വേട്ടുവ ചെക്കനെ പുനം കൃഷി പഠിപ്പിച്ച ശേഷം ഒരു പൊതിനെല്ലുമെടുത്ത് പാനക്കുറത്തി സഞ്ചാരം തുടർന്നു. അവസാനം കരിമ്പാലന്മാരുടെ അടുത്തെത്തി. അശുദ്ധി മാറ്റി മാരണം നീക്കി അശുദ്ധയായ പാനക്കുറത്തി കരിമ്പാലന്മാരുടെ സമീപത്തെത്തി ശുദ്ധിയായി. മായാള് കുറത്തിയായി മാറി.

പുനംകൃഷി മാത്രമല്ല ജ്യോതിഷം, മന്ത്രവാദം, തുടങ്ങിയവയും കുറത്തിയാണ് നൽകിയതെന്ന് മലവേട്ടുവർ വിശ്വസിക്കുന്നു. പുനം കൃഷി കൊയ്ത്ത് ആദ്യ വിളവെടുപ്പ് നടത്തി പുത്തരിയുണ്ണുമ്പോഴും സാധാരണ ഭക്ഷണം തയ്യാറാക്കുമ്പോഴും കുറത്തിക്ക് മീത് അടിയന്തിരം നടത്തിയ ശേഷമേ ഇവർ ഭക്ഷണം കഴിക്കാറുള്ളൂ. വിവാഹം, ഉത്സവം, വിശേഷാൽ ആഘോഷങ്ങൾ ഇവയ്ക്കുള്ള സദ്യയൊരുക്കുമ്പോഴും കുറത്തിക്ക് മീത് വെച്ച് വിളമ്പിയശേഷമാണ് സദ്യവിളമ്പുക.

വിത്ത് മന്ത്രം

ഭൂമിയിൽ നെൽവിത്തുകൾ എങ്ങനെയാണ് എത്തിയതെന്ന് വിശദീകരിക്കുന്ന മന്ത്രമാണ് വിത്ത് മന്ത്രം.

മെയിലും മെയ്‌ലോകത്തിലും
വായും മേത്തിരി പൊന്നമ്മ
കീയും കീയ്‌ലോകത്തും വായും
കീത്തിരി പൊന്നമ്മ
കീയ്‌ലോകത്തിന്നദാനം, പൊന്നദാനം
ചിറ്റാടൻ മോതിരം അല്ലി പള്ളക്കൻ
കട കയ്യു തിരിഞ്ഞെടുത്തു കൊണ്ടുവരാൻ
പള്ളയിൽ വിളയും പള്ളക്കൻ
പാലിൽ വിളയും പാൽകയ്മ
ആരെ കൊണ്ടു കയ്യും?
മേലും മേലോകത്തും

മേല്യം മേലേകത്തും
അന്നദാനം, പൊന്നുദാനം
ചിറ്റാടൻ മോതിരം അല്ലി പള്ളക്കൻ
കുടകയ്യ മേലോകത്തു അന്നം ഭജിക്കിന്ന്
കീയും കീയ്ലോകത്ത് പൊന്നമ്മ
പാല്യം പയവ്യം ഭജിക്കിന്ന്
ഞങ്ങപോയി കൊണ്ടുവരാം
ഞങ്ങപോയി കൊണ്ടുവരാം
അപ്പ പറയന്ന് കീത്തിരി പൊന്നമ്മ
അവിടേക് നിങ്ങള് പോകുന്ന നേരത്ത്
വിത്തും വിളയും കാക്കുന്നോരുണ്ടാകും.
കവണിയും കല്ലിട്ട് നിങ്ങളെ പായിപ്പാൻ
കാവക്കാരുണ്ടാകും, കാവക്കാരുണ്ടാകും.
കാവക്കാരുച്ചക്ക് അന്നം കയിപ്പാനും
പോകുന്ന നേരത്ത് നിങ്ങളും പോകണം
ആയിരം കിളികള് നീണ്ടൊന്ന് തായണം
വിത്തെടുത്തങ്ങനെ പൊങ്ങി പറപ്പണം
അപ്പോ പറയുന്നാരായിരം കിളികളും
ഞങ്ങ വിത്തെടുത്ത് വരുന്നൊരുനേരത്ത്
വെള്ളി മുറവ്യം, വെള്ളിത്തടപ്പയും
ഉണ്ടാക്കി വെക്കവേ വേണമ്മ പൊന്നമ്മ
അത്കേട്ട് കീയ്ലോകം പായുന്ന പൊന്നമ്മ
കീസ്ത്തിരിപൊന്നമ്മേ
പൂവല്യം മേലോകത്തു നിന്നങ്ങനെ
ആയിരം കിളികള് വിത്ത് കൊണ്ടുവരുമ്പം
കീയം കീയ്ലോകത്ത് കീസ്ത്തിരി പൊന്നമ്മ
വെള്ളി മുറവ്യം വെള്ളിതട്ടപ്പയും
ഉണ്ടാക്കി വച്ചതെ, ഉണ്ടാക്കി വച്ചതെ
ചിറ്റാടൻ മോതിരം അല്ലി പള്ളക്കൻ
കുട കയ്യ മേലേകത്ത് കൊണ്ടു വന്നേൻ
പള്ളയിൽ വിളയുന്ന പള്ളക്കന്നും
പാലിൽ വിളയുന്ന പാൽക്കയ്യയും
കീയ്ലോകത്തേക്ക് കൊണ്ടുവന്നേൻ
കലി, കലി, മണ്ണിലേക്ക് വിത്തെറിഞ്ഞേൻ
പൊലി, പൊലി, പറഞ്ഞ്മ്മ കരക്കുകേറി

അന്നദാനം പൊന്നുദാനം
ചിറ്റാടൻ മോതിരം അല്ലിപള്ളക്കൻ
കുട കയ്യ മേലോകത്തു അന്നം ഭക്ഷിക്കുന്നു
കീയും കീയ്ലോകത്ത് പൊന്നമ്മ
പാല്യം പയവ്വം ഭക്ഷിക്കുന്നു.
അപ്പ പറയുന്ന് കീഴ്ത്തിരി പൊന്നമ്മ
മേല്യം മേലോകത്ത് പോയി
ആര് വിത്തു കൊണ്ടുവരുവാൻ?
നീ പോകുമോ? നീ പോകുമോ?
കണക്കെഴുത്തു മകനേ?
എനക്ക് മൂന്നുനേരം കണക്കെഴുതുവ വേണം
എന്നനീ ആര്പോയി വിത്ത് കൊണ്ടുവരും?
നീ പോകുമാ? നീ പോകുമാ?
കരിയെഴുത്തു മകനേ?
എനക്ക് മൂന്നുനേരം കരിയെഴുതുക വേണം.
എനി ആര് പോയി വിത്ത് കൊണ്ടുവരും?
ആയിരം അന്നകിളികളേ നിങ്ങ പോകുമാ?

മരംകൊണ്ടുള്ള വിവിധ വീട്ടുപകരണങ്ങൾ - 'മരവികൾ'

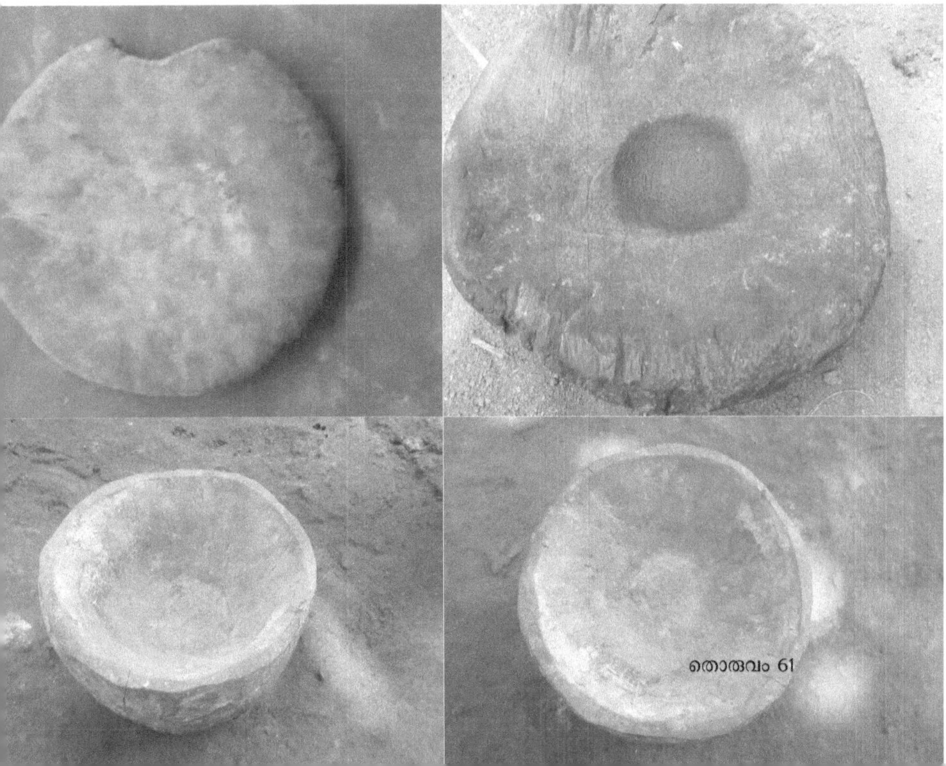

ചെരപ്പകറ്റി

കൊമ്മ

കമ്മണം

കയിലി

കൊരമ്പ നിർമ്മാണ ഘട്ടത്തതിൽ

കരിവ

വട്ടകട്ട

വിവിധതരം കുട്ടകൾ

(ചിറ്റാടൻ, പള്ളക്കൻ, കയ്മ, പാൽകയ്മ,- ഇവ പഴയകാലത്ത് പൊനത്തിൽ കൃഷിചെയ്യാൻ ഉപയോഗിച്ച നെൽവിത്തുകൾ)

മേലോകത്തു നിന്നും അന്നകിളികളാണ് ചിറ്റാടൻ പള്ളക്കൻ, കയ്മ, പാൽകയ്മ തുടങ്ങിയ നെൽവിത്തുകൾ ഭൂമിയിൽ കൊണ്ടുവന്ന തെന്ന് ഈ മന്ത്രം വിശദീകരിക്കുന്നു.

വീട് നിർമ്മാണം

സമീപ പ്രദേശത്തു നിന്ന് ലഭിക്കുന്ന സാമഗ്രികൾ ഉപയോഗിച്ചാണ് മലവേട്ടുവർ വീടുകൾ നിർമ്മിച്ചിരുന്നത്. ചെറിയ വീടുകളാണ് ഇവരുടേത്. വീടിനെ സൂചിപ്പിക്കാൻ 'പിര' എന്ന ഗോത്രപദമാണ് ഉപയോഗിച്ചിരുന്നത്. വീടിന്റെ ഉത്തരം, കഴുക്കോൽ, പടി, മോന്തായം എന്നിവ നിർമ്മിക്കാൻ ഉറപ്പുള്ള മരത്തിന്റെ കമ്പുകൾ ഉപയോഗിച്ചു. ഉണക്കിയ ഓടപ്പായ, പുല്ല് എന്നിവയാണ് മേയാൻ ഉപയോഗിച്ചിരുന്നത്. മണ്ണുകൊണ്ട് തല്ലിയുണ്ടാക്കിയ തറയ്ക്കു ചുറ്റും മുളകൊണ്ട് നിർമ്മിച്ച വരികൾ മറയ്ക്കാൻ ഉപയോഗിച്ചു. ഇതിന് മണ്ണ്, ചാണകം എന്നിവ തേച്ചുപിടിപ്പിച്ചിട്ടുണ്ടാകും. ഇതിനെ ' ചിറ്റൽ' എന്നു പറയും. ഒന്നോ രണ്ടോ മുറികൾ മാത്രമാണ് ഉണ്ടാകുക. അടുക്കളയായി ഉപയോഗിക്കുന്ന മുറിയിൽ അടുപ്പിന്റെ മുകളിലായി ധാന്യങ്ങൾ ഉണക്കാൻ ' വതയ്ക്ക' എന്ന പേരിലുള്ള സംവിധാനവും ഉണ്ടായിരുന്നു.

ധാന്യങ്ങൾ സൂക്ഷിക്കാനും, കൃഷിക്കുമായി മുള, ഓട എന്നിവ ഉപയോഗിച്ച് നിർമ്മിക്കുന്ന വിവിധ ആകൃതിയിലും വലിപ്പത്തിലുമുള്ള കൊട്ടകൾ ഉപയോഗിച്ചിരുന്നു. കൊമ്മ, കുരിവ, തടുപ്പ, കൂട എന്നീ പേരുകളിൽ ഇത് അറിയപ്പെട്ടു. മരംകൊണ്ട് നിർമ്മിച്ച ' മരവി' എന്ന ഉപകരണമാണ് മുളക് അരയ്ക്കാൻ ഉപയോഗിച്ചിരുന്നത്. മുളയുടെ ചുവട്ടുഭാഗം മുറിച്ചെടുത്ത് നിർമ്മിക്കുന്ന ' ചിറുങ്ങ'യാണ് ധാന്യങ്ങൾ അളക്കാൻ ഉപയോഗിച്ചിരുന്നത്. മണ്ണുകൊണ്ട് നിർമ്മിച്ച വിവിധ

പാത്രങ്ങളാണ് ആഹാരം പാകം ചെയ്യാനും വിതരണത്തിനും ഉപയോഗിച്ചിരുന്നത്. മണ്ണുകൊണ്ടുള്ള പ്ലേറ്റ് 'കമ്മണം' എന്നും, കോപ്പകൾ 'കുയിലി' എന്നുമാണ് അറിയപ്പെട്ടിരുന്നത്. മഴയിൽ നിന്ന് രക്ഷനേടാൻ ഉപയോഗിക്കുന്ന വിവിധ 'കൊരമ്പകൾ' ഇവരുടെ നിർമ്മാണചാരുത വിളിച്ചോതുന്നവയാണ്. എപ്പോഴും ചൂട് നിൽക്കുന്ന ഇവ വീട്ടിലെത്തിയാൽ വതയ്ക്കുയ്ക്കു മുകളിൽ വച്ച് ഉണക്കിയെടുക്കും.

അലുമിനിയം പാത്രങ്ങളുടെ പ്രചാരം മൺപാത്രങ്ങളെ ഏതാണ്ട് വിസ്മൃതിയിലാക്കി കഴിഞ്ഞിട്ടുണ്ട്. സ്റ്റീൽ പാത്രങ്ങൾ അടുത്ത കാലത്താണ് ഇവരുടെ ഭവനങ്ങളിൽ ഇടം നേടിയത്.

മുള, ഓട, ചൂരൽ, ഓല, കാട്ടുവള്ളികൾ എന്നിവ ഉപയോഗിച്ച് നടത്തിയിരുന്ന വിവിധ ഉപകരണങ്ങളുടെ നിർമ്മാണം ആദ്യകാലത്ത് സ്വന്തം ആവശ്യത്തിനായിരുന്നുവെങ്കിലും മധ്യകാലഘട്ടത്തിൽ ഇത് ഉപജീവന മാർഗ്ഗമായും പരിണമിച്ചിരുന്നു. എന്നാൽ പ്ലാസ്റ്റിക്കിന്റെ കടന്നുകയറ്റവും, നിർമ്മാണ സാമഗ്രികൾ കാട്ടിൽ നിന്ന് ശേഖരിക്കുന്നത് തടയപ്പെട്ടതും ഈ മേഖലയിൽ വലിയ പ്രതിസന്ധി സൃഷ്ടിച്ചിട്ടുണ്ട്. ആധുനിക തലമുറ ഈ നിർമ്മാണ പ്രവർത്തനങ്ങൾ പഠിക്കാൻ താല്പര്യം കാണിക്കാത്തതു മൂലം തനതായ ഈ നിർമ്മാണ സാങ്കേതികവിദ്യ അന്യം നിന്നുപോകുന്ന കാലം വിദൂരമല്ല.

കൈമാറ്റ വ്യവസ്ഥ

സാധനങ്ങൾ കൊടുത്ത് സാധനം വാങ്ങുന്ന സമ്പ്രദായമാണ് പ്രാചീന കാലത്ത് ഇവരുടെ ഇടയിൽ നിലനിന്നിരുന്നത്. (ബാർട്ടർ സമ്പ്രദായം) പ്രധാന കൈമാറ്റ ഉപാധി നെല്ലായിരുന്നു. നെല്ല് കൊടുത്ത് ആവശ്യമുള്ള മറ്റ് സാധനങ്ങൾ വാങ്ങുകയായിരുന്നു പതിവ്. പച്ചക്കറിയും ഇതിനായി ഉപയോഗിച്ചിരുന്നു. തനതായ അളവ് സമ്പ്രദായം ഇവരുടെ ഇടയിൽ പ്രചരിച്ചിരുന്നു. ഈ സമ്പ്രദായത്തിലൂടെയായിരുന്നു സാധനങ്ങളുടെ മൂല്യം നിർണ്ണയിച്ചിരുന്നത്. ഈ അളവ് സമ്പ്രദായത്തിനാവശ്യമായ ഉപകരണങ്ങൾ മുള, തടി എന്നിവ ഉപയോഗിച്ച് നിർമ്മിച്ചിരുന്നു. ഉക്കായി (ചിറുങ്ങ), ടങ്ങാഴി എന്നിവയായിരുന്നു അളക്കാൻ ഉപയോഗിച്ചിരുന്ന പ്രധാന പാത്രങ്ങൾ. അളവ് സമ്പ്രദായം ചുവടെ കൊടുത്തിരിക്കുന്നത് ശ്രദ്ധിക്കുക.

1 ഉരി- ഒരു പിടി	1 ഉരി-ഒരു പിടി
2 ഉരി- 1 ഉക്കായി (1 ചിറുങ്ങ)	2 ഉരി-1 ഉക്കായി (1 ചിറുങ്ങ)
10 ചിറുങ്ങ - 1 ടങ്ങഴി	1 1/2 ചിറുങ്ങ- നാവ്വരി
10 ടങ്ങഴി- 1 പറ	1 ചിറുങ്ങ- നായരി
1 പൊതി- 1 പറ	10 ചിറുങ്ങ-1 ടങ്ങഴി
1/2 പൊതി- 5 ടങ്ങഴി	10 ടങ്ങഴി- 1 പൊതി
നാവ്വരി- 1 1/2 ചിറുങ്ങ	1 പൊതി-1 പറ
നായരി- 1 ചിറുങ്ങ	1/2 പൊതി- 5 ടങ്ങഴി

ആചാരാനുഷ്ഠാനങ്ങൾ

പാരമ്പര്യത്തിന്റേയും വിശ്വാസത്തിന്റേയും പിൻബലത്തോടെ ചെയ്യുന്ന കർമ്മങ്ങളെയാണ് അനുഷ്ഠാനം എന്ന ഗണത്തിൽ ഫോക്‌ലോർ പണ്ഡിതന്മാർ ഉൾപ്പെടുത്തിയിരിക്കുന്നത്. അനുഷ്ഠാനങ്ങളേറെയും പുരാവൃത്തങ്ങളുമായി ബന്ധപ്പെട്ടിരിക്കുന്നു. ഒരു സമൂഹത്തിന്റെ സ്വത്വത്തിൽ ഉൾച്ചേർന്നിരിക്കുന്ന വിശ്വാസ സംഹിതയാണ് പുരാവൃത്തങ്ങൾ. അതുകൊണ്ടു തന്നെ പുരാവൃത്തത്തിലധിഷ്ഠിതമായ അനുഷ്ഠാന സങ്കല്പങ്ങൾ ആ സമൂഹത്തിന്റെ പെരുമാറ്റ രീതീയായി രൂപാന്തരപ്പെടുന്നു.

അനുഷ്ഠാനങ്ങൾക്ക് സാമൂഹികമായ ധർമ്മവുമുണ്ടെന്ന് ഫോക്‌ലോർ പണ്ഡതിനായ ഡോ. എം.എം. ശ്രീധരൻ നിരീക്ഷിക്കുന്നു. വ്യത്യസ്ത വിഭാഗങ്ങളെ ഏകീകരിക്കുവാനും സമൂഹത്തിൽ ക്രമീകരണങ്ങൾ ഉണ്ടാക്കുവാനും അനുഷ്ഠാനങ്ങൾ ഉതകുന്നതായി അദ്ദേഹം പറയുന്നു. സമൂഹത്തിന്റെ സുഗമമായ മുന്നോട്ട് പോക്കിന് അനുഷ്ഠാനങ്ങൾ അനിവാര്യഘടകമാണെന്നു വന്നതോടുകൂടി സാമൂഹ്യമായ ചട്ടങ്ങളും വിലക്കുകളും രൂപപ്പെട്ടതായി നിരീക്ഷിക്കപ്പെടുന്നു. ഇങ്ങനെ സമൂഹം വ്യക്തികളുടെ മേൽ ഏർപ്പെടുത്തിയ നിയന്ത്രണങ്ങളാണ് ആചാരങ്ങളായി രൂപപ്പെട്ടത്.

പാരമ്പര്യമായ പിൻതുടർച്ചയാണ് ഗോത്രാചാരങ്ങളിൽ കാണുവാൻ സാധിക്കുന്നത്. അനുഭവങ്ങളും പരിസരങ്ങളും ഗോത്രജനങ്ങൾക്ക് നൽകിയ വീക്ഷണങ്ങളാണ് ആചാരങ്ങളുടെയും അനു ഷ്ഠാനങ്ങളുടെയും നിർമ്മിതിക്ക് കാരണമെന്ന് ഡോ. കുമാരൻ വയലേരി അഭിപ്രായപ്പെടുന്നു.

ഗോത്രാചാരങ്ങളിൽ സംസ്കാര ക്രിയകൾക്കും, സ്ത്രീത്വാ ചാരങ്ങൾക്കുമാണ് കൂടുതൽ പ്രാധാന്യമെന്ന് അദ്ദേഹം തുടർന്ന്നിരീക്ഷിക്കുന്നുണ്ട്.

തിരണ്ടുമംഗലം, പുങ്ങമംഗലം, പ്രസവം, മരണാനന്തര ചടങ്ങുകൾ തുടങ്ങിയ ജീവിത ഘട്ടങ്ങളെ ബന്ധപ്പെടുത്തിയുള്ള വൈവിധ്യമാർന്ന ആചാരാനുഷ്ഠാനങ്ങൾ മലവേട്ടുവ ഗോത്ര ജീവിതത്തിൽ കാണാവുന്നതാണ്.

തിരണ്ടുമംഗലം

പെൺകുട്ടി ഋതുമതിയായാൽ (വയസ്സറിയിച്ചാൽ) 7ാം ദിവസം മധുരച്ചോറുണ്ടാക്കി ഗോത്രത്തിലെ മുഴുവൻ പേർക്കും നൽകുമായിരുന്നു. കോടി ധരിച്ചാണ് ഋതുമതിയായ പെൺകുട്ടി ചക്കരച്ചോറ് കഴിക്കുക. 7 ദിവസവും വീട്ടിൽ നിന്ന് മാറി ഒറ്റയ്ക്കാണ് അവൾ താമസിക്കുക. മച്ചുനിച്ചിമാരുടെ അകമ്പടിയോട്ടുകൂടി കുളിക്കടവിൽ നിന്ന് കുളിച്ച് കോടി ധരിച്ച് വീട്ടിലെത്തിക്കും. തുടർന്ന് മഞ്ഞൾവെള്ളം തളിച്ച് ശുദ്ധിയാക്കുന്നു. ശേഷം മച്ചുനത്തിമാരുടെ കൂടെ ഇരുന്നാണ് ഭക്ഷണം കഴിക്കേണ്ടത്. സ്ത്രീകളും, കുട്ടികളുമാണ് തിരണ്ടുമംഗലത്തിന് കൂടുതലായും എത്തിച്ചേരുക. പെൺകുട്ടി വിവാഹത്തിന് പ്രായമായി എന്ന് ഗോത്രത്തിലെ മറ്റുള്ളവരെ അറിയിക്കുന്ന പരോക്ഷമായ ചടങ്ങായി ഇതിനെ വ്യാഖ്യാനിക്കാറുണ്ട്.

വിവാഹ സമ്പ്രദായം

വൈവിധ്യമാർന്ന ആചാരാനുഷ്ഠാനങ്ങൾ കൊണ്ട് സമ്പന്നമാണ് മലവേട്ടുവരുടെ വിവാഹ സമ്പ്രദായം. ഈ ആചാരങ്ങൾ വിവാഹ നിശ്ചയം മുതൽ ആരംഭിക്കുന്നതായി കാണാം. വിവാഹത്തിന് കർശനമായി പാലിക്കേണ്ട ചില ഗോത്രനിയമങ്ങളും ആചാരങ്ങളും ഉണ്ട്. ഇവ തെറ്റിച്ച് നടത്തുന്ന വിവാഹം സമുദായംഗീകാരം ലഭിക്കാതിരിക്കുകയും ദമ്പതിമാർ ഭ്രഷ്ടിന് വിധേയരാകുകയും ചെയ്യും. വിവാഹത്തിന്റെ മുഖ്യകാർമ്മികത്വവും, അവസാന തീരുമാനവും ഇന്നും മൂപ്പന്മാരിൽ നിക്ഷിപ്തമാണ്. ഇല്ലം നോക്കിമാത്രം ഇവർ വിവാഹബന്ധത്തിലേർപ്പെടാറുള്ളൂ. ഓരോ ഇല്ലത്തിനും ഏതെല്ലാം ഇല്ലത്തിൽ നിന്ന് വിവാഹം അനുവദിക്കാമെന്ന് അതിപ്രാചീനകാലത്ത് തീരുമാനിക്കപ്പെട്ടിട്ടുണ്ട്. അതിൻ പ്രകാരം മാത്രമേ വിവാഹബന്ധത്തിൽ ഏർപ്പെടാൻ അനുവദിച്ചിരുന്നുള്ളൂ. മാതൃബന്ധമുള്ള ഇല്ലത്തിൽ നിന്നും വിവാഹം ചെയ്യാൻ പാടില്ല. ഇങ്ങനെ വിവാഹം

ചെയ്യാൻ പാടില്ലാത്ത ഇല്ലങ്ങളെ തൊരുവം (ടശേല്ലെ ഇഹമി) എന്നാണ് പറയാറുള്ളത്. വംശ പരിശുദ്ധിയും, വംശത്തനിമയും നിലനിർത്താൻ 'തൊരുവം' എന്ന സമ്പ്രദായത്തിലൂടെ ഗോത്രത്തിന് സാധിക്കുന്നു.

കത്തിച്ചുവയ്ക്കൽ ചടങ്ങ്

നിശ്ചയത്തിനും മുൻപ് വരന്റെ വീട്ടിൽ അല്ലെങ്കിൽ വരന്റെ മൂപ്പന്റെ വീട്ടിൽ വെച്ച് നടത്തുന്ന ചടങ്ങാണ് 'കത്തിച്ചുവയ്ക്കൽ' തുലാം 10 ന് ശേഷേ വിവാഹാലോചന നടത്തിയിരുന്നുള്ളൂ. പെണ്ണ് കാണൽ ചടങ്ങ് ഉണ്ടായിരുന്നില്ല. ഗോത്രമൂപ്പൻ ചങ്ങാതി ഇല്ലത്തിലെ മൂപ്പനു മായി സംസാരിച്ച് അനുയോജ്യമായ പെണ്ണിനെ കണ്ടെത്തുകയും 'കത്തിച്ചുവയ്ക്കൽ' ചടങ്ങിന്റെ തിയ്യതി നിശ്ചയിക്കുകയും ചെയ്യും. ഈ പെണ്ണിനെ പുരുഷൻ നിർബന്ധമായും വിവാഹം ചെയ്തിരിക്കണമാ യിരുന്നു. ആണിന്റേയോ, പെണിണിന്റേയോ ഇഷ്ടാനിഷ്ടങ്ങൾക്ക് ഒരു പരിഗണനയും ഉണ്ടായിരുന്നില്ല.

വിവാഹ നിശ്ചയത്തിന് പുറപ്പെടുന്നതിനു മുമ്പ് അതിരാവിലെ ആൺവീട്ടുകാരും, ആ ഇല്ലത്തിലെ മുഴുവൻപേരും മൂപ്പന്റെ വീട്ടിലെ ത്തിച്ചേരുന്നു. 1 1/4 അരിയും 5 കെട്ട് വെറ്റിലയും 1 കുല അട യ്ക്കയും പുരുഷൻ കൊണ്ടുവരണം. 5 കൊടിയിലയിലും തിരികത്തിച്ച് വച്ച് മൂപ്പൻമാർ പൂർവ്വ ഗുരുക്കന്മാരെ വന്ദിക്കുകയും ഉദ്ദേശിക്കുന്ന കാര്യം വിശദീകരിക്കുകയും ചെയ്യും. ശേഷം തിരിയിട്ട് ലക്ഷണം നോക്കും. തിരി നേരെ കിഴക്കോട്ടാണ് വീഴുന്നതെങ്കിൽ ശുഭലക്ഷണമായി കരു തുന്നു. ശേഷം വരൻ മുതിർന്ന എല്ലാവരുടേയും കാൽതൊട്ട് വന്ദിച്ച് അനുഗ്രഹം നേടുന്നു. വെറ്റയും അടയ്ക്കയും അവിടെ എത്തിച്ചേർന്ന മുഴു വൻപേർക്കും വിതരണം ചെയ്യുമായിരുന്നു. എത്തിച്ചേരാത്തവർക്ക് വീട്ടിൽ കൊണ്ടുപോയി കൊടുക്കുകയും ചെയ്യുമായിരുന്നു.

കത്തിച്ചുവയ്ക്കൽ ചടങ്ങിലൂടെ തന്റെ വിവാഹകാര്യം ഗോത്രത്തിലെ മുഴുവൻ പേരെയും അറിയിക്കുകയും ഗോത്രക്കൂട്ടായ്മ സ്വരൂപിക്കുക യുമാണ് യഥാർത്ഥത്തിൽ ചെയ്യുന്നത്. വിവാഹമെന്ന ആഹ്ലാദകര മായ മാനസികാവസ്ഥയെ ഗോത്രത്തിന്റെ മുഴുവൻ ആഹ്ലാദമാക്കി മാറ്റുന്ന പൊതു തലം ഇവിടെ ദർശിക്കാവുന്നതാണ്.

ചെക്കന്റെ കത്തിച്ചുവെക്കൽ ചടങ്ങ് കഴിഞ്ഞാൽ മൂപ്പന്റെ നേതൃ ത്വത്തിൽ ഗോത്രാംഗങ്ങളെല്ലാവരും ചേർന്ന് പെണ്ണിന്റെ വീട്ടി ലേക്ക് യാത്രയാകും. 1 1/4 അരി (നെല്ലോ) 5 കെട്ട് വെറ്റ 1 കുല അടയ്ക്ക എന്നിവയും ഒരു ഇരുമ്പു മോതിരവും കൊണ്ടുപോകണം.

രാത്രിയോടുകൂടി പെൺവീട്ടിലെത്തും. അന്ന് അവിടെതന്നെ താമസിക്കും. രാവിലെ പെൺവീട്ടിലും 'കത്തിച്ചുവയ്ക്കൽ' ചടങ്ങ് നടക്കും. ഈ സമയം ആൺവീട്ടുകാർ കൊണ്ടുവന്ന അരി മുറത്തിലിട്ട് കത്തിച്ചുവെ യ്ക്കുന്നതിന്റെ സമീപത്തായി വയ്ക്കും. ഈ അരിയിൽ പുരുഷൻ കൊണ്ടുവന്ന മോതിരം വച്ച് കൊടുക്കും. മൂപ്പന്മാർ ചേർന്ന് ഗുരുപൂർവ്വികന്മാരെ വന്ദിച്ച് അനുഗ്രഹം നേടും. ശേഷം വിവാഹതിയ്യതിയും പെണ്ണിന് നൽകേണ്ട കാണവും (പെൺപണം) തീരുമാനിക്കും. വെറ്റയും അടയ്ക്കയും അവിടെ കൂടിയവർക്ക് വീതം വെച്ച് കൊടുക്കും.

വിവാഹത്തിനു മുമ്പ് തന്നെ പെൺവീട്ടുകാരുമായും ദൃഢമായ ബന്ധം സ്ഥാപിക്കുന്നതിന് രാത്രിയിൽ അവിടെ താമസിച്ചുകൊണ്ടുള്ള ഈ വിവാഹ നിശ്ചയത്തിലൂടെ സാധിക്കുന്നുണ്ട്. ആധുനിക യാത്രാസൗകര്യമുള്ള ഈ കാലഘട്ടത്തിൽ വിവാഹനിശ്ചയം ഒറ്റദിവസമായി ഒതുങ്ങിയിട്ടുണ്ട്.

വിവാഹ പ്രായമായ പുരുഷൻ 'കുട്ടൻ' എന്നും സ്ത്രീ 'കുട്ടിച്ചി' യെന്നുമാണ് അറിയപ്പെടുക. വിവാഹം കഴിഞ്ഞാൽ സ്ത്രീ 'കുടുംബം' (ഏകവചനം) എന്ന് അറിയപ്പെടും.

വിവാഹം

വിവാഹത്തിന്റെ തലേദിവസം തന്നെ വധുവിന്റെ വീട്ടിൽ വരനും കുടുംബാംഗങ്ങളും എത്തിച്ചേരും. പിറ്റേദിവസം ഉച്ചയ്ക്കായിരിക്കും വിവാഹം നടക്കുക. വരന്റെ സംഘത്തിൽ മംഗലം കളിപ്പാട്ടുകാരും കളിക്കാരും ഉണ്ടാകും. വരനെ മംഗലംകളിപ്പാട്ടിന്റേയും തുടികൊട്ടിന്റേ യും അകമ്പടിയോടുകൂടിയായിരിക്കും വിവാഹ സ്ഥലത്തേക്ക് കൊണ്ടുവരിക. രാത്രി മുതൽ വിവാഹസമയം വരെ വരന്റേയും വധുവിന്റേയും ആൾക്കാർ ചേർന്ന് മംഗലം കളി നടത്തും. മംഗലം കളിക്ക് പ്രത്യേക പന്തൽ ഒരുക്കിയിട്ടുണ്ടാകും. ഇതിന് '9' തൂൺ വേണം. 6 തൂൺ മൂപ്പന്മാരും 3 തൂൺ വരന്റെ മച്ചുനനും കൊത്തും. ചങ്ങാതിമാർ പന്തലിന്റെ പടിവയ്ക്കണം. ഉന്നമരത്തിന്റെ (തടിച്ചിൽ) ഇലയും കമ്പുമാണ് പന്തലിന് ഉപയോഗിക്കുക. മരത്തിന്റെ ഇല കിഴക്കോട്ടു തന്നെ തിരിച്ച് വച്ചായിരിക്കണം പന്തല് മേയേണ്ടത്. മംഗലംകളി തുടങ്ങുന്ന തിനു മുമ്പ് 2 1/2 അരിയും 5 വെറ്റയും ഒരു അടയ്ക്കയും മുറത്തിൽ വച്ച് തിരികത്തിച്ച് പന്തലിന്റെ നടുക്ക് വയ്ക്കും. തുടർന്ന് എല്ലാ മൂപ്പന്മാരും ചേർന്ന് തുടി മുട്ടി ' കോല് വച്ച് വഴങ്ങൽ' നടത്തും. ഭൂമിവന്ദനത്തോടുകൂടി മംഗലംകളിക്ക് തുടക്കമാകും. ഭൂമി വന്ദനം പാട്ടു

മ്പോൾ കോടി പുടവ പിടിച്ച് അതിനുള്ളിൽ മണവാളനും മണവാട്ടിയും മൂന്നുതവണ വലംവയ്ക്കുന്നു. പാട്ട് തീരുമ്പോൾ നടുക്ക് വച്ച ഒരു കുടം വെള്ളം മണവാട്ടിയുടെ തലയിലൊഴിക്കും. പുടവ എടുത്ത് മണവാട്ടി ചമയാൻ പോകുന്നു.

നടുക്കത്തെ തൂണിന്റെ അടുത്തായി മൺകലത്തിൽ മഞ്ഞൾ വെള്ളവും ഇരുമ്പുമോതിരവും ഇട്ടുവയ്ക്കും. ഒരു കമ്പ് ഇട്ട് ഇത് ഇളക്കിക്കൊണ്ടിരിക്കും. വരന്റ് കൂട്ടരും വധുവിന്റെ കൂട്ടരും ഒന്നിച്ച് ചേർന്ന് പുലരുവോളം മംഗലംകളിയിൽ ഏർപ്പെടും. ഓരോ പാട്ടും മണിക്കൂറുകളോളം നീണ്ടുനിൽക്കും. മലവേട്ടുവരുടെ പുരാവൃത്തങ്ങൾ, ജീവിതാനുഭവങ്ങൾ, ജീവിതത്തിലെ കഷ്ടപ്പാടുകൾ, ആചാരാനുഷ്ഠാനങ്ങൾ എന്നിവ വിശദീകരിക്കുന്നതിനായിരിക്കും പാട്ടുകൾ. പന്തൽ പാട്ട് കഴിഞ്ഞ് ചമയപ്പാട്ട് പാടുമ്പോൾ പെണ്ണിനെ പന്തലിൽ ആനയിക്കുകയും പന്തലിൽ വച്ചിട്ടുള്ള മഞ്ഞൾവെള്ളം തലയിൽ ഒഴിച്ച് കുളിപ്പിക്കുകയും ചെയ്യും. തുടർന്ന് കോടിമുണ്ട് രണ്ടറ്റത്തായി മച്ചുനത്തിമാർ പിടിച്ച് അതിന്റെ നടുവിൽ പെണ്ണിനെ പുറത്തേക്ക് ആനയിക്കും. തുമ്പച്ചെടിയുടെ ഇല അരച്ച് മഞ്ഞൾ ചേർത്ത് പ്രത്യേക കുഴമ്പാക്കി ഈ വർണ്ണകുഴമ്പ് ദേഹത്ത് ചുട്ടിതൊടീക്കും. ഇങ്ങനെ അണിഞ്ഞൊരുങ്ങിയ പെണ്ണിനെ വീണ്ടും കോടിമുണ്ടിന്റെ നടുവിൽ നിർത്തി പന്തലിലേക്ക് ആനയിക്കും. വിവാഹ സമയം വരെ മംഗലം കളി തുടരും. താലികെട്ടുന്ന സമ്പ്രദായമോ, മാലയിടുന്ന സമ്പ്രദായമോ പ്രാചീന വിവാഹങ്ങളിൽ ഉണ്ടായിരുന്നില്ല. കറുത്ത ചരട് വധുവിന്റേയും വരന്റേയും കഴുത്തിൽ മൂപ്പന്മാരാണ് അണിയിക്കുക.ഇത് കന്നിമൂലയിൽ വച്ചായിരിക്കും നടത്തുക. തുടർന്ന് പന്തലിലെത്തുന്ന വധൂവരന്മാരെ മൂപ്പന്മാർ കൈപിടിച്ച് വരന്റെ മൂപ്പനെ ഏൽപ്പിച്ച് ഇങ്ങനെ പറയും. 'ഇത് ചാമുണ്ഡിയുടെ കന്നി മൊതലാണ്. ഈ മൊതലിനെ കൈപിടിച്ച് നിങ്കള്ക്ക് തരേണത്. ഇതിനെ എപ്രകാരം നാൻ തന്നുവോ, അപ്രകാരം ചാവും വരെ കാത്തോണം' ശേഷം വധുവിന് നൽകേണ്ട 'കാണം' (പെൺപണം) രണ്ട് കഴ്ണം തുണിയുടെ മുകളിൽ വെറ്റ യും അടയ്ക്കയും വച്ച് മൂപ്പന് നൽകുന്നു. ഗോത്രാംഗങ്ങളെയെല്ലാം അരിയിട്ട് വരനെയും വധുവിനേയും വാഴിക്കും. ഇതോടുകൂടി വിവാഹ ചടങ്ങ് പൂർത്തിയായി. മംഗലം കളിപ്പാട്ടിന്റെ അകമ്പടിയോടുകൂടി വരനും വധുവും യാത്രയാകും.

പുങ്ങമംഗലം

സ്ത്രീ ഗർഭിണിയായാൽ 7 മാസം 7 ദിവസം പൂർത്തിയാകുന്ന ദിവസം നടത്തുന്ന ചടങ്ങാണ് 'പുങ്ങമംഗലം'. ഭർത്താവിന്റെ തറവാട്ട് വീട്ടിലോ, മൂപ്പന്റെ വീട്ടിലോ ആണ് പുങ്ങമംഗലം നടത്തുക. ഇതിലേക്കായി ഗോത്രത്തിലെ മുഴുവൻ പേരെയും ക്ഷണിക്കും. ഗർഭിണിയായ സ്ത്രീയും മച്ചുനച്ചിമാരും കുളിക്കടവിലേക്ക് പോകും. കുളിച്ച് വരുമ്പോൾ 3 പൈച്ചമ്പുളി സസ്യം വേരോടെ പിഴുതെടുക്കണം. (പുളിരസമുള്ള ഇലയുള്ള സസ്യമാണ് പൈച്ചമ്പുളി). കോടി ധരിച്ച് വീട്ടിലെത്തിയശേഷം കന്നിമൂലയിൽ പായിൽ ഗർഭിണിയും മച്ചുനത്തിമാരും ഇരിക്കും. 1 1/2 അരികൊണ്ട് വെച്ച ചോറ് മുറത്തിൽ കോരിയിടും. പിഴുതുകൊണ്ടുവന്ന പുളിസസ്യത്തിന്റെ വേരുകൾ വയറ്റാട്ടി പരിശോധിക്കും. വേരുനോക്കി കുട്ടി ആണോ, പെണ്ണോ എന്ന് പ്രവചിക്കും. ശേഷം പുളിസസ്യത്തിന്റെ ഇല പിഴിഞ്ഞ് ചോറിൽ ഒഴിക്കും. ഗർഭിണി 7 ഉരുളകൾ ഉരുട്ടിവെക്കും. 7 കുട്ടികൾക്ക് 7 ഉരുള ചോറ് വായിൽ വച്ച് കൊടുക്കും. ശേഷം പെണ്ണിനേയും കൂട്ടി അവരുടെ വീട്ടിലേക്ക് പോകുന്നതോടുകൂടി പുങ്ങമംഗലം സമാപിക്കും.

പ്രസവം

പഴയകാലത്ത് വീട്ടിൽ വെച്ച തന്നെയാണ് പ്രസവം നടത്തിയിരുന്നത്. സമുദായത്തിലെ വയറ്റാട്ടിയാണ്(പേറ്റിച്ചി) പ്രസവവും ശുശ്രൂഷയും ചെയ്തിരുന്നത്. പ്രസവം കഴിഞ്ഞാൽ നെല്ലരിയും, നെല്ലിമരത്തിന്റെ തോലും, ഉണക്കമുളക്, ജീരകം, വെളുത്തുള്ളി ഇവ ചേർത്ത് വിശിഷ്ടമായ ചോറ് തയ്യാറാക്കി പ്രസവിച്ച സ്ത്രീക്കും സന്നിഹിതരായവർക്കും നൽകും. ഈ ചോറ് 'പുളിങ്ങക്കഞ്ഞി' എന്നാണ് അറിയപ്പെട്ടിരുന്നത്. പുരുഷന്മാർ പ്രസവിച്ച സ്ത്രീ താമസിക്കുന്ന ഭാഗത്ത് 7 ദിവസം വരാൻ പാടില്ലായിരുന്നു.

7ാം ദിവസം പേറ്റിച്ചി കുട്ടിക്ക് നാമകരണം ചെയ്യും. അന്ന് ഒരു പിടി അരിയെടുത്ത് കുട്ടിയുടെ തല ഉഴിഞ്ഞ് ഒരു പാത്രത്തിൽ സൂക്ഷിച്ച് വയ്ക്കാൻ നൽകും. 'കാപ്പാളത്തി' ദേവിയെ സങ്കല്പിച്ചാണ് അങ്ങനെ ചെയ്യുന്നത്. അന്നുമുതൽ കപ്പാളത്തിദേവി കുട്ടിയുടെ സംരക്ഷണം ഏറ്റെടുക്കുന്നുവെന്നാണ് വിശ്വാസം. കുട്ടിക്ക് ഒരു വയസ്സ് തികയുന്നതിനു മുമ്പ് ഗോത്ര ആരാധനാസ്ഥാനത്ത് ഈ അരിയും കോഴിയെയും ഏൽപ്പിക്കുകയും അരിപൊടിച്ച് കോഴിയെ അറുത്ത് കാപ്പാളത്തി ദേവിക്ക് സമർപ്പിക്കുകയും ചെയ്യുന്നു.

സ്ത്രീ പ്രസവിച്ചുകഴിഞ്ഞാൽ ആ ഗോത്രത്തിലെ മുഴുവൻ പേരും 14 ദിവസം പുലവാലായ്മ ആചരിക്കണമായിരുന്നു. 14 ദിവസം ദേവകർമ്മങ്ങൾ ചെയ്യാനോ, ദേവസ്ഥാനത്ത് പോകാനോ പാടില്ല.

മരണാനന്തര ചടങ്ങുകൾ

ഒരാൾ മരിച്ചാൽ ശരീരം മാത്രമേ അപ്രത്യക്ഷമാകുന്നുള്ളൂ എന്നും ആത്മാവ് തങ്ങളുടെ കൂടെത്തന്നെ നിവസിക്കുന്നുവെന്നും മലവേട്ടുവർ വിശ്വസിക്കുന്നു. മരിച്ചയാളുടെ ആത്മാവിന് മറ്റുള്ളവരുടെ ശരീരത്തിൽ പ്രവേശിച്ച് ഇടപഴകാൻ സാധിക്കുമെന്നും ഇവർ കരുതുന്നു. സ്വർഗ്ഗം, നരകം എന്നീ സങ്കൽപ്പങ്ങൾ മലവേട്ടുവരുടെ മരണാനന്തര കാഴ്ചപ്പാടിൽ കാണുന്നില്ല. ആത്മാവിന്റെ മോക്ഷം എന്നത് മരിച്ച ആത്മാവിനെ തങ്ങളുടെ ഗോത്രാരാധനയുടെ ഭാഗമാക്കുമ്പോൾ ലഭ്യമാകുന്ന ഗോത്രാചാരമായി ഇവർ വിശ്വസിക്കുന്നു. അതിനാൽ മരിച്ച പൂർവ്വികരെ ഇവർ ദൈവമായി സങ്കല്പ്പിക്കുകയും, ആരാധനയ്ക്കായി പ്രത്യേക സ്ഥാനം നിർമ്മിക്കുകയും ചെയ്യുന്നു. (കുളി പതി) ഭൗതിക ജീവിതം അടിയുറച്ച കൂട്ടായ്മയിൽ രൂപപ്പെടുകയും വികസിതമാകുകയും ചെയ്ത ഒരു ജനസമൂഹത്തിൽ, ആ കൂട്ടായ്മയിൽ നിന്നും ഒരംഗം പെട്ടെന്ന് അപ്രത്യക്ഷമാകുന്ന പ്രതിഭാസം അംഗീകരിക്കാനോ, വിശ്വസിക്കുവാനോ സാധിക്കാത്തതിനാലും, ആ അനശ്വരം സത്യം അംഗീകരിക്കേണ്ടതായും വരുന്ന സന്ദർഭത്തിൽ ഉണ്ടാകുന്ന പ്രതിസന്ധി മറികടക്കാൻ ആയിരിക്കും. 'അനശ്വരമായ ആത്മാവ്' എന്ന മരണാനന്തര സങ്കല്പം ഇവരുടെയിടയിൽ രൂപംകൊണ്ടത് എന്ന് വിശ്വസിക്കാവുന്നതാണ്. മലവേട്ടുവരുടെ ഇടയിലെ മരണാനന്തര ചടങ്ങുകൾ ഈ സങ്കല്പം ഊട്ടിയുറപ്പിക്കുന്നതാണ്.

ഒരാൾ മരണപ്പെട്ടാൽ മൂപ്പന്റെ നേതൃത്വത്തിലായിരിക്കും ചടങ്ങുകൾ നടത്തുക. ചങ്ങാതിമാർ സഹായിക്കാൻ ഉണ്ടാകും. മരിച്ചയാളുടെ ഇല്ലത്തിലെ (ഗോത്രത്തിലെ) മുഴുവൻപേരും സംസ്കാര ചടങ്ങിൽ പങ്കെടുക്കണം. ചങ്ങാതി തെങ്ങോലകൊണ്ട് മഞ്ചൽ മെടയണം. വെള്ള, പട്ട് എന്നിവകൊണ്ട് ശവശരീരം പുതപ്പിക്കും. ശവം സംസ്കാരത്തിന് എടുക്കുന്നതിനു മുമ്പ് ഒരു മൺകലത്തിൽ കുറച്ച് വെള്ളവും അരിയും ഇട്ട് കൊണ്ടുവരും. മൂപ്പന്മാരും കുടുംബത്തിലെ മുഴുവൻപേരും ശവത്തിന്റെ വായിൽ ഈ മൺകലത്തിൽ നിന്ന് ഓരോ നുള്ള് അരിയും വെള്ളവും ചേർത്ത് മൂന്ന് പ്രാവശ്യം വീതം തൊട്ടുനൽകണം. ഇതിന് 'അരിയും വെള്ളവും' കൊട്ടുക്കൽ എന്നു പറയും. എല്ലാവരും ഇത് ചെയ്തശേഷം മൂപ്പൻ ഒരു വടി എടുത്ത്

ശവത്തിനുമേൽ തൊട്ടുകൊണ്ട് ഒരു മന്ത്രം ചൊല്ലും.

'വീട്ടിന്നുഊരാള് ചുമലിലേറി വരുന്ന കണ്ട
കാട്ടി, കാരാള, ചത്തകുളി, ചാകാത്തുകുളി
പോതി, ഭദ്രകാളി, അവല വാങ്ങി നിക്ക്'

3 തവണ ഈ മന്ത്രം ചൊല്ലണം. അപ്പോൾ അരിയും വെള്ളവും ഇട്ട മൺകലം ചങ്ങാതി എടുത്ത് പിടിച്ചിട്ടുണ്ടാകും. ശവം എടുത്ത് മഞ്ചലിൽ കിടത്തി വള്ളികൊണ്ട് കെട്ടിവയ്ക്കും. ശവം കിടത്തിയ സ്ഥലത്ത് കത്തി ഉപയോഗിച്ച് 'ത' ആകൃതിയിൽ ചങ്ങാതി വരയും. ശേഷം വീട്ടിലെ സ്ത്രീകളും കുട്ടികളും പുലകുളിക്കാൻ കടവിലേക്ക് യാത്രയാകും. ശവം കിടത്തിയ സ്ഥലം ചാണകം കൊണ്ട് മെഴുകി ശുദ്ധിയാക്കും.

നാലുപേർ ഓലമഞ്ചൽ ചുമക്കും. ഏറ്റവും മുൻപിൽ കത്തിച്ച തിരിയും മൺകലവുമായി ചങ്ങാതിയുമുണ്ടാകും. മൂപ്പൻ ശവത്തിനു മേൽ വടികൊണ്ട് തൊട്ട് പിടിച്ചിട്ടുണ്ടാകും. വീട്ടിൽ നിന്ന് കുറച്ച് ദൂരം എത്തിക്കഴിഞ്ഞാൽ മഞ്ചൽ 3 പ്രാവശ്യം തിരിക്കും. ഈ സമയം മഞ്ചലിന്റെ അടിയിലൂടെ ഒരു കല്ല് മൂപ്പൻ മൂന്ന് പ്രാവശ്യം അങ്ങോട്ടുമിങ്ങോട്ടും ഉരുട്ടിവിടും. ശേഷം ഈ കല്ല് മൂപ്പൻ എടുത്ത് മഞ്ചൽ തിരിച്ച സമീപത്തെ മരത്തിന്റെ കവിളിൽ വയ്ക്കും. ശവശരീരം വിറകിനു മുകളിൽ വയ്ക്കുന്നതിനു മുമ്പ് മൂന്നു പ്രാവശ്യം വലംവയ്ക്കും. ശേഷം പുതച്ച ഒരു വെള്ളകോടി പുറത്തേക്കു വലിച്ചിടും. ഇത് ചങ്ങാതിമാർ എടുക്കണം. ശേഷം തുണിമൊത്തം മൂടി കെട്ടും. വായ, കണ്ണ്, മൂക്ക് എന്നീ ഭാഗങ്ങൾ വരുന്ന സ്ഥാനത്ത് തുണിയിൽ ദ്വാരം ഇടും. ശേഷം കലത്തിൽ കൊണ്ടുവന്ന അരിയും വെള്ളവും മൂപ്പന്മാർ 3 പ്രാവശ്യം തൊട്ടുകൊടുക്കും. തുണിയിൽ നിന്ന് അല്പം വെള്ള കീറിയെടുത്ത് മൂപ്പൻ ശവത്തിന് തൊട്ടുകൊണ്ടുവന്ന വടിയിൽ ചുറ്റി വയ്ക്കും. ഇത് അല്പം ദൂരെ നാട്ടിവയ്ക്കും. അവിടെ മൺകലവും വയ്ക്കും. ഈ വടിയെ 'കണങ്കോൽ' എന്ന് പറയും. ശവം മറവുചെയ്യുന്നതിനു മുമ്പായി ഭൂമിയോട് അനുവാദം ചോദിച്ചുകൊണ്ട് മൂപ്പന്മാർ ചൊല്ലുന്ന ഒരു മന്ത്രമുണ്ട്. മൂപ്പന്റെ കൈയ്യിലെ വടി (കങ്കോൽ) ശവത്തിന്മേൽ തൊട്ടുകൊണ്ടാണ് ഈ മന്ത്രം ചൊല്ലാറ്.

'നാലുദിക്ക് നാലീശ്വരന്മാരുടെ
ഊരും പേരും ചോദിക്കിണ്
കൊച്ചിയിലെ ഊരും പേരും ചോദിക്കിണ്
ആണ കെട്ടി ചോദിക്കുന്ന്
ചത്തുകിടക്കും ചവിത്തുമേൽ

കുത്തി നിർപ്പാരും ജപിക്കുന്ന്
നാല് ളുണം മൂന്ന് കട്ടിള
കിടപ്പാരും വിളിക്കിന്ന്
ചത്തക്കുളി ചാമുണ്ഡി
കിഴക്ക് മാറി കിടപ്പാരും ജപിക്കിന്ന്
പടിഞ്ഞാറ് മാറി കിടപ്പാരും ജപിക്കിന്ന്
തെക്ക് മാറി കാൽപ്പാതം ജപിക്കിന്ന്
വടക്ക് മാറി തലചായ്ച്ച് കിടക്കിന്ന്
ഞാൻ കുത്തുന്ന ബലിക്കോല് കൊണ്ട്
നാല് ദിക്ക് നാലീശ്വരൻ മാരും
കിഴക്കാനും തിരുവാതിക്കും
വട്ടമേൽ കളവും ചാർത്തി
മയിന്ത്രപൂടം നാട്ടി
അണങ്കോൽ (കണങ്കോൽ) കണ്ടി
മൂലക്കിരിപ്പൂ കുളി വന്നിര്ക്കണം.'

ദഹിപ്പിച്ചു കഴിഞ്ഞാൽ ദഹിപ്പിച്ച സ്ഥാനത്തെ മൂന്ന് പ്രാവശ്യം എല്ലാവരും വലംവയ്ക്കും. കാൽ ഭാഗത്തും, തല ഭാഗത്തും രണ്ട് കല്ലുകൾ വച്ച് അതിൽ വെറ്റ, അടയ്ക്ക എന്നിവ വയ്ക്കും. മൺകുടം നിലത്തിട്ട് ഉടച്ചുകളയും. ചങ്ങാതി കണങ്കോൽ എടുത്ത് മുൻപിൽ നടക്കും.

പിറകിലായി സംസ്കാരത്തിൽ പങ്കെടുത്ത മുഴുവൻ പുരുഷന്മാരുടെ ക്രമമായി നടന്നുപോകണം. കുളിക്കടവിൽ എത്തിയാൽ കടവിന്റെ കരയ്ക്ക് വഴിക്ക് കുറുകെ കണങ്കോൽ വയ്ക്കും. ഈ കണങ്കോൽ കടന്ന് എല്ലാവരും കടവിലിറങ്ങി മുങ്ങിക്കുളിക്കണം. സോപ്പ് ഉപയോഗിക്കാൻ പാടില്ല. തല്ലി അലക്കാനോ, ഉണങ്ങിയ വസ്ത്രം ധരിക്കാനോ പാടില്ല. കുളികഴിഞ്ഞെത്തുന്നവർക്ക് വെറ്റയും അടയ്ക്കയും ചവയ്ക്കാൻ നൽകും. (ചുണ്ണാമ്പ് ഉപയോഗിക്കാതെ) ഇത് ചവച്ച് കണങ്കോലിന്റെ ഇരുഭാഗത്ത് തുപ്പി കണങ്കോൽ കടന്ന് പോകണം. എല്ലാവരും ഇങ്ങനെ ചെയ്തുകഴിഞ്ഞാൽ ചങ്ങാതി കണങ്കോൽ എടുത്ത് മുൻപിൽ നടക്കും. ശവം ദഹിപ്പിക്കാൻ കൊണ്ടുപോകുമ്പോൾ തലമറിച്ച സ്ഥാനത്ത് (മൂപ്പൻ കല്ലുവച്ച മരത്തിന്റെ കവിളിൽ) ഈ കണങ്കോലും വയ്ക്കും. മൂന്ന് ദിവസം മരിച്ച വ്യക്തിയുടെ ആത്മാവ് ഇവിടെ വരെ എത്തുമെന്ന് വിശ്വസിക്കുന്നു. കുളിച്ച് വീട്ടിലെത്തിയ പുരുഷന്മാരെയും സ്ത്രീകളെയും മഞ്ഞൾവെള്ളം തളിച്ച് വീട്ടിൽ പ്രവേശിപ്പിക്കുന്നു. തുടർന്ന് മൂന്നാം നാളിലെ ചടങ്ങുകളെപ്പറ്റി തീരുമാനിച്ച് എല്ലാവരും പിരിഞ്ഞുപോകും. 12 ദിവസം എല്ലാവരും

പുല ആചരിക്കും. ശവം ദഹിപ്പിച്ച ഏകദേശ സമയം കണക്കാക്കി മക്കൾ 3 ദിവസം കണങ്കോൽ വച്ച മരത്തിന്റെ ചുവട്ടിൽ മദ്യം, കഞ്ഞിവെള്ളം, കരിക്കിൻവെള്ളം എന്നിവ കൊട്ടമരത്തിന്റെ 3 ഇലയിൽ ഒഴിച്ചുവയ്ക്കും. മരിച്ചയാളുടെ ആത്മാവ് ഇത് വന്ന് കുടിക്കു മെന്ന് ഇവർ വിശ്വസിക്കുന്നു. ഇതാണ് പിതൃതർപ്പണ ചടങ്ങായി അനുഷ്ഠിക്കുന്നത്. 3 ദിവസം മത്സ്യമാസാംദികൾ ഭക്ഷിക്കുകയോ, ചുണ്ണാമ്പ് കൂട്ടി മുറുക്കാനോ പാടില്ലായിരുന്നു.

തെളിക്കൽ (മൂന്നാം കുളി)

മൂന്നാംദിവസം രാവിലെ തന്നെ മൂപ്പനും ചങ്ങാതിയും ഗോത്ര ത്തിലെ മുഴുവൻ പുരുഷന്മാരും ദഹിപ്പിച്ച സ്ഥലത്ത് എത്തിച്ചേരും. ചങ്ങാതി മരത്തിൽ നിന്ന് കണങ്കോൽ ഊരിയെടുത്ത് പിടിച്ചിട്ടു ണ്ടാകും. കുഴി മൂടിയശേഷം 3 പ്രാവശ്യം വലംവെച്ച് തലഭാഗത്തും കാൽ ഭാഗത്തുമുള്ള കല്ലിൽ വെറ്റയും അടയ്ക്കയും വയ്ക്കും. ചങ്ങാതി കൊട്ടമരത്തിന്റെ കമ്പ് മുറിച്ചെടുത്ത് പൂത്തയിൽ തല്ലി കൊണ്ട് മുൻപ് ചൊല്ലിയ മന്ത്രം ആവർത്തിക്കും.

വീട്ടിന്നഊരാള് ചുമലിലേറി വരുന്ന കണ്ട
കാട്ടി കാരാള ചത്തകുളി, ചാകാത്തകുളി
പോതി ഭദ്രകാളി അവല വാങ്ങി നിക

തുടർന്ന് എല്ലാവരും കുളി കടവിലേക്ക് പോകും. സംസ്കാര ദിവസം കുളിക്കടവിൽ നടന്ന പ്രവർത്തികൾ ഇവിടെയും ആവർ ത്തിക്കും. അതിനുശേഷം കൊട്ടമരത്തിന്റെ 7 ഇലകൾ പറിച്ച് നിര ത്തിവയ്ക്കും. ചങ്ങാതി ബലിക്കിലിരിക്കുന്ന വ്യക്തിയുടെ (മക്കളോ, മരുമക്കളോ) തലമുടി പിടിച്ച് കൊണ്ട് താഴെപ്പറയുന്ന മന്ത്രം ചൊല്ലും.

'നമ്മടെ തറവാടിന്റകത്ത് തലവലിയച്ചനും,
മൊല വലിയപൊണ്ണും ഉണ്ടായി.
വല്യത്തെ മൊലയറത്ത് ചാവും പിലയും
തീർക്കാൻ പറ്റേല.

മുടിയറുത്ത് ചാവും പിലയും തീർക്കേണ്'- എന്ന് ചൊല്ലിയ ശേഷം 3 പ്രാവശ്യം മുടിയറുത്തെടുത്ത് 7 ഇലയിൽ വയ്ക്കും. ശേഷം ചിരട്ടയിൽ ഓരോരുത്തർക്കായി അല്പം മദ്യം പകർന്നു നൽകും. മദ്യം കുടിച്ചശേഷം ചിരട്ട പിറകിലേക്ക് ഇടണം. എല്ലാവരും ഇങ്ങനെ ചെയ്തശേഷം ചുണ്ണാമ്പ് കൂട്ടാത്ത വെറ്റ അടയ്ക്ക മാത്രം ചവയ്ക്കാൻ നൽകും. കണങ്കോലിന്റെ ഇരുവശത്തായി തുപ്പിയ ശേഷം ഓരോ രുത്തരായി കടന്നുപോകും. ഒടുവിൽ ചങ്ങാതി കണങ്കോലുമായി

മുന്നിൽ നടക്കും. മൂപ്പന്റെ വീട്ടിലേക്കോ, ആരാധനാ സ്ഥാനത്തെ തറവാട്ട് വീട്ടിലേക്കോ യാത്രയാകും. കുളിച്ച് വരുന്നവരെ മഞ്ഞൾ വെള്ളം തളിച്ച് ശുദ്ധിയാക്കിയാണ് പ്രവേശിപ്പിക്കുക. ചങ്ങാതി കണങ്കോൽ കളത്തിന്റെ ഒരു മൂലയ്ക്ക് നാട്ടിവയ്ക്കും. അതിന്റെയടുത്ത് അടുപ്പ് കൂട്ടി 1 1/4 അരി അടുപ്പത്ത് വയ്ക്കും. ഇതിന് 'മടയരി' വയ്ക്കുന്നതാണെന്ന് പറയും. മുൻപിലായി മരിച്ച വ്യക്തിയുടെ മരുമക്കൾ ആരെങ്കിലും വെള്ള തോർത്ത് തലയിലിട്ട് ഇരിക്കണം. അരി തിളച്ച് മറിയാൻ പാടില്ല. ആരി തിളച്ച് മറിഞ്ഞാൽ ആത്മാവ് അവിടെയെത്തിയില്ല എന്നാണ് വിശ്വാസം. മൂന്ന് പ്രാവശ്യം അരി തിളച്ച് പൊങ്ങണം. ശേഷം ചോറ് ഇറക്കി മുറത്തിൽ ഇലയിട്ട് അതിൽ മുഴുവനായും കമിഴ്ത്തും. മുറത്തിന്റെ നാല് മൂലയ്ക്ക് മക്കൾ, മരുമക്കൾ എന്നിവർ ഇരിക്കും. ഉരുളകളാക്കി ചോറ് ഉപ്പ് കൂട്ടാതെ ഭക്ഷിക്കും. മൂന്ന് പ്രാവശ്യം ഭക്ഷിച്ചശേഷം ബാക്കി വീടിന്റെ പിറകുവശത്ത് വടക്ക് ഭാഗത്ത് കൊണ്ടുപോയി വയ്ക്കും. ഈ സമയം മരിച്ച വ്യക്തിയുടെ ആത്മാവ് മറ്റൊരാളുടെ ശരീരത്തിൽ പ്രവേശിക്കുകയും അയാൾ വിറച്ച് തുള്ളാൻ തുടങ്ങും. ഇതിന് 'അണങ്ങ്' എന്ന് പറയും. അണങ്ങ് മൂപ്പനെയും ബന്ധുമിത്രാദികളെയും വിളിച്ച് വർത്തമാന, ഭാവികാര്യങ്ങളും ഗോത്രത്തിനുവേണ്ട ഉപദേശങ്ങളും ആളുകളുടെ പേരെടുത്ത് വിളിച്ച് നൽകും. ഭക്തി, ബഹുമാനത്തോടും സങ്കടത്തോടും കൂടി എല്ലാവരും സശ്രദ്ധം അണങ്ങത്തിന്റെ മൊഴികൾ കേൾക്കും. അവസാനം 'എനിക്ക് പോകാൻ സമയമായി' എന്ന് പറഞ്ഞ് അണങ്ങ് കണങ്കോൽ ഊരിയെടുത്ത് മൂപ്പന്റെ തോളിൽ കൈവെച്ച് വീടിന്റെ കന്നിമൂലയിലേക്ക് പ്രവേശിക്കും. ഇതോടുകൂടി മരിച്ച വ്യക്തിയുടെ ആത്മാവ് കൂട്ടായ്മയിലേക്ക് വീണ്ടും പുനഃപ്രവേശിക്കപ്പെടുന്നതായി കരുതുന്നു. ഈ ചടങ്ങിനെയെല്ലാം കൂടി 'തെളിക്കൽ' എന്നു പറയും.

മരണം ഒരു വ്യക്തിയുടെ ഭൗതികശരീരത്തിന്റെ അപ്രത്യക്ഷമാകൽ മാത്രമാണ് എന്ന ഒരു ആത്മീയ പരികല്പനയാണ് മലവേട്ടുവരുടെ മരണാനന്തര ചടങ്ങുകളിൽ ശ്രദ്ധേയമാകുന്ന ഘടകം.

മറകെട്ടി വിളി

ഒരു വ്യക്തി മരിച്ചാൽ പ്രായം അനുസരിച്ച് 5, 7, 12 ദിവസങ്ങളിൽ നടത്തുന്ന മരണാനന്തര ചടങ്ങാണ് 'മറകെട്ടിവിളി'. പ്രായം കുറഞ്ഞ വ്യക്തി മരണപ്പെട്ടാൽ 5ാം ദിവസവും, മധ്യവയസ്സുള്ളവരാണെങ്കിൽ 7ാം ദിവസവും പ്രായംകൂടിയ വ്യക്തിയാണെങ്കിൽ (മൂപ്പന്മാർ) 12ാം

ദിവസവും ആണ് ഈ ചടങ്ങ് നടത്തുക. 3 പച്ച കമ്പ് ത്രികോണാകൃതിയിൽ നാട്ടുന്നു. അതിന് വെള്ള, പട്ട് തുണികൊണ്ട് മറ നിർമ്മിക്കുന്നു. ഈ മറയ്ക്കുള്ളിൽ മണക (മരപ്പലക), കത്തി, വില്ല്, എയ്ത്ത്, അമ്പ്, ശരം, തൊപ്പി, പാക്ക് തുടങ്ങി മരിച്ച വ്യക്തി ഉപയോഗിച്ച സാധനങ്ങൾ വയ്ക്കുന്നു. പലയ്ക്ക് വെള്ള വിരിച്ചിട്ടുണ്ടാകും. 7 ഇലയിൽ അന്ന് തയ്യാറാക്കിയ ഭക്ഷണവിഭവങ്ങളും, മദ്യവും വിളമ്പി മറയ്ക്കുള്ളിൽ ഇതിനടുത്തായി വയ്ക്കും. മരിച്ചയാളുടെ മക്കളും, മരുമക്കളും മറയ്ക്ക് ചുറ്റും നിൽക്കും. മൂപ്പന്മാരും ചങ്ങാതിമാരും മറയ്ക്കുള്ളിൽ കയറി ഗൂഢ ഭാഷയിൽ ചില ഉരിയാടലുകൾ നടത്തും. അപ്പോൾ മറയ്ക്കു ചുറ്റും നിൽക്കുന്നവരിൽ ആരുടെയെങ്കിലും ദേഹത്ത് മരിച്ച ആത്മാവ് പ്രവേശിക്കുകയും അയാൾ ഉറഞ്ഞ് തുള്ളുകയും ചെയ്യും. ആത്മാവ് മറയിൽ പ്രവേശിക്കുന്നതോടുകൂടി ചടങ്ങ് അവസാനിക്കും. ഭക്ഷണ സാധനങ്ങൾ വടക്കുഭാഗത്ത് കൊണ്ടുപോയി കളയും.

പെരിങ്ങാര വിഭാഗത്തിലാണ് ഈ മരണാനന്തര ചടങ്ങ് പ്രധാനമായും നടത്തപ്പെടുന്നത്.

അണങ്ങ്
കെട്ടികുടിയാക്കൽ

മലവേട്ടുവരുടെ മരണാനന്തര ചടങ്ങുകൾക്ക് പൂർണ്ണത വരുന്നത് 3 വർഷത്തിനുശേഷം നടത്തുന്ന 'അണങ്ങ് കെട്ടി കുടിയാക്കൽ' ചടങ്ങിനു ശേഷം മാത്രമാണ്. ഒരാൾ മരിച്ച് 3 വർഷം പൂർത്തിയാകുമ്പോൾ അയാളുടെ ഗോത്രദേവസ്ഥാനത്ത് മരിച്ച വ്യക്തിയെ ദൈവമായി സങ്കലിപിച്ച് കോലം കെട്ടി ആരാധിക്കുന്നു. ഇതിനെയാണ് അണങ്ങ് കെട്ടൽ എന്ന് പറയുന്നത്. മക്കളാണ് ഇതിന് ആവശ്യമായ ചെലവുകൾ വഹിക്കേണ്ടത്. 2 1/2 അരിയും മദ്യവും, കോടിമുണ്ടും മക്കൾ കൊണ്ടുവരണം. മാവിലന്മാരാണ് അണങ്ങ് കെട്ടുക. മരിച്ച വ്യക്തിയുടെ ജീവചരിത്രമാണ് തോറ്റമായി പാടുക. അണങ്ങ് ഉറഞ്ഞ് ആടി മൂപ്പന്മാരെയും, മക്കളെയും, ഗോത്രാംഗങ്ങളെയും വിളിച്ച് വേണ്ട ഉപദേശങ്ങൾ നൽകും. ഓരോരുത്തരും കുറച്ച് മദ്യം, കരിക്ക് എന്നിവ കിണ്ടിയിൽ ഒഴിച്ച് കുടിക്കാൻ നൽകണം. കൈയ്യിൽ വലിയ വടിയും കത്തിയും നൽകും. അവസാനം മൂപ്പൻ അണങ്ങിനെയും പിടിച്ച് വീടിനുള്ളിൽ കയറും. അതോടെ മരിച്ചയാളുടെ ആത്മാവിന് പൂർണ്ണമായും മോക്ഷം ലഭിച്ചുവെന്ന് ഇവർ കരുതുന്നു. മരിച്ച വ്യക്തി പൂർവ്വികാരാധനയുടെ ഭാഗമായി തീരുകയും ചെയ്യും. ആരാധന സ്ഥാനത്ത്

മരിച്ച പൂർവ്വികർക്ക് വേണ്ടി സ്ഥാപിച്ച പതിയിൽ ഈ ആത്മാവും ദൈവമായി കുടിയേറി എന്ന് വിശ്വസിക്കപ്പെടുന്നു.

കാവേരി സംക്രമദിനത്തിൽ അരി വറുത്ത് പൊടിച്ച് പൂർവ്വികർക്ക് സമർപ്പിക്കുന്ന പ്രത്യേക പൂർവ്വികാരാധന ഇവരുടെ ഇടയിൽ ഇന്നും നിലനിൽക്കുന്നു. ഇതിനെ 'മന്നോത്ത് വയ്ക്കൽ' എന്ന് പറയും.

ആരാധനാ സമ്പ്രദായം

പ്രാചീന മനുഷ്യരുടെ കേവല യുക്തികൊണ്ട് വിശദീകരിക്കാൻ സാധിക്കാതിരുന്ന പ്രപഞ്ച പ്രതിഭാസങ്ങളെ ഭയഭക്തി ബഹുമാനത്തോടെ വീക്ഷിച്ചതിൽ നിന്നാണ് ആരാധന സമ്പ്രദായത്തിന് തുടക്കമായത്. ഈ പ്രതിഭാസങ്ങളുടെ പിന്നിൽ പ്രപഞ്ചത്തിലെ അദൃശ്യശക്തികളുടെ പ്രേരണയോ, പ്രവർത്തനമോ ഉണ്ടെന്ന് ഇവർ വിശ്വസിച്ചു. മനുഷ്യരുടെ ആദ്യകാല ആരാധനാ സമ്പ്രദായത്തിൽ പ്രപഞ്ചശക്തികളെ ആരാധിക്കുന്ന സമ്പ്രദായത്തിന് മുഖ്യപ്രാധാന്യം കാണാവുന്നതാണ്. കാറ്റ്, മഴ, ഭൂമി, സൂര്യൻ, കാട് എന്നിവയെല്ലാം പ്രാചീന മനുഷ്യരുടെ ആദ്യകാല ആരാധനാ മൂർത്തികളാണ്. മനുഷ്യന് കീഴടക്കാൻ പറ്റാതിരുന്ന ശക്തികളെയെല്ലാം പ്രാചീനർ ആരാധനയോടെ കാണുകയും അവയ്ക്ക് മനുഷ്യരുടെ മേൽ സ്വാധീനം ചെയലുത്താൻ സാധിക്കുമെന്നും വിശ്വസിക്കുകയും ചെയ്തു.

ഗോത്രകൂട്ടായ്മയുടെ നിലനിൽപ്പിനും കൂട്ടായ്മയുടെ സുഗമമായ മുന്നോട്ട് പോകക്കിനുമുള്ള ഉപാധിയായിരുന്നു മലവേട്ടർക്ക് ആരാധനാസമ്പ്രദായം. കൃഷി, നായാട്ട്, അംഗങ്ങളുടെ ആരോഗ്യം എന്നീ അടിസ്ഥാന ഘടകങ്ങളാണ് കൂട്ടായ്മയുടെ വളർച്ചയ്ക്കും പുരോഗതിയിലേക്കുമുള്ള ചാലകശക്തികൾ എന്നതുകൊണ്ടുതന്നെ ഇവയുടെ സംരക്ഷണം, വളർച്ച, വികാസം, പരിപാലനം എന്നിവയായിരുന്നു ആരാധനയുടെ മുഖ്യ ഉദ്ദേശ്യം.

നായാട്ടുദേവതകൾ, വനദേവതകൾ, കൃഷിയുമായി ബന്ധപ്പെട്ട

മൗവ്വേനി ശ്രീ വിഷ്ണുമൂർത്തി ക്ഷേത്രം

ഉർവരതാദേവതകൾ, മാന്ത്രിക ഉപാസനാമൂർത്തികൾ എന്നീ വിഭാഗങ്ങളിലുള്ള ദേവസങ്കല്പമാണ് ഇവരുടെ ആരാധനാ ദേവതകളിൽ കാണാൻ സാധിക്കുക. ഈ ദേവതകളുടെ അനുഗ്രഹത്തിന് പൂർവ്വ ഗുരുക്കന്മാരുടെ അനുഗ്രഹവും, പ്രസാദവും ഉണ്ടാകണമെന്ന് ഉറച്ച് വിശ്വസിക്കുകയും മരിച്ച പൂർവ്വികരെ ദൈവതുല്യമായി ആരാധിക്കുകയും ചെയ്യുന്നു.

ഹൈന്ദവ ആരാധന സമ്പ്രദായത്തിൽ നിന്നും തികച്ചും വ്യത്യസ്തമായ ധാരാളം അനുഷ്ഠാനങ്ങൾ മലവേട്ടുവരുടെ ആരാധനാ സമ്പ്രദായത്തിൽ കാണാം. ഫ്യൂഡൽ കാലഘട്ടത്തിന്റെ അവസാന ഘട്ടത്തിൽ ഹൈന്ദവ ആരാധനയുടെ ചില അംശങ്ങൾ ഇവരുടെ ആരാധനാസമ്പ്രദായത്തിൽ സ്വാധീനം ചെലുത്തിയാതായും കാണാവുന്നതാണ്.

ആരാധനാ സ്ഥാനം

മലവേട്ടുവരുടെ ആരാധനാ സ്ഥാനം 'പതി' 'താനം' 'തറവാട്' എന്നീ പേരുകളിലാണ് അറിയപ്പെടുന്നത്. ഓരോ ഇല്ലത്തിനും ഓരോ പതിയുണ്ടാകും. ഇവർ സംഘമായി താമസിക്കുന്ന സ്ഥലത്തു തന്നെയായിരിക്കും ആരാധനാ കേന്ദ്രമായ പതിയും സ്ഥാപിക്കുക. കൃഷിസ്ഥലം വർഷാവർഷം മാറുന്നതിനനുസരിച്ച് (പുനംകൃഷി) ഇവരുടെ ആരാധനാസ്ഥാനവും മാറിക്കൊണ്ടിരിക്കും. അതിനാൽ

ഒരു നിശ്ചിത സ്ഥലം കേന്ദ്രീകരിച്ചുള്ള ആരാധനാ സ്ഥാനം ഇവരുടെ ഇടയിൽ ഉണ്ടായിരുന്നില്ല. മണ്ണുകൊണ്ട് തറയുണ്ടാക്കി ഇതിന്മേൽ 4 തൂൺ കുത്തി നിർത്തി ഒടപ്പായ കൊണ്ട് മേഞ്ഞുണ്ടാക്കുന്ന ചെറിയ മാടമാണ് പതിയെന്ന് അറിയപ്പെട്ടിരുന്നത്.ഇതിന്റകത്ത് പ്രധാന ആരാധനാ മൂർത്തികളുടെ ആയുധങ്ങൾ, ഇരുമ്പ്, ഓട് എന്നീ ലോഹങ്ങൾ കൊണ്ട് നിർമ്മിച്ച് വച്ചിട്ടുണ്ടാകും. 'പതി' ഏതുസമയത്തും പൊളിച്ചുമാറ്റുമെന്നതിനാൽ ലളിതമായ നിർമ്മാണമായിരുന്നു ഇതിന്റെ പ്രത്യേകത. പതി നിർമ്മിച്ച് കഴിഞ്ഞാൽ ഗോത്രമൂപ്പന്മാർ തന്നെ പ്രതിഷ്ഠ നടത്തും. വിഗ്രഹങ്ങളെ ആരാധിക്കുകയോ, പ്രതിഷ്ഠിക്കുകയോ ചെയ്തിരുന്നില്ല. എന്നാൽ മരിച്ച പൂർവ്വികരുടെയും, മാൻ, പാമ്പ്, നായ, പുലി, കലമാൻ എന്നീ മൃഗങ്ങളുടെ ലോഹത്തിൽ നിർമ്മിച്ച രൂപങ്ങൾ ഇവരുടെ ആരാധനാ സ്ഥാനങ്ങളിൽ കാണുവാൻ സാധിക്കും.

പുനംകൃഷി അവസാനിച്ച് സ്ഥിരതാമസമായതിനോടുകൂടി ഓരോ ഇല്ലത്തിന്റേയും ആരാധനാകേന്ദ്രം സ്ഥിരമായി സംഘാംഗങ്ങൾ താമ സിക്കുന്നിടത്ത് സ്ഥാപിക്കപ്പെട്ടു. കണ്ണൂർ, കാസർഗോഡ് ജില്ല കളിലായി 150ൽ പരം ആരാധനാസ്ഥാനങ്ങൾ മലവേട്ടുവർക്കുണ്ട്. ചില ആരാധാനാ സ്ഥാനങ്ങൾ ക്ഷേത്രങ്ങളാക്കി മാറ്റി ബ്രാഹ്മണ പ്രതിഷ്ഠ നടത്തിയതായും കാണാവുന്നതാണ്.

ആരാധനാ മൂർത്തികൾ

നായാട്ടുമായി ബന്ധപ്പെട്ട നായാട്ടുദൈവങ്ങളും വനദേവതകളും, കൃഷിയുമായി ബന്ധപ്പെട്ട ഉർവരതാദേവതകൾ, മന്ത്രവാദവുമായി ബന്ധപ്പെട്ട മാന്ത്രിക ഉപരാസനാ മൂർത്തികൾ, മരിച്ച പൂർവ്വ

പതിയുടെ മുമ്പിൽ മാണിക്കൻ മൂപ്പൻ

ഉരുക്കന്മാർ എന്നീ വിഭാഗങ്ങളിലാണ് മലവേട്ടുവരുടെ പ്രധാന ആരാധനാ മൂർത്തികളെ ഉൾപ്പെടുത്താവുന്നത്. ആരാധനാ സമ്പ്രദായത്തിൽ പൂർവ്വികാരാധന, ദൈവികാരാധന, സർപ്പാരാധന, വിത്താരാധന എന്നിവയെല്ലാം ഉൾച്ചേർന്നിരിക്കുന്നതായി കാണാം.

കരിഞ്ചാമുണ്ഡിയാണ് ഇവരുടെ പ്രധാന ആരാധനാ ദേവത. കാപ്പാളത്തി, വീരൻദൈവം, മന്ത്രമൂർത്തി, കൊറത്തി, പഞ്ചുരുളി, കല്ലുരുട്ടി, കുടുംബദൈവം, പൊട്ടൻദൈവം, കരിവപ്പോതി, ഗുളികൻ, നാട്ടുപരദേവത, ഐവർകൂട്ടംദേവത, പടിഞ്ഞാറേ ചാമുണ്ഡി, കുമ്പോട്ടു ചാമുണ്ഡി, കൈക്കോളൻ ദൈവം, വട്ടകയത്ത് ചാമുണ്ഡി, കരിവത്തു ചാമുണ്ഡി, മേലേരിചാമുണ്ഡി എന്നീ തെയ്യക്കോലങ്ങൾ മലവേട്ടുവവരുടെ ആരാധനാ സ്ഥാനത്ത് കെട്ടിയാടിക്കുകയും ആരാധന നടത്തുന്നതായും കാണാം.

കണ്ണൂർ ജില്ലയിൽ കരിഞ്ചാമുണ്ഡിക്കു പുറമേ ഗുളികൻ, കൊറത്തി, നാട്ടുപരദേവത, വീരൻദൈവം, എന്നീ ദൈവക്കോലങ്ങളും കരിമണൽ ചാമുണ്ഡി, വീരഭദ്രസ്വാമി, തായ്പരദേവത എന്നീ തെയ്യക്കോലങ്ങ ളും കെട്ടിയാടിക്കുന്നു.

ഓരോ ഇല്ലത്തിനും ഒരു കുലദേവത ഉണ്ടാകും. ഈ ദേവതയായിരിക്കും ആരാധനാ സ്ഥാനത്തെ പ്രധാന ആരാധനാ മൂർത്തി. കരിഞ്ചാമുണ്ഡി എല്ലാ ആരാധനാ സ്ഥാനങ്ങളിലും കെട്ടിയാടിക്കണമെന്നത് നിർബന്ധമാണ്. ജന്മിത്വ കാലഘട്ടത്തിൽ വിഷ്ണുമൂർത്തിയും ഇവരുടെ ആരാധനാ സങ്കൽപ്പത്തിലേക്ക് കൂട്ടിച്ചേർക്കപ്പെടുകയും, വിഷ്ണു മൂർത്തിയെയും പ്രധാന ദേവനായി ഇവർ ആരാധിക്കുകയും ചെയ്യുന്നു. കണ്ണൂർ ജില്ലയിൽ വിഷ്ണുമൂർത്തിയെ ഇവർ ആരാധന

കുടുംബ ദൈവം

പഞ്ചുരുളി-കല്ലുരുട്ടി തെയ്യങ്ങൾ

സ്ഥാനത്ത് കെട്ടിയാടിക്കുന്നില്ല എന്ന പ്രത്യേകതയുമുണ്ട്.

മൂപ്പന്മാരാണ് ആരാധനാ സ്ഥാനത്തെ കർമ്മങ്ങൾക്ക് നേതൃത്വം നൽകുക. സഹായിക്കാൻ ചങ്ങാതിമാരും ഉണ്ടാകും. കൂടാതെ ഓരോ ദേവൻമാർക്കും ഓരോ പൂജാരിമാരും ഉണ്ടാകും. ഇവരെ 'കോമരം' എന്നാണ് പറയുക. ദൈവിക കർമ്മങ്ങൾക്ക് നിയോഗിക്കപ്പെട്ടുന്നവർ വ്രതിനഷ്ഠ പാലിക്കണമായിരുന്നു. 3 മുതൽ 7 ദിവസം വരെ മത്സ്യമാസാംദികൾ ഭക്ഷിക്കാൻ പാടില്ല. ആ കാലയളവിൽ ഭാര്യാ-ഭർതൃബന്ധം പാടില്ല. പുറത്തു നിന്ന് ഉണ്ടാക്കുന്ന ഒരു ഭക്ഷണവും കഴിക്കാൻ പാടില്ല. വീട്ടിൽ പ്രത്യേക മുറിയിൽ ആണ് കോമരങ്ങൾ താമസിക്കേണ്ടത്. പായ, വസ്ത്രം എന്നിവ പ്രത്യേകമായി ഉപയോഗിക്കണം.

വർതഷത്തിലൊരിക്കൽ പ്രധാനപ്പെട്ട ആരാധനാമൂർത്തികളെയും പൂർവ്വഗുരുക്കന്മാരെയും ആരാധനാ സ്ഥലത്ത് കെട്ടിയാടിക്കും. ഇതിന് 'കളിയാട്ടം' എന്ന് പറയും. മാവിലന്മാർക്കാണ് തെയ്യക്കോലങ്ങൾ കെട്ടിയാടാനുള്ള അവകാശം. കോഴിയറവ്, മേലേരി പ്രവേശനം, ഉളികൊത്ത് തുടങ്ങിയ സമ്പ്രദായങ്ങൾ കളിയാട്ടത്തിനോടനുബന്ധിച്ച് ഉണ്ടാകും. കളിയാട്ട ദിവസം ആരാധനാ സ്ഥലത്തെത്തുന്നവരെ വെറ്റ, അടയ്ക്ക എന്നിവ നൽകി മൂപ്പൻമാർ സ്വീകരിക്കും. കളിയാട്ടത്തിന്റെ ചെലവ് ഗോത്രത്തിലെ മുഴവൻ അംഗങ്ങളും വഹിക്കണം.

കളിയാട്ടത്തിനു പുറമെ, മേടം, വി.ഷു, കർക്കിടകം 18, തുലാം 10 മറ്റ് സംക്രമദിനങ്ങൾ, കാവേരിസംക്രമം എന്നിവയും പ്രധാന ആരാധനാ ദിനങ്ങളാണ്. നായാട്ട്, പുനംകൃഷി എന്നിവയ്ക്ക് മുൻപായി മൂപ്പന്റെ നേതൃത്വത്തിൽ ആരാധനാസ്ഥലത്ത് എല്ലാവരും ഒത്തുചേരുകയും

പൂർവ്വികരുടെയും ഗോത്രദൈവങ്ങളുടെയും അനുഗ്രഹം വാങ്ങുകയും ചെയ്യും. ഗോത്രത്തിൽ ആർക്കെങ്കിലും അസുഖം ഉണ്ടായാലും എല്ലാവരും ദേവസ്ഥാനത്ത് എത്തിച്ചേർന്ന് ദൈവങ്ങളോട് അപേക്ഷ പറയുന്ന സമ്പ്രദായവും ഉണ്ട്.

മലവേട്ടുവരുടെ ദൈവങ്ങളുടെ ഉല്പത്തിയെക്കുറിച്ച് ധാരാളം ഐതിഹ്യങ്ങൾ ഇവർക്കിടയിൽ ഉണ്ട്. ചില ഐതിഹ്യങ്ങൾ ചുവടെ ചേർക്കുന്നു.

കരിഞ്ചാമുണ്ഡി

കരിഞ്ചാമുണ്ഡിയെ മലവേട്ടുവരുടെ കുലദേവതയായി കരുതുന്നു. മലവേട്ടുവരുടെ എല്ലാ ദൈവസ്ഥാനങ്ങളിലും കരിഞ്ചാമുണ്ഡിയെ കെട്ടിയാടിക്കുന്നു.

അസുര നിഗ്രഹത്തിനായി ശിവന്റെ തൃക്കണ്ണിൽ നിന്നും പുറപ്പെട്ട ഒമ്പത് ദേവതമാരിൽ ഒന്നാണത്രേ കരിഞ്ചാമുണ്ഡി. ഈ ദേവതമാർ പായത്ത് ഒമ്പതാള് എന്നാണ് അറിയപ്പെടുന്നത്. അസുര നിഗ്രഹത്തിനു ശേഷം കണ്ണൂർ ജില്ലയിലെ കൊട്ടത്തലച്ചി മലയിൽ ദേവി പ്രത്യക്ഷപ്പെട്ടു എന്ന് വിശ്വസിക്കുന്നു. കരിഞ്ചാമുണ്ഡിയുടെ ആരൂഢസ്ഥാനം കൊട്ടത്തലച്ചിയാണെന്ന് കരുതുന്നു. പ്രസവ വേദനയുണ്ടായ അന്യമതത്തിൽ പെട്ട സ്ത്രീക്ക് വയറ്റാട്ടിയെ അന്വേഷിച്ച് പോകുമ്പോൾ വഴിയിൽ വെച്ച് കരിഞ്ചാമുണ്ഡിയെ കണ്ടത്രേ. സ്ത്രീ

കരിഞ്ചാമുണ്ഡി

വേഷം ധരിച്ച് കരിഞ്ചാമുണ്ഡി വയറ്റാട്ടിയായി പ്രസവം എടുക്കാൻ പോയി. ഗർഭിണിയുടെ വയറ് പിളർന്ന് കരിഞ്ചാമുണ്ഡി രക്തം കുടിച്ചു. ക്ഷുഭിതനായ ഭർത്താവ് ഉലക്ക കൊണ്ട് അടിച്ചതിനാൽ ദേവിയുടെ നട്ടുവിനും കൈക്കും പരിക്ക് പറ്റി. ക്ഷോഭിച്ച് കരിഞ്ചാമുണ്ഡി കൊട്ടത്തലച്ചി മലയിൽ നിന്നും അന്യമതസ്ഥർ താമസിക്കുന്ന സ്ഥലം നശിപ്പിക്കാൻ വലിയ കല്ലുരുട്ടി. എന്നാൽ പുളിങ്ങോത്തെ കുലദൈവമായ പൊട്ടൻ ദൈവം കല്ല് തടഞ്ഞുവച്ച് നാടിനെ സംരക്ഷിച്ചു എന്നാണ് ഐതിഹ്യം.

കോപം ശമിച്ച ദേവി വള്ളിക്കെട്ടിലിരുന്ന് വിശ്രമിക്കുമ്പോൾ മലവേട്ടുവ ഗോത്രത്തിലെ 'കാണിയറ' ഇല്ലത്തിലെ മൂപ്പൻ കാണുകയും ദേവിയുടെ ശക്തി ചൈതന്യം മനസ്സിലാക്കി ദീപം തെളിച്ച് ദേവിയെ തന്റെ പതിയിൽ കുടിയിരുത്തി എന്നുമാണ് വിശ്വാസം. അവിടെ നിന്ന് 7 ഇല്ലത്തിലെയും പതിയിലേക്ക് വലതുകാൽ വച്ച് ദേവി പ്രവേശിച്ചു. കൊട്ടത്തലച്ചി മലയിൽ കരിഞ്ചാമുണ്ഡിയെ ആരാധിക്കുന്ന ആരാധനാകേന്ദ്രം ഇപ്പോഴും ഉണ്ട്. അതിപ്രാചീന കാലത്ത് മലവേട്ടുവർ കരിഞ്ചാമുണ്ഡിയെ ആരാധിച്ചിരുന്ന കോട്ടഞ്ചേരി വനത്തിലെ ആരാധനാസ്ഥാനത്തിന്റെ അവശിഷ്ടം ഇപ്പോഴും കാണാവുന്നതാണ്.

കരിവത്ത് ചാമുണ്ഡി (കരിയത്ത് ചാമുണ്ഡി)

മലവേട്ടുവ ഗോത്രവ്യാപനവുമായി കരിഞ്ചാമുണ്ഡിയുടെ ഐതീഹ്യത്തിന് ബന്ധമുണ്ട്. ഗോത്രത്തിന് സംഭവിക്കുമായിരുന്ന വലിയൊരു നാശത്തിൽ നിന്നും കരിവത്ത് ചാമുണ്ഡി രക്ഷിക്കുകയും കിഴക്ക് ഭാഗത്തേക്ക് ഗോത്രാംഗങ്ങളെ നയിക്കുകയും ചെയ്തുവെന്നുമാണ് ഐതിഹ്യത്തിലെ സൂചന. അതിപ്രാചീന കാലത്ത് മലവേട്ടുവർ പനത്തടി, കള്ളാർ ഭാഗങ്ങളിലായിരുന്നു കേന്ദ്രീകരിച്ചിരുന്നത്. കള്ളാർ കരിവത്ത് കാവായിരുന്നു കരിവത്ത് ചാമുണ്ഡിയുടെ ആരൂഢസ്ഥാനം. ഇതിനു സമീപത്തായി പതി നിർമ്മിച്ച് മലവേട്ടുവർ കരിവത്ത് ചാമുണ്ഡിയെ ആരാധിച്ചിരുന്നു. മലവേട്ടുവർ സംഘമായി താമസിക്കുന്നതിന്റെയടുത്ത് തന്നെ തീയ്യവിഭാഗത്തിൽപെടുന്നവരും താമസിച്ചിരുന്നു. ഈ രണ്ട് വിഭാഗം ഒന്നുചേർന്നായിരുന്നു നായാട്ട് നടത്തിയിരുന്നത്. നായാടി ലഭിക്കുന്ന മാസം ഇവർ തുല്യമായി വീതിച്ചെടുത്തിരുന്നു. ഒരു ദിവസം തീയ്യവിഭാഗത്തിൽ പെട്ടവർ ഗോത്രാംഗങ്ങളെ കൂട്ടാതെ ഒറ്റയ്ക്ക് നായാട്ടിനുപോയി. അന്ന് അവർക്ക് ഇറച്ചി ഒന്നും തന്നെ ലഭിച്ചില്ല. കാട്ടിൽ നിന്ന് തിരികെ വരുമ്പോൾ

പ്രാചീന കാലത്തെ മൂപ്പൻമാർ വള്ളികെട്ടിൻമേൽ വച്ച കരിവത്തുചാമുണ്ഡിയുടെ ആയുധം വള്ളികെട്ട് വളർന്ന് വൃക്ഷമായപ്പോൾ വൃക്ഷത്തിന്റെ മുകളിൽ

കണ്ട ഒരു കുറുക്കനെ അവർ പിടികൂടുകയും അതിന്റെ എല്ലിൻകഷ്ണം വാറ്റ് സാധനത്തോടൊപ്പം ഇട്ട് മദ്യം വാറ്റിയെടുക്കുകയും ചെയ്തു. മദ്യം കഴിക്കാനായി എത്തിയ മൂപ്പന്മാർക്ക് ഈ മദ്യം നൽകി. ചാമുണ്ഡിയുടെ അനുഗ്രഹത്താലാണത്രേ മദ്യത്തിന് രുചിഭേദമൊന്നും മൂപ്പന്മാർക്ക് തോന്നിയില്ല. മദ്യം കുടിച്ചശേഷം തിയ്യർ ചോദിച്ചു. 'എങ്ങനെയുണ്ട് റാക്ക്' (റാക്ക്- മദ്യം). 'നല്ല റാക്ക്' എന്ന് മൂപ്പന്മാർ മറുപടി നൽകി. മൂപ്പന്മാർ അവിടെ നിന്ന് ഇറങ്ങിയ സമയത്ത് തിയ്യർ വീണ്ടും പരിഹാസ രൂപേണ ഇങ്ങനെ പറഞ്ഞത്രേ. 'വേട്ടുവർക്ക് കുറുക്കന്റെ എല്ല് ഇട്ട് വാറ്റിയ റാക്കും നല്ലതു തന്നെ' അപ്പോഴാണ് തങ്ങൾ കബളിക്കപ്പെട്ട വിവരം മൂപ്പന്മാർ തിരിച്ചറിഞ്ഞത്. അപമാന ഭാരത്താലും, ദുഃഖത്താലും മൂപ്പന്മാർ ആകെ ആശയക്കുഴപ്പത്തിലായി. ഇതിന് പകരമായി എന്തെങ്കിലും ചെയ്യണമെന്ന് മൂപ്പന്മാർ തീരുമാനിച്ചു. വേറൊരു ദിവസം തീയ്യൻമാരെക്കൂടാതെ മലവേട്ടുവർ ഒറ്റയ്ക്കു നായാട്ടിനു പോയി. അന്നും ഇറച്ചി ഒന്നും ലഭിച്ചില്ല. ഇവരും ഒരു കുറുക്കനെ പിടികൂടി മുറിച്ച് കാട്ടിറച്ചി എന്ന് വ്യാജേന തിയ്യന്മാർക്ക് നൽകി. പിറ്റേദിവസം മൂപ്പന്മാർ മദ്യം കഴിക്കാൻ പോയപ്പോൾ തിയ്യനോട് ഇന്നലത്തെ ഇറച്ചിയുടെ കാര്യം അന്വേഷിച്ചു. 'നല്ല ഇറച്ചി' എന്ന് തിയ്യർ മറുപടി നൽകി. 'കുറുക്കന്റെ ഇറച്ചിയും നല്ലതു

തന്നെ' എന്ന് മൂപ്പന്മാർ പറഞ്ഞത്രേ. തങ്ങളോടു പ്രതികാരം ചെയ്ത മലവേട്ടുവ ഗോത്രത്തെ ഒന്നടങ്കം നശിപ്പിക്കണമെന്ന് തിയ്യർ സംഘം ചേർന്ന് തീരുമാനിച്ചു. പാതിരാത്രിയിൽ എല്ലാവരും ഉറങ്ങുന്ന സമയത്ത് ഗോത്രകുടിലുകൾക്ക് തീയിട്ട് ഒന്നടങ്കം ഇല്ലായ്മ ചെയ്യാനാണ് തീരുമാനിച്ചത്. ഇതൊന്നും അറിയാതെ രാപ്പകൽ അദ്ധ്വാനിച്ച ക്ഷീണത്തിൽ ഗോത്രാംഗങ്ങൾ ഉറങ്ങിപ്പോയി. പാതിരാത്രിയിൽ പതിയിൽ നിന്നും തിരുവായുധം കലുങ്ങുന്ന ഹുങ്കാര ശബ്ദം കേട്ട് എല്ലാവരും ഞെട്ടിയുണർന്നു. ഓടി എത്തിയവർ കണ്ട കാഴ്ച അത്ഭുതകരമായിരുന്നു. കരിവത്തു ചാമുണ്ഡിയുടെ തിരുവായുധം പതിയിൽ നിന്ന് എഴുന്നേറ്റ് നിന്ന് ശക്തിയായി കലുങ്ങുന്ന കാഴ്ച കണ്ട് ഭക്തി പുരസ്സരം ഗോത്രാംഗങ്ങൾ കൈകൂപ്പി നിന്നു. പെട്ടെന്ന് ഒരു അശരീരി ഉയർന്നു കേട്ടു. 'ഒരു വലിയ ആപത്ത് നിങ്ങൾക്ക് ഉണ്ടാകാൻ പോകുന്നു. അതിൽ നിന്ന് രക്ഷനേടാൻ എന്റ ഈ തിരുവായുധം എടുത്ത് കുഞ്ഞുകുട്ടിപരിവാരങ്ങളടക്കം കിഴക്കോട്ട് സഞ്ചരിക്കുക. സഞ്ചരിക്കുമ്പോൾ പന്തമോ, ചൂട്ടോ കത്തിക്കരുത്.' ചാമുണ്ഡിയുടെ ആജ്ഞ അനുസരിച്ച് തിരവായുധം എടുത്ത് മൂപ്പന്മാർ മുന്നിലും ഗോത്രാംഗങ്ങൾ പിന്നിലുമായി യാത്ര തുടങ്ങി. തിരുവായുധത്തിൽ നിന്നും ഒരു അഭൗമപ്രകാശം പുറപ്പെടുകയും ആ പ്രകാശത്തിൽ അവർക്ക് വഴികാട്ടുകയും ചെയ്തു.

നേരം പുലർന്നപ്പോൾ അപകടസ്ഥലത്തു നിന്നും വളരെ ദൂരെ എത്തിച്ചേർന്ന ഇവർ അല്പം വിശ്രമിച്ചിട്ട് യാത്രതുടരാം എന്ന് തീരുമാനിക്കുകയും ചാമുണ്ടിയുടെ തിരുവായുധം ഒരു വള്ളിക്കെട്ടിന്മേൽ വച്ച് മരച്ചുവട്ടിൽ വിശ്രമിക്കുകയും ചെയ്തു. വീണ്ടും യാത്ര പുറപ്പെടാൻ ഒരുങ്ങി ചാമുണ്ഡിയുടെ ആയുധം വള്ളിക്കെട്ടിൽ നിന്നും എടുക്കാൻ ശ്രമിച്ചപ്പോൾ ആയുധം ഉയർത്താൻ കഴിയാതെ മൂപ്പന്മാർ വിഷമിച്ചു. ആയുധം വള്ളിയിൽ ഉറച്ചുകഴിഞ്ഞിരുന്നു. പരിശ്രമം എല്ലാം പരാജയപ്പെട്ടപ്പോൾ ആയുധം അവിടെ വച്ച് മൂപ്പന്മാർ ദുഃഖത്തോടെ യാത്ര തുടർന്നു. വലിയ അപകടത്തിൽ നിന്നും തങ്ങളെ രക്ഷിച്ച് ഇവിടെ വരെ എത്തിച്ച ദേവി തുടർന്നുള്ള യാത്രയിൽ കൂടെയില്ലാത്തതിനാൽ വിഷമിച്ച് ഗോത്രാംഗങ്ങൾ യാത്ര തുടരുകയും കിഴക്കൻ മലഭാഗത്ത് എത്തിച്ചേരുകയും ചെയ്തു.

അന്നു രാത്രിയിൽ ദേവി മൂപ്പന്മാർക്ക് സ്വപ്നദർശനം നൽകി ഇപ്രകാരം അരുൾ ചെയ്തു. 'എന്റെ തിരുവായുധം വച്ച സ്ഥാനത്ത് ഞാൻ ആരൂഢമുറപ്പിച്ചിരിക്കുന്നു. അവിടെ ദണ്ഡിയാങ്ങാനത്ത് ഭാഗവതിയുടെ കൂടെ എല്ലാവർഷവും എന്നെയും കെട്ടിയാടിക്കും.

പൂർവ്വ ഗുരുക്കൻമാരെ 'പന്തിക്കൽ' ചടങ്ങ്

എല്ലാ സംക്രമദിനത്തിലും നിങ്ങൾ എനിക്കുള്ള പൂജാദികാര്യങ്ങൾ അവിടെ ചെയ്യണം'. പ്ലാച്ചിക്കര ദഢണ്ഡിയങ്ങാനത്ത് ഭഗവതി. ക്ഷേത്രത്തിനടുത്തുള്ള മരത്തിന്റെ മുകളിൽ പ്രാചീനകാലത്ത് മൂപ്പന്മാർ വച്ച ചാമുണ്ഡിയുടെ തിരുവായുധം ഇപ്പോഴും കാണാം. അവിടെ എല്ലാവർഷവും കളിയാട്ട ദിവസം ഭഗവതിയോടൊപ്പം കരിവത്തുചാമുണ്ഡിയേയും കെട്ടിയാടിക്കുന്നു. എല്ലാ സംക്രമദിനത്തിലും മലവേട്ടുവ ഗോത്രത്തിലെ പിറ്റക്കാടൻ, മുതിനാത്താൻ ഇല്ലത്തിലെ മൂപ്പന്മാർ ഇവിടെയെത്തി സംക്രമപൂജകൾ ചെയ്യുന്നു. അവിടെ നിന്ന് ഗോത്രത്തിലെ മറ്റ് ആരാധനാസ്ഥലങ്ങളിലേക്ക് ചാമുണ്ഡി എത്തുകയും ചെയ്യു. കരിവത്തുചാമുണ്ഡി, കരിയത്തു ചാമുണ്ഡി എന്നീ പേരുകളിലും അറി യപ്പെടുന്നു. ചാമുണ്ഡിയുടെ തിരുവായുധം കൊണ്ട് യാത്രചെയ്തു പിറ്റക്കാടൻ, മുതിനത്താൻ ഇല്ലത്തിലെ മൂപ്പന്മാരാണത്രേ.

പൂർവ്വികാരാധന

ഗോത്രദൈവങ്ങളുടെ മുഖ്യ ആരാധനാസ്ഥാനമായ പതിയോട് ചേർന്നു തന്നെ മരിച്ച പൂർവ്വഗുരുക്കന്മാരെ പ്രതിഷ്ഠിച്ച പതിയും കാണാം. ഒരാൾ മരിച്ച് 3 വർഷത്തിന് ശേഷം മരിച്ചയാളെ ദൈവ സങ്കല്പമായി കോലം കെട്ടിയാടുന്നു. ഇതിനെ അണങ്ങ് കെട്ടൽ എന്നുപറയും. അണങ്ങ് കെട്ടി കുടിയാക്കി കഴിഞ്ഞാൽ ഇയാളും പൂർവ്വികാരാധനയുടെ ഭാഗമായി മാറും. കത്തിയും വടിയുമാണ് ആയുധമായി പതിയിൽ പ്രതിഷ്ഠിക്കുക. ലോഹംകൊണ്ടുള്ള ആൾരൂപങ്ങളുംപതിയിൽ കാണാം. പൂർവ്വികരെ പ്രതിഷ്ഠിച്ച സ്ഥാനം 'കുളിപ്പതി' എന്നാണ് അറിയപ്പെടുന്നത്.

എല്ലാ വിശേഷ ആഘോഷങ്ങൾക്കും ചടങ്ങുകൾക്കും മുൻപ് പൂർവ്വികർക്ക് വെച്ച് വിളമ്പി ആരാധന നടത്തി അനുവാദം വാങ്ങിയശേഷമേ മറ്റ് ചടങ്ങുകൾ നടത്താൻ പാടുള്ളൂവെന്നാണ് നിയമം.

മരിച്ച പ്രധാന പൂർവ്വികരുടെ എണ്ണത്തനനുസരിച്ച് കൊടിയില വച്ച് അതിൽ അവൽ, മലർ, തേങ്ങ എന്നിവ നിവേദിക്കണം. മദ്യവും ചെറിയ ഇലയിൽ തൊട്ട് വയ്ക്കുകയും ചെയ്യും. ഈ ഇലയിൽ തന്നെ തിരികത്തിച്ച് വയ്ക്കും. മൂപ്പന്മാരും ഗോത്രാംഗങ്ങളും ഒന്നിച്ച് ചേർന്ന് കൈകൾ രണ്ടും വീശി വന്ദിക്കുന്നു. മൂപ്പൻ ഉദ്ദിഷ്ടകാര്യം പറയുന്നു. 'അന്തിപ്പെട്ട് പോയ ഗുരുകാരണവന്മാർക്കാണ് ഈടെ വെച്ച് വിളമ്പിയത്. നിങ്കടെ കാലത്ത് പൂവിന് പൂവും, നെല്ലിന് നെല്ലും വച്ച് വന്ദിച്ചിട്ടുണ്ട്. നാങ്കക്ക് പൂവുക്ക് പകരം ഇതളേ വയ്ക്കാൻ പറ്റിയില്ലും, വെച്ച് വിളമ്പിയത് കണ്ടിലഎന്ന് വരുത്തരുത്. നമ്മടെ കാര്യം ഭംഗിയായി മോളിക്കുട്ടിത്തരുവാൻ ഗുരുകാരണവന്മാർ കൂടെയുണ്ടാകണം.' എന്ന് പറഞ്ഞ് മൂപ്പൻ കത്തിച്ചുവെച്ച തിരി എടുത്ത് കിഴക്കോട്ട് ഇടും. തിരി നേരെ കിഴക്കോട്ടാണ് വീണതെങ്കിൽ ശുഭലക്ഷമമായി കരുതും. ശുഭലക്ഷണമല്ലെങ്കിൽ പൂർവ്വികരുടെ പ്രീതിക്കായി പ്രായശ്ചിത്തം ചെയ്ത് ശുഭലക്ഷണമാകുന്നതുവരെ തിരിയിടും. ഇതിന് 'കുളിക്ക് പന്തിക്കൽ' എന്ന് പറയും.

കളിയാട്ട ദിവസം ഗോത്രത്തിലെ മരിച്ചുപോയ പ്രധാന മൂപ്പനെ തെയ്യക്കോലമായി കെട്ടിയാടിക്കുകയും ചെയ്യും.

അന്നപൂജ

കുറത്തിയെ അന്നം നൽകുന്ന മാതാവായി മലവേട്ടുവർ ആരാധിക്കുന്നു. കമകുറത്തി, മായാളുകൊളുത്തി, പിരിഷാടി കുറത്തി, മലങ്കുറത്തി തുടങ്ങിയവയാണ് കുറത്തി സങ്കൽപ്പത്തിലുള്ള ദേവതമാർ.

ഭക്ഷണം പാകം ചെയ്യുന്നതിനു മുമ്പായി ഒരുപിടി അരി വാരിയെടുത്ത് കുറത്തി സങ്കല്പത്തിൽ ഒരു പാത്രത്തിൽ നിക്ഷേപിക്കും.

കുറത്തി പൂജ

വർഷാവസാനം കളിയാട്ട ദിവസം ഈ അരി കുറത്തിക്ക് നൽകുക യാണ് പതിവ്.

വിശേഷാൽ അവസരങ്ങളിൽ ഭക്ഷണം പാകം ചെയ്യുന്നതിനു മുൻപും ശേഷവും കുറത്തിയെ ആരാധിക്കുന്നത് കാണാം. ഭക്ഷണം പാകം ചെയ്യുന്നതിനു മുമ്പ് അടുക്കളയിൽ അടുപ്പിന്റെ ഭാഗത്ത് ഒരു കൊടിയിലയിൽ അരിയും, തേങ്ങയും, വെറ്റ, അടയ്ക്ക എന്നിവ മുതിർച്ച നടത്തി കൊടിയിലയിൽ ദീപം കത്തിച്ചു വയ്ക്കും. ഭക്ഷണം പാകം ചെയ്തുകഴിഞ്ഞ് പന്തിയിൽ വിതരണം ചെയ്യുന്നതിനു മുൻപായി എല്ലാ വിഭവങ്ങളും പാകം ചെയ്ത പാത്രമടക്കം ഒന്നിച്ച് കൊണ്ടുവയ്ക്കും. അതിനുശേഷം വലിയ കൊട്ടയിൽ മുഴുവൻ ചോറും എടുത്ത് വെച്ച് അതിനുമേലെ 5 കൊടിയിലയിൽ ചോറും കറികളും കോരിയ ശേഷം തിരി കത്തിച്ച് വച്ച് ചോറിന് ഹോമം നടത്തും. (തിരി ഉപയോഗിച്ച് ആരതി ഉഴിയൽ) ആ തിരി കിഴക്കോട്ട് ഇടും. ഇങ്ങനെ മൂന്ന് തവണ ഹോമം നടത്തും. അതിനുശേഷമേ ഭക്ഷണ വിഭവങ്ങൾ വിളമ്പി നൽകാറുള്ളൂ. ഗൃഹപ്രവേശം, വിവാഹം, ഉത്സവം തുടങ്ങിയ വിശേഷാവസരങ്ങളിൽ ഈ രീതിയിൽ അന്നത്തെ പൂജിച്ച് ശേഷമേ ഭക്ഷണം വിതരണം ചെയ്യുകയുള്ളൂ.

ആരാധനയുമായി ബന്ധപ്പെട്ട അനുഷ്ഠാനങ്ങൾ

ആരാധനയുമായി ബന്ധപ്പെട്ടേ, ആരാധനയായി നടത്തുന്നതു മായ ചില അനുഷ്ഠാനങ്ങളാണ് ക്ലളികൊത്ത്, മേലേരി തീണ്ടൽ, വടക്കം വാതിൽ തുടങ്ങിയവ. ക്ലളികൊത്ത്, മേലേരി തീണ്ടൽ എന്നിവ കളിയാട്ട സമയത്താണ് നടത്തപ്പെടാറുള്ളത്. വടക്കംവാതിൽ മൂന്നുവർഷത്തിലൊരിക്കൽ ദൈവികപ്രീതിക്കായി നടത്തുന്ന ചടങ്ങാണ്.

ക്ലളികൊത്ത്

ആരാധനയുമായി ബന്ധപ്പെട്ട് നടക്കുന്ന ഒരു സ്വയം പീഢന കാര്യമാണ് ക്ലളികൊത്ത്. ചൂരൽകൊണ്ട് പുറത്തടിക്കൽ, ഉരുണ്ട വടികൊണ്ട് തലയ്ക്കടിക്കൽ തുടങ്ങിയവ. ഭക്തിയും, ശരീരവും ഒന്നായ അബോധമായ മണ്ഡലത്തിലാണ് ഈ പ്രക്രിയ നടക്കുന്നത്. തീക്ഷ്ണമായ ഭക്തിയാവേശത്തോടുകൂടി തെയ്യങ്ങളുടെ ആയുധമെടുത്ത് നെഞ്ചിൽ ആഞ്ഞ് വെട്ടുന്ന സമ്പ്രദായമാണ് ക്ലളികൊത്തൽ. രൗദ്രഭാവമുള്ള മാന്ത്രിക ഉപാസന മൂർത്തികളുടെ കെട്ടിയാടലിന്റെ മൂർധന്യഘട്ടത്തിലാണ് ക്ലളികൊത്തൽ നടക്കാറുള്ളത്.

വടക്കംവാതിലിന് മേലേരികൂട്ടാൻ വിറകുമായുള്ള ഘോഷയാത്ര

തെയ്യം ഉറഞ്ഞാടുന്ന സമയത്ത് കാഴ്ചക്കാരിൽ ആർക്കെങ്കിലും വെളിച്ചപ്പാട് ഉണ്ടാകുകയും അയാൾ തെയ്യത്തിന്റെ ആയുധമെടുത്ത് മുതിർച്ച നടത്തിയ മണ്ഡപത്തിനു ചുറ്റും മൂന്നുപ്രാവശ്യം പ്രദക്ഷിണം വച്ച് നെഞ്ചിൽ ആയുധം കൊണ്ട് ശക്തിയായി കൊത്തുന്നു. മലവേട്ടുവരുടെ എല്ലാ കളിയാട്ട സ്ഥാനത്തും ഈ അനുഷ്ഠാനം കാണാവുന്നതാണ്. വീരൻദൈവം, മന്ത്രമൂർത്തി, പഞ്ചുരുളി, കല്ലുരുട്ടി, കുടുംബദൈവം എന്നീ തെയ്യക്കോലങ്ങൾ അരങ്ങിലെത്തുമ്പോഴാണ് ളുളികൊത്ത് സാധാരണ ഉണ്ടാകാറുള്ളത്. മന്ത്രമൂർത്തി പുറപ്പെട്ടുമ്പോൾ വെളിച്ചപ്പാടുകാർ മേലേരിയിൽ (അഗ്നി) പ്രവേശിക്കുന്നതും കാണാം. കല്ലുരുട്ടി തെയ്യത്തിന് ചൂരൽ കൊണ്ടുള്ള സ്വയം പീഢന കർമ്മമാണ് നടത്താറുള്ളത്.

വടക്കംവാതിൽ

ഗോത്രസംരക്ഷണത്തിനും, രോഗപീഢകളിൽ നിന്നുള്ള മോചനത്തിനുമായി 3 വർഷത്തിലൊരിക്കൽ നടത്തുന്ന അനുഷ്ഠാനമാണ് വടക്കംവാതിൽ. വലിയ അഗ്നികുണ്ഡമുണ്ടാക്കി (മേലേരി) കുലദേവതയുടെ ആയുധമെടുത്ത് വെളിച്ചപ്പാട് അഗ്നിയിൽ പ്രവേശിക്കുന്നതാണ് ഈ ചടങ്ങ്. മേലേരിക്ക് വിറക് ശേഖരിക്കലും മറ്റും മാസങ്ങൾക്ക് മുൻപ് തന്നെ നടക്കും. ഇതിനു മുന്നോടിയായി 'നാൾമരംമുറിക്കൽ' ചടങ്ങ് നടത്തും. ഗോത്രത്തിലെ മുഴുവൻ വാല്യക്കാരും മേലേരിയിൽ പ്രവേശിക്കണം. ഇത് അഗ്നിആരാധനയായി കരുതുന്നു.

നിത്യജീവിതത്തിന്റെ എല്ലാ തലങ്ങളിലും ദൈവികാരാധന യുടെ സ്വാധീനം മലവേട്ടുവരുടെ ഇടയിൽ കാണാം. ഇത്രയധികം ആരാധനാ സ്ഥാനമുള്ള മറ്റൊരു ആദിവാസി വിഭാഗം കേരളത്തിൽ വേറെയുണ്ടാകാനിടയില്ല. കണ്ണൂർ കാസർഗോഡ് ജില്ലകളിലായി 150 ൽപരം ആരാധനാസ്ഥാനങ്ങൾ മലവേട്ടുവവിഭാഗത്തിലുണ്ട്. പല ആരാധനാസ്ഥാനങ്ങളും വേണ്ട സംരക്ഷണം ലഭിക്കാതെ നാശോ ന്മുഖമായി കൊണ്ടിരിക്കുകയാണ്. ആദിവാസികളുടെ സംസ്കാരം സംരക്ഷിക്കേണ്ട ക്ഷേമ വകുപ്പ് ഇവരുടെ ആരാധനാലയങ്ങളുടെ സംരക്ഷണത്തിനോ, പ്രാചീനമായ ആരാധനാ സംസ്കാരത്തിന്റെ സംരക്ഷണത്തിനോ ശ്രമിക്കാത്തത് വളരെ ദുഃഖകരമാണ്.

ഗോത്ര ആഘോഷങ്ങൾ

പുനംകൃഷിയുമായ് ബന്ധപ്പെട്ട തനതായ ആഘോഷങ്ങൾ എല്ലാ ഗോത്രങ്ങളിലും കാണാൻ സാധിക്കും. തുലാം-10, പുത്തരിയായും, വൃശ്ചികം 1 വൈപുത്തരിയായും മലവേട്ടുവർ ആഘോഷിക്കുന്നു. ഈ ദിനങ്ങളിൽ കൊയ്ത നെല്ല് ഉപയോഗിച്ച് വിഭവങ്ങൾ തയ്യാറാക്കി വീട്ടുകാർ ഒന്നടങ്കം ആഘോഷങ്ങളിൽ പങ്കുചേരുന്നു. മലവേട്ടുവരുടെ ദേവസ്ഥാനമായ പതികളിലും ഈ ദിനത്തിൽ വിശേഷ ചടങ്ങുകൾ സംഘടിപ്പിക്കുന്നു.

വാവുകളുമായി ബന്ധപ്പെട്ട ആഘോഷങ്ങളും ഗോത്രത്തിൽ പ്രധാനമാണ്. കർക്കിടകവാവ്, തുലാംവാവ്, കുംഭത്തിലെ വാവ് ഇവർ പ്രധാനമായും ആചരിച്ചുവരുന്നു. എന്നാൽ ബലിതർപ്പണ ചടങ്ങുകൾ മലവേട്ടുവരുടെ ഇടയിൽ ഇല്ല. പകരം വാവിന് കുടുംബനാഥൻ വ്രതമെടുത്ത് പൂർവ്വികർക്ക് വച്ച് കൊടുക്കൽ ചടങ്ങ് നടത്തുന്നു. പ്രത്യേക സദ്യയും ഉണ്ടാകും.

പ്രകൃതി ശക്തികളെ ആരാധിച്ചിരുന്നതിന്റെ ഭാഗമായി ഗോത്രത്തിൽ നിലനിൽക്കുന്ന ആഘോഷമാണ് 'ഏർപ്പ്'. മകരം 28ന് ഈ ആഘോഷം നടത്തുന്നത്. കാറ്റ്, ഭൂമി എന്നീ ശക്തികളെ ഏർപ്പ് ദിനത്തിൽ സന്തോഷിപ്പിക്കുന്നു. പുനത്തിൽ കൃഷി ചെയ്ത തുവര ഉപയോഗിച്ച് പായസം പോലുള്ള വിഭവം തയ്യാറാക്കി കാറ്റിനു വച്ചു കൊടുക്കുന്നു. ഇതിലൂടെ കൊടുങ്കാറ്റ്, പേമാരി തുടങ്ങിയ പ്രകൃതി ദുരന്തങ്ങളിൽനിന്നും രക്ഷ ലഭിക്കുമെന്നും സമ്പൽ സമൃദ്ധിയുണ്ടാകുമെന്നും

മലവേട്ടുവർ വിശ്വസിക്കുന്നു. ഈ ദിനത്തിൽ വൈകുന്നേരം 'അമ്മാച്ചൻ ബിരുന്ത്' എന്ന ചടങ്ങും നടത്തിവരുന്നു. ഭാര്യയുടെ ഗൃഹത്തിലേക്ക് മദ്യം, അരി, തുവര എന്നിവയുമായി ഭർത്താവ് വിരുന്ന് പോകുന്ന ചടങ്ങാണ് ഇത്. വിഷു, ഓണം എന്നിവയും പ്രധാനമായും ആഘോഷിച്ചുവരുന്നു.

ഗോത്രവിജ്ഞാനം

ജീവിതത്തിന് ആവശ്യമുള്ളത് എന്തായിരുന്നുവോ അതായിരുന്നു ഗോത്രവിജ്ഞാനത്തിന്റെ അടിത്തറ. പാട്ടുകൾ, ചികിത്സ, മന്ത്രവാദം, ജ്യോതിഷം എന്നിവയിൽ ജ്ഞാനമുള്ളവരെയാണ് 'പഠിപ്പുള്ളവർ' എന്ന് ഗോത്രജനത വിശേഷിപ്പിക്കാറുള്ളത്. ഈ വിജ്ഞാനം കൈമാറാനുള്ള ഉപാധിയായി സ്വീകരിച്ചിരുന്നത് വാമൊഴിയായിരുന്നു. അതിനാൽ ഗോത്രജനതയുടെ വാമൊഴി സംസ്കാരമെന്നത് അറിവുകളുടെ അക്ഷയ ഖനികളായിരുന്നു.

കല

അക്ഷരജ്ഞാനം ലഭ്യമല്ലാതിരുന്ന ഒരു കാലഘട്ടത്തിൽ തങ്ങളുടെ അനുഭവങ്ങളും സങ്കല്പങ്ങളും ധാരണകളും, പാട്ടുകളിലൂടെയും അവയ്ക്കുചേർന്ന ശരീരചലനങ്ങളിലൂടെയുമാണ് ആദിമ മനുഷ്യർ പ്രകാശിപ്പിച്ചിരുന്നത്. ഇതായിരുന്നു ഗോത്രകലകളുടെ വികാസഘട്ടത്തിലെ അടിത്തറ. തങ്ങൾ നേടിയ വിജ്ഞാനം സൂക്ഷിച്ചുവെക്കാനും കൈമാറാനും കലയെ പ്രയോജനപ്പെടുത്തി. ആദിവാസി കലകളെക്കുറിച്ചുള്ള പഠനം സമൂഹവികാസത്തിന്റെ വിവിധ ഘട്ടങ്ങളെ വെളിപ്പെടുത്തുവാൻ ഉപകരിക്കുന്നതാണെന്ന് പല നരവംശ പണ്ഡിതരും അഭിപ്രായപ്പെടുന്നു.

മലവേട്ടുവ സമുദായത്തിന്റെ തനതുകലകളായ മംഗലംകളിയും, മരമിടൻ കളിയും അനുഷ്ഠാന കലയെന്നതിലുപരിയായി പ്രാചീനകാലത്തെ സാമൂഹ്യസ്ഥിതിയും ഇവർ നേടിയ വൈജ്ഞാനികാംശവും വെളിപ്പെടുത്തുന്നവയാണ്.

മംഗലം കളി

മലവേട്ടുവർ വിവാഹസമയത്ത്ു നടത്തുന്ന അനുഷ്ഠാന കലയാണ് മംഗലം കളി. വിവാഹത്തിനു തലേദിവസം മുതൽ പിറ്റേദിവസം വരെ മംഗലം കളിയുണ്ടാകും. മണിക്കൂറുകളോളം നീണ്ടുനിൽക്കുന്ന താണ് മംഗലംകളിയിലെ ഓരോ പാട്ടുകളും. മംഗലം കളി തുടങ്ങുന്ന തിനു മുമ്പ് പ്രത്യക ചടങ്ങുകളുണ്ട്. (വിവാഹം എന്ന അധ്യായത്തിൽ വിവരിച്ചത് ശ്രദ്ധിക്കുക) വധുവിന്റേയും, വരന്റേയും സംഘാംഗങ്ങ ളായ സ്ത്രീകളാണ് കളിയിൽ പങ്കെടുക്കുക. പുരുഷന്മാർ തുടിമുട്ടി പാട്ട് പാടി വട്ടത്തിൽ സ്ത്രീകളെ അനുഗമിക്കുന്നത് കാണാം. കുട്ടികൾ മുതൽ മുതിർന്നവർ വരെ ഒരേ സമയം ഈ കലയിൽ പങ്കെടുക്കും. ഭൂമിവന്ദനത്തോടുകൂടി ആരംഭിക്കുന്ന മംഗലം കളി കുന്തേൻപാട്ടോ ടുകൂടി അവസാനിക്കും. മന്ദതാളത്തിലുള്ള ചുവടുകളോടുകൂടി ആരംഭി ക്കുകയും ക്രമാനുഗതമായി ശീഘ്രതാളത്തിലേക്ക് പ്രവേശിക്കുന്നതും കാണാം. 'ഇയ്യാ, ഇയ്യാ ഇയ്യ്തൈ' എന്ന വായ്ത്താരി കളിയുടെ ഇടയ്ക്ക് സ്ത്രീകൾ സംഘമായി ചൊല്ലുന്നതും കേൾക്കാം. കുന്തേൻപാട്ട് സമയത്ത് കൈകൾരണ്ടും മുട്ടിച്ച് ശബ്ദമുണ്ടാക്കി രണ്ട് കൈയ്യും പുറത്തടിക്കുന്നതോടൊപ്പം കാലുകൾ വട്ടത്തിൽ ചുവടുവെക്കുന്നതും കാണാം. കലയുടെ പൂർണ്ണ ലയനഘട്ടമായ ഈ സന്ദർഭത്തിൽ കാണികൾക്കും ആവേശം വാനോളം ഉണ്ടാകുകയും ഇതിൽ ലയിച്ച് ആടാനും തോന്നും. പ്രധാനമായും 7 പാട്ടുകളാണ് മംഗലം കളിക്ക്

മംഗലംകളി

ഉപയോഗിക്കുന്നത്. ഭൂമിവന്ദനം, പന്തൽപാട്ട്, പന്തൽ പൊലി പാട്ട്, കേടേൻപാട്ട്, ചാളപ്പാട്ട്, പുരുളിപ്പാട്ട്, കുന്തേൻപാട്ട്, ഇതു കൂടാതെ ആദിപ്പാട്ട് (ഉല്പത്തിപാട്ട്), തുടിപ്പാട്ട് (തുടി നിർമ്മിക്കുന്ന തുമായി ബന്ധപ്പെട്ട പാട്ട്) വാലിപ്പാട്ട്, ഞണ്ട് പാട്ട്, ആചാരപ്പാട്ട് തുടങ്ങിയവയും ഉപയോഗിക്കും. മംഗലംകളിക്ക് മേൽ സൂചിപ്പിച്ച 7 പാട്ടുകൾ ക്രമമായി പാടണമെന്നത് നിർബന്ധമായിരുന്നു. വിവാഹവുമായി ബന്ധപ്പെട്ട ചടങ്ങുകൾ, വിവാഹത്തിനു കൊണ്ടുവരേണ്ട സാമഗ്രികൾ, സസ്യജന്തുജാലങ്ങൾ, വിവിധപുരാവൃത്തങ്ങൾ, ആചാരങ്ങൾ, അന്നത്തെ സാമൂഹ്യസ്ഥിതി മുതലായവ ഈ പാട്ടുകളിൽ നിന്നും ഗ്രഹിക്കുവാൻ സാധിക്കും. മംഗലംകളിക്ക് ഉപയോഗിക്കുന്ന വാദ്യോപകരണം തുടിയാണ്. തുടി രണ്ട് ഇനം ഉണ്ട്. കന്ന് തുടിയും പെരും തുടിയും. ചെറിയ തുടിയാണ് കന്ന് തുടി. ഇതിന്റെ ശബ്ദത്തിന് വ്യത്യാസമുണ്ട്. വലിയ തുടി 'പെരുംതുടി' എന്നറിയപ്പെടുന്നു. പൊതുവെ 5 പേർ ആണ് ഒരു കളിക്ക് തുടി കൊട്ടാൻ ഉണ്ടാകുക. 3 പേർ കന്നിതു ടിയും 2 പേർ പെരുതുടിയും.മംഗലംകളിയെക്കുറിച്ച് ആധികാരികമായ പഠനങ്ങൾ വളരെ കുറവാണ്. എന്നാൽ ഫോക്‌ലോർ ഗവേഷകനായ ഡോ. വി.എം ഉണ്ണികൃഷ്ണൻ മലവേട്ടുവരുടെ തനതുകലയായ മംഗലം കളിയെക്കുറിച്ച് പഠനം നടത്തുകയും ഒരു പ്രബന്ധം തയ്യാറാക്കുകയും ചെയ്ത് ഈ രംഗത്തെ ആദ്യത്തെ ശ്രദ്ധേയമായ ചുവടുവയ്പ്പാണ്.

1. **ഭൂമിവന്ദനം:-** മംഗലംകളിയിൽ ആദ്യം പാടേണ്ട പാട്ടാണ് ഭൂമിവന്ദനം. ഭൂമിയുടെ ഉല്പത്തി, ഭൂമിയെക്കുറിച്ചുള്ള മലവേട്ടുവരുടെ സങ്കല്പം, ധാരണ എന്നിവ ഈ പാട്ടിൽ ഉൾച്ചേർന്നിരിക്കുന്നു. (പു രാവൃത്തങ്ങൾ എന്ന ഭാഗത്ത് ഈ പാട്ട് ഉൾപ്പെടുത്തിയത് ശ്രദ്ധിക്കുക.)

2. **പന്തപ്പാട്ട്:-** വിവാഹത്തിന് പന്തലിട്ടവരെ സ്തുതിക്കുന്ന പാട്ടാണ് പന്തപ്പാട്ട്. ഈ പന്തലിൽ മംഗലംകളി നടത്തുവാൻ അനുവാദം തരണമെന്ന് പാട്ടിലൂടെ അപേക്ഷിക്കുന്നു. രണ്ടാംഭാഗത്ത് പന്തലിൽ മംഗലംകളിനടത്താൻ വധുവിനെ വരന്റെ ആൾക്കാർ ക്ഷണിക്കുന്നു.

   ആരിട്ട പന്തല് തളി പന്തേല പന്തേ
   ആരിട്ട പന്തല് തളി പന്തല് (2)
   ഞാനമന്റാളുകളും മുത്തച്ഛൻമാരും ഇട്ടുവിച്ചേ പന്തേ പന്തോ (2)
   തിരുവാനം മാറി പന്തി മറിവാനം മാറി പന്തേ (2)
   ഞാനന്റാലാളുകളും കൊട്ടിപ്പാടി തിരിഞ്ച്

കളിച്ച് തിരിഞ്ഞ് മറിഞ്ഞ് വരുമ്പം
പന്തലൊരു ഭാഗം ഇടം തരണംതെ
തെയ് ഇടം തരണം തെ, തെ,തെയ്

തുടർന്ന് പന്തലിലേക്ക് കളിക്കുവാൻ മണവാട്ടിയെ ക്ഷണിക്കുക യാണ്. മണവാട്ടി യാകട്ടെ തന്റെ കഷ്ടതകൾ ഓരോന്നായി വിവ രിക്കുന്നു. പഴയകാലത്തെ ദാരിദ്ര്യത്തിന്റെ നേർചിത്രം ഈ പാട്ട് നൽകുന്നുണ്ട്.

ആ... പന്തലി കളിപ്പാൻ വാവേ (2)
കുഞ്ഞി മണവാട്ടി പണ്ണേ
പന്തലി കളിപ്പാൻ വരുവാനു
ടുക്കുവാനുടുതുണി മില്ല (2)
ല്ലുടുക്കുവാനുടുതുണി ഇല്ലെങ്കിപെണ്ണ
കടമ്പായി പ്പാ തരുവേൻ(2)
എന്നാലും വാ പെണ്ണേ കുഞ്ഞിമണവാട്ടിപ്പെണ്ണേ
പന്തലികളിപ്പാൻ വരുവാൻ
മേക്കൊരു കുപ്പായവും മില്ല(2)
മേക്കൊരു കുപ്പായ മില്ലേല് പെണ്ണേ
കടമ്പായിപ്പാ തരുവേൻ
എന്താലും വാ പെണ്ണേ കുഞ്ഞി മണവാട്ടിപ്പെണ്ണേ
പന്തലികളിപ്പാൻ വാവേ കുഞ്ഞിമണവാട്ടിപ്പെണ്ണേ
പന്തലി കളിപ്പാവരുവേൻ കവുത്തില് മാലയും മില്ല
കവുത്തിമാലതലില്ലെങ്കിലും പെണ്ണേ
കടമ്പായിപ്പാതരുവേൻ
എന്നാലും വാ പെണ്ണേ കുഞ്ഞിമണവാട്ടിപ്പെണ്ണേ
പന്തലിൽ കളിപ്പാൻ വാവേ കുഞ്ഞിമണവാട്ടിപ്പെണ്ണേ
പന്തലിൽ കളിപ്പാൻ വരുവാൻ
കൈക്കൊരു ഇടന്തയുമില്ലേ
എന്നാലും വാ പെണ്ണേ പന്തലീകളിപ്പാൻ
കൈക്കൊരു തണ്ടുവമില്ലെങ്കിലും പെണ്ണേ
കടമ്പായിപ്പാ തരുവേൻ (2)
എന്നാലും വാ പെണ്ണേ കുഞ്ഞിമണവാട്ടിപ്പെണ്ണേ
പന്തലിൽ കളിപ്പാൻ വാവേ കുഞ്ഞിമണവാട്ടിപ്പെണ്ണേ
പന്തലിൽ കളിപ്പാൻ വരുവാൻ
മൂക്കുത്തിമുള്ളുതുമില്ല
ആ... മൂക്കുത്തിമുള്ളുതുമില്ലെങ്കിലും പെണ്ണേ
കടമ്പായിപ്പാ തരുവേൻ

എന്നാലും വാ പെണ്ണേ
കുഞ്ഞമണവാട്ടിപെണ്ണേ
പന്തേലി കളിപ്പാ വരുവാൻ
കണ്ണിയരഞ്ഞാണമില്ലേ (2)
പന്തേലികളിപ്പാൻ (2)
കണ്ണിയരഞ്ഞാണമില്ലേങ്കിപെണ്ണേ
കടമ്പായിപ്പാ തരുവേൻ (2)
എന്നാലും വാ പെണ്ണേ
കുഞ്ഞിമണവാട്ടിപ്പെണ്ണേ
പന്തേലികളിപ്പാൻ വരുവാൻ
മുട്ടുക്കുത്തിമുള്ളുമില്ലേ (2)
മുട്ടുക്കുത്തിമുള്ളുമെലിലെങ്കിപെണ്ണേ
കടമ്പായിപ്പാ തരുവേൻ (2)

അവസാനം കുഞ്ഞിമണവാട്ടിപ്പെണ്ണ് ആവേശത്തോടെ പന്തലിൽ കളിക്കാൻ വരികയാണ്. ഓടി, പാടി മറിഞ്ഞ് അവൾ ആവേശത്തോടെ മംഗലംകളിയിൽ ഏർപ്പെടുന്നു.)

പന്തലി കളിപ്പാൻ വന്ന്
കുഞ്ഞമണവാട്ടിപെണ്ണ് (2)
ലോടിമറിഞ്ഞ് കളിക്കിന്നിതാപെണ്ണ്
കുഞ്ഞിമണവാട്ടിപെണ്ണ്
ലപ്പം വരുന്നല്ലോപോലും
ഗാലമെൽമാരവി, മാവവി
മാരൻ വരുമ്പോ എന്ത്
പറവാനും ഞാനും

കഷ്ടതകളാണെങ്കിലും പ്രതീക്ഷയുടെ ചെറിയ തിരിനാളം വരന്റെ സംഘം നൽകുന്നു. മുക്കുത്തികളും, പുടവയും, വളയും, ഉടുതുണിയും ഒന്നുമില്ലെങ്കിലും സ്വസ്ഥതയുള്ള ജീവിതം നൽകാമെന്ന് വരന്റെ സംഘം വാഗ്ദാനം ചെയ്യുന്നു.

പന്തൽപൊലിപ്പാട്ട്

വിവാഹ സമയത്ത് വരന്റെ ആൾക്കാർ എന്തെല്ലാം സാധനങ്ങളാണ് വധുവിന് കാണമായി നൽകേണ്ടത് എന്ന് ഈ പാട്ടിൽ വിവരിക്കുന്നു. കൊണ്ടുവന്ന സാധനങ്ങൾ ഏതെല്ലാമാണെന്ന് വധു കേൾക്കെവിവരിക്കുന്നു.)

പന്തൽപൊലിഞ്ഞുപൊലിക്കണം
എന്തെല്ലാം കൊണ്ടുവന്ന മരുവേൻ (2)
പന്തപൊലിഞ്ഞപൊലിക്കാണം
കുത്തുവാൻ നെല്ലെല്ലാം കൊണ്ടുവന്നേ (2)
പന്തൽപൊലിഞ്ഞ പൊലിക്കാണം
എന്തെല്ലാം കൊണ്ടുവന്നമരുമേൻ
പന്തപൊലിഞ്ഞ പൊലിക്കാണം ഉടുക്കുവാൻ
ഉടുതുണി കൊണ്ടുവന്നേ(2)
പന്തൽപൊലിഞ്ഞ പൊലിക്കാണം
എന്തെല്ലാം കൊണ്ടുവന്നമരുമേൻ
പന്തൽപൊലിഞ്ഞ പൊലിക്കാണം
മേൽക്കയ്യ് കുപ്പായകൊണ്ടുവന്നേ
മേൽക്കയ്യ് കുപ്പായം കൊണ്ടുവന്നേ
മൂക്കുത്തിമുള്ളെല്ലാം കൊണ്ടുവന്നേ
പന്തപൊലിഞ്ഞ പൊലിക്കാണം
എന്തെല്ലാം കൊണ്ടുവന്നമരുമേൻ
പൂകളി പൂകളി പൂകളി പൂകളി
ഓടോട്ടും കളി ഓടോട്ടും
ആടിപ്പാടി വാ മകളേ നിക്ക്
ചൂടുവാൻ പൂപ്പറിപ്പാൻ
ഒന്നാനോരു പൂകുകളികളി പൂകുകള്കളി
ലോടോട്ടും കളി ലോടോട്ടും.
ആടിപ്പാടി വാ മകളേ നീക്ക് ചൂടുവാൻ
പൂപ്പറിപ്പാൻ
മൂന്നാനോരു പൂക്കുകളിപൂക്കുകളിപൂക്കുകളി
ലോടോട്ടുകുഞ്ഞിലോടോട്ടും
ആടിപ്പാടി വാ മകളേ നീക്ക് ചൂടുവാൻ
പൂപറിപ്പാൻ
(ഈ ക്രമത്തിൽ 10 വരെ ആവർത്തിക്കുന്നു.)
പത്താനൊരു പൂകുകളി കളി പൂക്കുകളി
ലോടോട്ടും കുഞ്ഞിലോടോട്ടും
ആടിപ്പാടി വാ മകളേ നിനക്ക് ചൂടുവാൻ
പൂപ്പറിപ്പാൻ ....
പന്തപൊലിഞ്ഞ പൊലിക്കാണം
എന്തെല്ലാം കൊണ്ടുവന്ന് മരുമേൻ
പന്തപൊലിഞ്ഞ പൊലിക്കാണം

ട്ടുക്കുവാനുളുണികൊണ്ടുവന്നേ
പന്തപൊലിഞ്ഞ പൊലിക്കാണേ അത്
എന്തെല്ലാം കൊണ്ടുവന്നേ മരുമേൻ
പന്തപൊലിഞ്ഞ പൊലികാണം
കെട്ടിട വെറ്റില കൊണ്ടുവന്നേ
കെട്ടിട വെറ്റില കൊണ്ടുവന്നു
പന്തപൊലിഞ്ഞ പൊലിക്കാണം
കെട്ടിട വെറ്റില കൊണ്ടുവന്നു
കുലയടക്ക കൊണ്ടുവന്നു
പന്തപൊലിഞ്ഞപൊലിക്കാണം
എന്തെല്ലാം കൊണ്ടുവന്നുമരുമേൻ (2)
പന്തപൊലിഞ്ഞ പൊലികാണം
കയിക്കോല് തണ്ടവൻ കൊണ്ടുവന്നേ
പന്തപൊലിഞ്ഞപൊലിക്കാണമത്
എന്തെല്ലാം കൊണ്ടുവന്നേ മരുമേൻ
പന്തപൊലിഞ്ഞ പൊലിക്കാണം
കവ്വത്തില് മാലവൻ കൊണ്ടുവന്നേ
പന്തപൊലിഞ്ഞപൊലിക്കാണമത്
എന്തെല്ലാം കൊണ്ടുവന്നേ മരുമേൻ
പന്തപൊലിഞ്ഞ പൊലിക്കാണം
മുടികുത്ത് മുള്ളുവൻ കൊണ്ടുവന്നേ (2)

കോടേൻ പാട്ട്

കോടേൻപാട്ട് ഒരു പക്ഷിയാണ്. ഈ പക്ഷി വംശനാശം സംഭവിച്ചതായി കരുതപ്പെടുന്നു. രാമായണത്തിലെ സമ്പാതി എന്ന പക്ഷിവർഗ്ഗത്തിലാണ് കോടേൻ എന്ന് മലവേട്ടുവർ വിശ്വസിക്കുന്നു ഈ പക്ഷിയെപ്പറ്റി വിവരിക്കുന്നതാണ് കോടേൻ പാട്ട്.

ചാളപ്പാട്ട്

പുനംകൃഷി ചെയ്യുമ്പോൾ ചാളയെന്ന പക്ഷി നെല്ല് കൊത്തിയെടുക്കാൻ വരും. ഈ പക്ഷിയെപ്പറ്റി വിവരിക്കുന്നതും ഇതിനെ ഓടിച്ച് വിടുന്നതുമാണ് പാട്ടിലെ ഇതിവൃത്തം.

പുരുളിപാട്ട്

പുരുളി എന്ന പക്ഷിയുടെ ജീവിതം വിവരിക്കുന്നതിലൂടെ തങ്ങളുടെ ദാരിദ്ര്യവും കഷ്ടതകളും അയവിറക്കുന്നതാണ് ഈ പാട്ട്. തമ്പുരാൻ വല്ലിയായി തരുന്നതുകൊണ്ട് കുട്ടികളെ പോറ്റാൻ സാധിക്കുന്നില്ലെന്ന് പാട്ടിൽ വിവരിക്കുന്നു. നിസ്വരായ തങ്ങളുടെ ദുരിതത്തിന് എന്നാണ് അറുതിയുണ്ടാകുക? ആരാണ് സഹായിക്കുക? മൂന്നുദിവസം പണി ചെയ്താൽമൂന്നുനാഴി നെല്ലും കിട്ടും. രാത്രിയിൽ ഇത് കൊണ്ടുവന്ന് കുത്തി തെരക്കിയാണ് കഞ്ഞി വയ്ക്കേണ്ടത്. രാപ്പകൽ അധ്വാനിച്ച് സ്വസ്ഥമായി ഉറങ്ങേണ്ട രാത്രിയിലും ജീവിതവൃത്തിക്കായി കഷ്ടപ്പെടുന്നതിന്റെ ദൈന്യത ഈ പാട്ടിൽ ഉറഞ്ഞുകൂടുന്നു.

പുരുളി, പുരുളി ഏലോലൊപുരുളി
കോല്യമ്മേ കോപ്പുരുളി(2)
ഉണ്ണി കൊത്തി കൊത്തി പുരുളി
ഏഴ് ഉള തുളച്ച് (2)
ഏഴ് തുള തുളച്ച് പുരുളി
മുട്ടയും വെക്കുന്നല്ലോ? (2)
ഏ.... ഒന്നാന തിങ്കള് കഴിയുമ്പോളും
പുരുളി ഒന്ന് മുട്ട വച്ച്
രണ്ടാന തിങ്കള് കയ്യിമ്പോള് പുരുളി
രണ്ട് മുട്ട ഇട്ട്
മൂന്നാനതിങ്കള് കയ്യിമ്പോള് പുരുളി
മൂന്ന് മുട്ട വച്ച്
അഞ്ചാന തിങ്കള് കയ്യിമ്പോള്
അഞ്ച് മുട്ട വച്ച് പുരുളി
ഒമ്പതാന തിങ്കള് കയ്യിമ്പോള്
ഒമ്പത് മുട്ടവച്ച് പുരുളി
പത്താനാം തിങ്കള് കയ്യിമ്പോള്
പത്ത് മുട്ട വച്ച് പുരുളി (2)
കാപ്പി പതുങ്ങുന്നല്ലോ പുരുളി
കോല്യമ്മേ കോപ്പുരുളി (2)
മുട്ടയും വയ്ക്കുന്നല്ലോ പുരുളി കുറവക്ക കേറിക്കിനേ (2)
ഒന്നാന തിങ്കള് കയ്യുമ്പോളക്ക് ഒന്ന് മുട്ടടച്ച്
രണ്ടാനാ തിങ്കള് കയ്യുമ്പോളക്ക്
രണ്ട് മുട്ടടച്ച.

പത്താനാ തിങ്കള് കയ്യുമ്പോളക്ക്
പത്ത് മുട്ടടച്ച (2)
തട്ടിപറിക്കുന്നതല്ലോ പുരുളി
കോല്യമ്മേ കോപ്പുരുളി
മേനിക്ക പൊന്നണിഞ്ഞ് പുരുളി
കോല്യമ്മേ കോപ്പുരുളി
കോവയ്ക്ക പൊന്നണിഞ്ഞ് പുരുളി
കോല്യമ്മേ കൊപ്പുരുളി
എങ്ങനെയടിയല്ലേ നമ്മടെ മക്കളെ പോറ്റുവാനും? (2)
നമ്മടെ തമ്പുരാനെ പുരുളി
ഏഴടക്കാലിയുണ്ടേ
ഏഴടക്കാലി വയ്യേ പുരുളി ചാണം ചിള്ളി, ചിള്ളി
ചാണകം, ചിള്ളി, ചിള്ളി പുരുളി മക്കളെപോറ്റുവാനും (2)
എങ്ങനെടിയല്ലേ നമ്മടെ മക്കളെ പോറ്റുവാനും (2)
നമ്മടെ തമ്പുരാനെ പുരുളി അഞ്ചയും പുഞ്ചയുമുണ്ടേ
മേനിക്ക പൊന്നണിഞ്ഞേപുരുളി മേനിന് പൊന്നണിഞ്ഞേ
മേനിക്ക പൊന്നണിഞ്ഞേ പുരുളി തട്ടിപ്പറക്കുന്നല്ലോ
കത്തിയെട്ടക്കുന്നേ പുരുളി കോല്യമ്മേ കോപ്പുരുളി (2)
എങ്ങനെ തമ്പുരാനെ നമ്മടെ മക്കളെപോറ്റുവാനും
മൂന്നുദെവസം മൂവന്തിനേരത്ത് മൂന്നാഴി നെല്ല് കിട്ടി
ആ... കുത്തിതെരക്കുന്നല്ലോ പുരളി കോല്യമ്മേ കോപ്പുരുളി(2)
മൂന്നാഴി നെല്ലുകൊണ്ടേ പുരുളി മക്കളെ പോറ്റുവാനും
എങ്ങനെ തമ്പുരാനെ നമ്മടെ മക്കളെ പോറ്റുവാനും ?
എങ്ങനെ തമ്പുരാനെ പുരുളി മക്കളെ പോറ്റുവാനും ?

ജന്മിത്വ കാലത്ത് കഷ്ടപ്പാടുകൾ നേരിട്ട് പറയാൻ സാധിക്കാത്തതി നാൽ പുരുളി എന്ന പക്ഷിയെ ഉപമയാക്കിയാണ് തങ്ങളുടെ ദൈന്യത മലവേട്ടുവർ വിവരിക്കുന്നത്. പുരുളി യഥാർത്ഥത്തിൽ മലവേട്ടുവരുടെ പ്രതീകമാണ്. പുരുളി തമ്പുരാന്റെ പശുവിന്റെ ചാണകവും, ഉണ്ണിയും കൊത്തിതിന്നാണ് ജീവിക്കുന്നത്. പശു തമ്പുരാന്റെ സമ്പത്തിന്റെ പ്രതീകമാണ്. ഈ പശുവിനെ പോറ്റുന്നതാകട്ടെ അടിമകളായ മലവേട്ടുവരും അവർക്ക് ലഭിക്കുന്നതോ, പശുവിന് ആവശ്യമില്ലാത്ത ചാണകവും, ഉണ്ണിയും, ജന്മിതങ്ങൾക്ക് നൽകുന്നത് യഥാർത്ഥ ആധ്വാനത്തിന് തുല്യമായ പ്രതിഫലമല്ലെന്നും ജന്മിമാർക്ക് ആവശ്യമില്ലാത്ത എച്ചിലുകളാണെന്നും പാട്ടിലൂടെ ധ്വനിപ്പിക്കുന്നു. ഇതുകൊണ്ട് എങ്ങനെയാണ് ജീവിക്കാൻ സാധിക്കുക?

എന്ന്, 'എങ്ങനെ തമ്പുരാനെ പുരുളി മക്കളെ പോറ്റുവാനും?' എന്ന ചോദ്യത്തിലൂടെ ഉന്നയിക്കുന്നു.

കുന്തേൻപാട്ട്

പ്രത്യാശയുടെ പ്രതീകമാണ് ഈ പാട്ടിലെ ഇതിവൃത്തം. മോചനം ആഗ്രഹിക്കുന്ന ജനവിഭാഗത്തിന് തങ്ങളുടെ സ്വപ്നം വിദൂരമാണെന്ന ബോധ്യത്തിൽ നിന്നുള്ള നിസ്സഹായാവസ്ഥയിൽ പ്രതീക്ഷ മാത്രമാണ് ആശ്രയം. ചിരാടി കുന്തേൻ തന്റെ കുഞ്ഞിക്ക് (കുട്ടിക്ക്) എന്തെല്ലാമാണ് നേടിക്കൊടുത്തതെന്ന് പാട്ടിൽ വിവരിക്കുന്നു. കുന്തേനെപ്പോലെ നമുക്കും നേടാൻ കഴിയുമെന്ന ഉദ്ബോധനം പാട്ടിൽ ഇതൾ വിരിയുന്നു.

കുന്തേ കുന്തേ കുന്തേൻ ചിരാടികുന്തേൻ
ലേലേലാ കുന്തേൻ ലേലാലാലം (2)
കുന്തേന്റെ കുഞ്ഞിക്ക് എന്തെല്ലാം നേടിയകുന്തേൻ
ചിരാടി കുന്തേൻ ലേലാലാ, ലാലേ കുന്തേൻ ലേലെല
കുന്തേന്റെ കുഞ്ഞിക്ക് കാക്കൊരു കാവള
നേടിയ കുന്തേൻ ചിരാടികുന്തേൻ കാവള
നേടിയ കുന്തേൻ ചിരാടി കുന്തേൻ ലേലെല
കുന്തേലേലെലാ....

(ഇയ്യാ ഇയ്യാ ഇയ്യാ ഇയ്യാ...)

കുന്തേൻ പിറവിയില് പുറന്നേകുന്തേൻ
ചിരാടികുന്തേൻ, ചിരാടി കുന്തേൻ ലേലെലാ (2)
തെക്ക് വടക്കായി പോകില് കുന്തേൻ
ചിരാടി കുന്താ ലേ ലെലാ കുന്താ ലേലെലാ... (2)

(ഇയ്യാ ഇയ്യാ ഇയ്യാ ഇയ്യാ...)

കുന്തേന്റെ കുഞ്ഞിക്ക് എന്തെല്ലാം നേടിയ കുന്തേൻ
ചിരാടി കുന്തേൻ ലേലെലാ കുന്തേൻ ലേലെലാ....
കുന്തേന്റെ കുഞ്ഞിക്കരകരങ്ങാനം നേടിയ കുന്തേൻ
ചിരാടികുന്തേൻ ലേലെലാ കുന്തേൻ ലേലെലാ...
കുന്തേന്റെ കുഞ്ഞിക്ക് എന്തെല്ലാം നേടിയ കുന്തേൻ
ചിരാടി കുന്തേൻ ലേലെലാ കുന്തേൻ ലേലെലാ...
കുന്തേന്റെ കുഞ്ഞിക്ക് കൈക്കൊരു തണ്ട നേടിയ കുന്തേൻ
ചിരാടി കുന്തേൻ ലേലെലാ കുന്തേൻ ലേലെലാ...

(ഇയ്യാ ഇയ്യാ ഇയ്യാ ഇയ്യാ...)

(കുമ്പളപ്പൂള് കറിയും ... മത്തൻപൂള് കറിയും)

ക്രന്തേന്റെ കുഞ്ഞിക്ക് എന്തെല്ലാം നേടിയ ക്രന്തേൻ
ചിരാടി ക്രന്തേൻ ലേലെലാ ക്രന്തേൻ ലേലെലാ...
ക്രന്തേന്റെ കുഞ്ഞിക്ക് കവുത്തില് മാലനേടിയ ക്രന്തേൻ
ചിരാടി ക്രന്തേൻ ലേലെലാ ... ക്രന്തേൻ ലേലെലാ...
ക്രന്തേന്റെ കുഞ്ഞിക്ക് എന്തെല്ലാം നേടിയക്രന്തേൻ
ചിരാടി ക്രന്തേൻ ലേലെലാ... ക്രന്തേൻ ലേലാല...
(ഇയ്യാ ഇയ്യാ ഇയ്യാ ഇയ്യാ...)

നായാട്ട് പാട്ട്

മലവേട്ടുവരുടെ വിവിധ ഇല്ലങ്ങൾക്ക് നായാട്ട് നായയെ എങ്ങനെ ലഭിച്ചുവെന്ന് ഈ പാട്ട് വിവരിക്കുന്നു.

വില്ലളിയന്റമ്മ പെറ്റ്
വില്ലളിചേകോൻ മകൻ (2)
മലർന്ന് കിടക്കും കാലം
മേലോകം കണ്ട് വളർന്ന്
കമന്ന് കിടക്കും കാലം
കീലോകം കണ്ട് വളർന്ന്
ഇരിക്കും ചിടർകാലം
അരമണി കെട്ടി വളർന്ന്
കാലോടി നടക്കും കാലം
കാവളവച്ച് വളർന്ന്
ഒൻപതൊന്ന് ചങ്ങാതിയോളം
ഒളിവളർന്ന് മകൻ
ഒൻപത്തൊന്ന് ചങ്ങാതിമാരും നായിനെ പോറ്റുന്നു.
എനിക്കൊരു നാലില്ലം, നായിനെ പോറ്റണം
നാലില്ലം നായിനെ പോറ്റാൻ
ദിക്കുണ്ടോ മകനേ?
അമ്മ തന്ന പാലിന്റെ
പാൽ കരുത്തുണ്ട്
മുളകും കുരുപോലെ
ച്ചടിലിണ്ടന്റമ്മേ
എവിടെയൊരുത്തടിയമ്മേ
നാലില്ലംനായി?
നിങ്ങ നായിനെ കണ്ടില്ലെങ്കിലേ നാൻ കണ്ടിട്ടിട്ട്
വില്ലെലക, പാലെലക, നാലില്ലംനായി

ചാത്തോത്ത്, പള്ളിക്കര രണ്ടില്ലംനായി
പണമെണ്ണി കെട്ടിന്ന് വില്ലൊളി ചേകോൻ മകൻ
വില്ലെക നാട്ടിലേക്ക് വയ്യിനടന്ന് പോകുന്ന്
വില്ലാളിയെന്റെ നാട്ടിലേക്ക് ചെന്നതുനേരം
വില്ലളിയന്റെയമ്മേ യെന്ന് മൂന്നുവിളി
കൂറ്റിന് മാറ്റിടിന്ന് വില്ലെളിയന്റമ്മ
വെള്ളുവൻ എന്നൊരു നായിക്ക് മൂന്നൂറ് പണം
കാരിയൻ എന്നൊരു നായിക്ക് അഞ്ഞൂറ് പണം
പണമെണ്ണി കൊടുക്കിന്ന് വില്ലളിചേകവൻ മകനും
കാരിയൻനെന്ന നായിക്ക് കാറോട്ടം ചങ്ങല
വെള്ളവനെന്നനായിക്ക് വെള്ളോട്ടംചങ്ങല.

തുടിപ്പാട്ട്

മംഗലം കളിക്കുപയോഗിക്കുന്ന വാദ്യോപകരണ തുടി എങ്ങനെയാണ് നിർമ്മിക്കേണ്ടത് എന്ന് പാട്ടിൽ വിവരിക്കുന്നു. തുടി നിർമ്മിക്കുമ്പോൾ പാലിക്കേണ്ട ചിട്ടവട്ടങ്ങളും പാട്ടിൽ നിന്ന് മനസ്സിലാക്കാം.

കുകിരിയും കണന്നൂരും രണ്ടന്റെ ദേശം
കണന്നൂർ ദേശത്ത് കൊട്ടും പാട്ടുമില്ല
മരം കൊത്തി തുടിപ്പണി തീരുവാൻ
വാതിമേ ഇല്ലൊരു നടുവരിക്കപ്ലാവ്
നടുവരിക്ക പ്ലാവുമുറിച്ച് തുടിപണി തീരേണം
വരുത്തിക്കാം, വരുത്തിക്കാം ജാശ്രുമാചാരി
പറഞ്ഞ വച്ചിമുമ്പേ ആചാരി വന്നെത്തി
നടുവരിക്ക പ്ലാവിന്റെ തനി കിയില്ലോചെന്ന്
ഇടമേ തിരിഞ്ഞിട്ട് ഇവവളര് നേക്കി
വലമേ തിരിഞ്ഞിട്ടോ വലവളവും നേക്കി
താങ്ങിക്കുറച്ച് നിലക്കുളിർമ്മ ഇട്ടു.
ഏയ് കണ്ട മരത്തിന് കാപ്പിടാമാചാരി
അയിലിന്നൊരു കണ്ടം താൻ കൊണ്ടുപോയി
തട്ടീറ്റും മുട്ടീറ്റും തുടിപ്പണി തീരുന്ന്
ഊർന്നിട്ടും, വാർന്നിട്ടും തുടിപ്പണി തീരുന്ന്
നമ്മടെ തുടിപ്പുതപ്പാൻ എന്തിന്റേനാര്
നമ്മടെ തുടികെങ്കി വെള്ളൂരാന് കയറ്
നമ്മടെ തുടികെങ്കിലെന്തിന്റെ തോല്

നിലത്തു വലിയുന്ന പൊന്നുടുമ്പിൻ തേല്
കൊമ്പത്തു തുള്ളുന്ന ഇളമൂച്ചൻ തോല്
പിറ്റേന്ന് മിന്നലകം നിലം പുലരും നേരം
താമ്പോറ്റിയിട്ടുള്ളൊരു കീരിച്ചി നായ്
കെട്ടി പിടിക്കിന്ന് കണചെക്കൻ മകനും
അറുമൂന്ന നൂറുപൊതിപ്പാട്ക്കാടെല്ലാം തുക്കി
നിലഞ്ഞവലിയുന്ന പൊന്നുടുമ്പിനെ പിടിച്ച്
കൊമ്പത്തു തുള്ളുന്ന ഇളമൂച്ചനെ പിടിച്ച്
തൊലി വലിച്ച് തൊലിയുള്ള കണചെക്കൻ മകനും
മഞ്ഞ് വെയിലക്കെ കൊള്ളുന്ന തോലും
വരിത്തിക്കാം വരിത്തിക്കാം കിളരാൻ കുരിക്കളെ
ചന്ദിരാൻ വട്ടംവച്ച് തൊലിമുറിച്ച് കൊണ്ട്
ആദിദ്യൻ വട്ടംവച്ച് തെരക്ക് വളച്ച്
തൊലികുത്തി തൊലിമുറുക്കും കിളരാൻ കുരുക്ക
തൊലികുത്തി തുടി മുറുക്കും കിളരാൻ കുരുക്ക
കൈയ്യോട്ടും മുട്ടുമ്പം കീഴലം തകർന്ന്
കോലോട് മുട്ടുമ്പോം മേയലം തകർന്ന്
ക്കുക്കിരി ദേശത്ത് കൊട്ടുവാനും പോന്ന്.

സാരാംശം: ക്കുക്കിരി, കണന്നൂർ എന്നീ ദേശത്തിൽ കണന്നൂരിൽ കൊട്ടും പാട്ടുമില്ല. കൊട്ടുംപാട്ടിനുമായി തുടിവേണം. തുടി എങ്ങനെ ഉണ്ടാക്കണം. വാതിൽക്കലുള്ള നട്ടുവരിക പ്ലാവിന്റെ തടിയായിരിക്കണം. ഇടവളവും, വലവളവും നോക്കി മരം 7 കഷ്ണമായി മുറിക്കണം. അതിൽ നിന്നും ഒത്ത ഒരു കഷ്ണം കൊണ്ടുപോയി തട്ടിയും മുട്ടിയും ഊർന്നും, വാർന്നും മരപ്പണി തീർക്കണം. തുടിപുതപ്പാൻ എന്ത് നാരാണ് വേണ്ടത്? നമ്മുടെ തുടിക്ക് വെള്ളൂരാന്റെ നാര് വേണം. തുടിക്ക് എന്തിന്റെ തോലാണ് വേണ്ടത്? നിലത്തു വലിയുന്ന പൊന്നുടുമ്പിന്റേയും കൊമ്പത്തു തുള്ളുന്ന ഇളം മൂച്ചൻ (ഒരു കുരങ്ങ് വർഗം)ന്റെ തോല് തന്നെയായി രിക്കണം. നേരം പുലരുന്നതിനു മുമ്പ് പോയി തന്റെ നായാട്ടുമായി ചേർന്ന് പൊന്നുടുമ്പിനേയും, ഇളമൂച്ചനേയും പിടിച്ച് കൊണ്ടുവരേണം.

തൊലി ഊർന്നെടുത്ത് വെയിലും, മഞ്ഞും കൊള്ളിക്കണം. ചന്ദ്രന്റെ വട്ടം നോക്കി (അതിന് തുല്യമായി) തൊലി മുറിക്കണം. സൂര്യന്റെ വട്ടം നോക്കി തുടിയുടെ തെരക്ക് (വളയം) വളയ്ക്കണം. ഇങ്ങനെയുള്ള തുടി കൈകൊണ്ട് മുട്ടിയപ്പോൾ കീഴ് ലോകം കോലുകൊണ്ട്

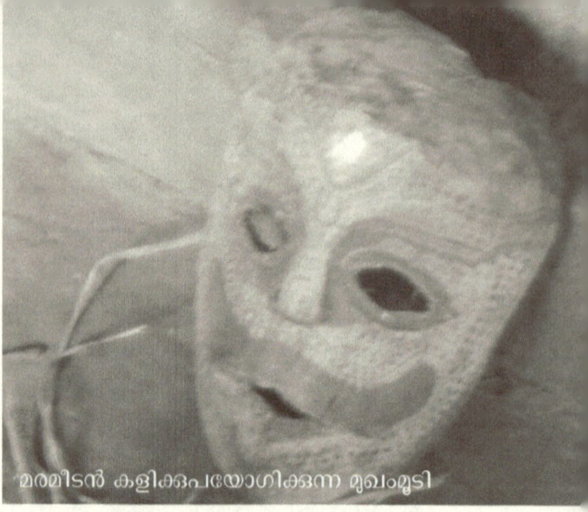

മരമീടൻ കളിക്കുപയോഗിക്കുന്ന മുഖംമൂടി

മുട്ടിയപ്പോൾ മേൽ ലോകവും തകർന്നുവെന്നും പാട്ടിൽ വർണ്ണിക്കുന്നു.

വിവാഹം ആധുനികതയ്ക്കു വഴിമാറിയതോടുകൂടി മംഗലംകളിയുടെ ഇടവും നഷ്ടമായി. മംഗലം കളി പഴയമനസ്സുകളിലെ സ്മൃതി പഥങ്ങളിലെ നൊസ്റ്റാൾജിയയായി പരിണമിച്ചു. പുതുതലമുറയ്ക്ക് ഇതിലെ പാട്ടുകളും ചുവടുകളും നാടൻവിഭവമായി മാറി. ഗൃഹാതുരത്വത്തിന്റെ ഓർമ്മ പിൻപറ്റി പഴയ തലമുറയിലെ അവസാനത്തെ കണ്ണികളായവർ തുടി മുട്ടി ഇന്നും പാട്ടിനൊത്ത് ചുവടുകൾ വച്ച് ഈ കലയുടെ സാന്നിധ്യം വിളിച്ചോതുന്നു.

ജന്മിത്വ കാലഘട്ടത്തിൽ ചില ജന്മിമാർ ഈ കലയെ പ്രോത്സാഹിപ്പിച്ചിരുന്നു. മാലോം ജന്മിമാർ വർഷത്തിലൊരിക്കൽ മംഗലംകളി മത്സര സ്വഭാവത്തോടുകൂടി സംഘടിപ്പിച്ചിരുന്നു. പങ്കെടുക്കുന്നവർക്ക് നെല്ലും, പുടവയും, ഏറ്റവും നല്ല പാട്ടുകാരന് വെള്ളോടുകൊണ്ടുള്ള തുടിയും സമ്മാനമായി നൽകിയിരുന്നു. ഇപ്രകാരം സമ്മാനമായി തന്റെ പിതാവായ വെട്ടുകത്ത് കുഞ്ഞണന് ലഭിച്ച വെള്ളോടിന്റെ തുടി പു ത്രൻ പാപ്പിനിവീട്ടിൽ പാല(കമ്മാടം) യുടെ വീട്ടിൽ ഇപ്പോഴും പഴയ ഓർമ്മയുടെ ശേഷിപ്പായി കാണാൻ സാധിക്കും.

അവതരണ സമയത്ത് കളിയിൽ ഉൾച്ചേർന്ന് സിദ്ധിക്കുന്ന വൈഭവം എന്ന നിലയിൽ ഇതിന്റെ ചുവടുകൾ പുതുതലനറയിലെ സ്ത്രീകൾക്കും അത്ര വശമില്ല. പ്രായമായവർക്കു മാത്രമാണ് മംഗലംകളിയുടെ ചുവടുകൾ ഭംഗിയായി മുഴപ്പിക്കാൻ സാധിക്കുന്നത്.

മംഗലം കളി വർത്തമാന ഗോത്രവിവാഹചടങ്ങിൽ നിന്നും അപ്രത്യക്ഷമായെങ്കിലും മംഗലംകളിയും പാട്ടും അറിയുന്ന ധാരാളം പേർ ഇപ്പോഴും സമുദായത്തിനിടയിൽ ജീവിച്ചിരിപ്പുണ്ടെന്നുള്ളത് ആശ്വാസകരമാണ്. മോതിര പാപ്പിനിവീട്ടിൽ മൗവ്വേനി, ചെറുക്കടൻ കണ്ണൻ മണ്ണാട്ടിക്കവല വെട്ടുക്കത്ത് പാലകോട്ടമല (ബളാക്കാരൻ പാല) കുഞ്ഞിക്ക ആലത്തടി, മോതിര മുട്ടോംകടവ്, ചാപ്പമാണിക്കൻ കൊന്നക്കാട്, കുറ്റിയാട്ട് മാണിക്കൻ മുട്ടോംകടവ്, പാല മുടന്തേൻപാറ, മാണിക്കൻ മുടന്തേൻപാറ, ഗോപാലൻ ഒറ്റക്കവുങ്ങ്, കടുമ്പൂർ വിജയൻ തുടങ്ങിയവരെല്ലാം ജീവിച്ചിരിക്കുന്ന പ്രമുഖരായ

മംഗലംകളിപ്പാട്ടുകാരാണ്. പ്രായമായതിന്റെ അവശത മറന്നുകൊണ്ടും മംഗലംകളിപ്പാട്ടിനൊപ്പം തെറ്റാതെ താളത്തിൽ ചുവടുവയ്ക്കുന്ന നെല്ലിക്കാടൻ നീലി (100 വയസ്സ്) മൈലി പാറക്കാട്ട (95 വയസ്സ്) പുത്തരിച്ചി മൗവ്വേനി (85 വയസ്സ്) ചിരുതകോട്ടമല (80 വയസ്സ്) എന്നീ മുത്തശ്ശിമാരും ഈ ഗോത്രകലയിലെ തിളങ്ങുന്ന താരങ്ങളാണ്.

വിവാഹസമയത്ത് നടത്തുന്ന അനുഷ്ഠാന കലയെന്നതിലുപരിയായി ഗോത്രവിജ്ഞാനത്തിന്റെ വിനിമയോപാധി എന്ന നിലയിൽ മംഗലം കളിക്ക് സാംസ്ക്കാരികമായ പ്രസക്തി ഉണ്ട്. ഈ കലയെ പരിപോഷിപ്പിക്കാനും ആവശേഷിക്കുന്ന പാട്ടുകൾ ശേഖരിച്ച് വരും തലമുറയ്ക്ക് കൈമാറാനും ആവശ്യമായ നടപടികൾ ബന്ധപ്പെട്ടവരുടെ ഭാഗത്തു നിന്നും ഉണ്ടാകേണ്ടിയിരിക്കുന്നു.

മരമീടൻ കളി

ഏകാംഗാഭിനയ പ്രധാനമായ കലാരൂപമാണ് മരമീടൻ കളി. ഇവിടെ സംഘവഴക്കത്തിന് പ്രാധാന്യമില്ല. അകമ്പടിയായി തുടിപ്പാട്ട് പാടുന്ന ഒരാൾ ഉണ്ടാകും. എല്ലാ വീടുകളിലും തുലാം 1 മുതൽ 10 വരെ രാത്രി കാലങ്ങളിൽ സഞ്ചരിച്ച് നടത്തുന്ന ഈ കലാരൂപത്തിന് ദൈവികാരാധനയുമായി ബന്ധപ്പെട്ട പരിവേഷവും ധർമ്മവും കല്പിക്കപ്പെടുന്നു. മരമീടൻ കളിയുടെ ഉത്ഭവവുമായി ബന്ധപ്പെട്ട ഐതിഹ്യമാണ് ഇതിന് ആരാധനാപരമായ സ്ഥാനം കൽപ്പിക്കുവാൻ കാരണം.

പഴയകാലത്ത് എലുമ്പർ, കൊലുമ്പൻ എന്നീ സഹോദരങ്ങൾ ജീവിച്ചിരുന്നു. ശിവഭക്തനായ കൊലുമ്പൻ ദാരിദ്ര്യം മൂലം ജന്മിയുടെ ധാന്യം മോഷ്ടിച്ചു. ജന്മി കൊലുമ്പനെ 'കുണ്ടത്തിൽ' (വലിയ മരംകൊണ്ട് നിർമ്മിച്ച കുറ്റി) പിടിച്ചുകെട്ടി അടിക്കുകയും കണ്ണ് ചൂഴ്ന്നെടുക്കുകയും ചെയ്തു. പീഢനത്തിനൊടുവിൽ കൊലുമ്പൻ മരണപ്പെട്ടു. മൂന്നാം നാൾ ഇദ്ദേഹത്തിന്റെ ആത്മാവ് എലുമ്പനിൽ പ്രത്യക്ഷപ്പെടുകയും വർഗ്ഗക്കാരോട് എല്ലാവർഷവും തുലാം 1 മുതൽ 10 വരെ തന്റെ കോലം കെട്ടി ജന്മിമാരുടെ വീടുകളിൽ ചെന്ന് ധാന്യങ്ങൾ ശേഖരിക്കാനും, ഗുരുക്കന്മാർക്കും കൂട്ടുകാർക്കും വച്ച് വിളമ്പി ഭക്ഷണമായി നൽകാനും ആജ്ഞാപിച്ചു.

'മരമീട്' കെട്ടി വരുന്നയാളിനെ ഭക്തിയോടുകൂടി വീട്ടുകാർ സ്വീകരിക്കുകയും ധാന്യം നൽകുകയും ചെയ്യും.

തുടിയാണ് ശബ്ദം നൽകാൻ ഉപയോഗിച്ചിരുന്നത്. കുമ്പ്, ആലം എന്നീ മരങ്ങളുടെ കുറ്റികൾ തുരന്ന് ഉടുമ്പ്, മാൻ, ആട് എന്നിവയുടെ തൊലി കൊണ്ടും വെണ്ണാല്, കണ്ണിച്ചൂരൽ, ഉതിരം എന്നിവയുടെ വള്ളികൊണ്ടുമാണ് തുടി നിർമ്മിക്കുന്നത്.

മരംകൊണ്ടുള്ള മുഖംമൂടി ധരിക്കും. പാണലിന്റെ (കുറുമാണ) തോൽ (ഇല) ഉടുക്കാനും കൈയ്യിൽ പിടിക്കാനും ഉപയോഗിക്കുന്നു. കുമ്പ്, ആലം, മുരിക്ക് എന്നീ മരങ്ങൾ ഉപയോഗിച്ചാണ് മുഖംമൂടി നിർമ്മിക്കുന്നത്. ഇതിൽ കരി, കല്ല്, ഇല, മഞ്ഞൾ എന്നിവകൊണ്ട് ശിവസങ്കല്പങ്ങൾ വരയ്ക്കുന്നു. മുഖംമൂടി മനോഹര വർണ്ണങ്ങൾ കൊണ്ട് അലങ്കരിക്കും. കൈയ്യിൽ വടിയും ഭിക്ഷയാചിക്കാൻ പാളയും ഉണ്ടാകും.

വേറ്റിക്കളി

കാസർഗോഡ് ജില്ലയിൽ ഈ കലാരൂപം 'പാവംകൊട്ടൽ' എന്ന് അറിയപ്പെടുന്നു. രണ്ട് പുരുഷന്മാരാണ് ഈ കളിയിൽ അണിനിരക്കുക. ഒരാൾ സ്ത്രീയുടെ വേഷം കെട്ടിയിട്ടുണ്ടാകും. മറ്റേയാൾ പുരുഷവേഷത്തിലും. ഹാസ്യരസപ്രദാനമായ അംഗചേഷ്ടകൾ പാട്ടിനൊത്ത് ഉണ്ടാകും. ഹാസ്യരസവും, ശോകഭാവവും ഇടകലർന്ന് ഈ കലാരൂ പത്തിൽ നിഴലിക്കും. രണ്ടോ മൂന്നോ പേർ തുടികൊട്ടി പാട്ട് പാടും. പാട്ടിന്റെ താളത്തിനൊത്ത് ചുവടുകൾ വട്ടത്തിലും, ചേർന്നും ആടും. ഭക്ഷ്യ സമ്പാദന മാർഗ്ഗമായാണ് ഈ കല വികസിച്ചത്. വേറ്റിക്കളിക്കാർ വീടുകൾ തോറും സഞ്ചരിച്ചാണ് ഈ കല അവതരിപ്പിച്ചിരുന്നത്. വീട്ടുകാർ നെല്ല്, അരി, വസ്ത്രം മുതലായവ അവതരണത്തിനു ശേഷം കലാകാരന്മാർക്ക് നൽകും. വേഷം കെട്ടി ഇറങ്ങുന്നതിനു മുമ്പ് ഗുരുകാരണവന്മാർക്ക് പ്രത്യേക പൂജകൾ ചെയ്യും. കണ്ണൂർ ജില്ലയിൽ വേറ്റിക്കളിയെന്നും, കാസർഗോഡ് ജില്ലയിൽ പാവംകൊട്ടൽ എന്നും അറിയപ്പെടുന്നു ഈ കലാരൂപം തുലാം 10നു ശേഷമാണ് നടത്തിപോന്നത്.

ചികിത്സ

വംശീയ ചികിത്സയിൽ പ്രാവീണ്യമുള്ളവരായിരുന്നു മലവേട്ടുവ മൂപ്പന്മാർ. നാട്ടുവൈദ്യം, വിഷവൈദ്യം, പ്രസവ ചികിത്സ, മൃഗചികിത്സ എന്നീ ചികിത്സാ സമ്പ്രദായം ഇവരുടെയിടയിൽ ഇന്നും നിലനിൽക്കുന്നു. സസ്യങ്ങളുടെ ഇല, കായ, വേര്, തണ്ട് എന്നിവയും മൃഗങ്ങളു ടെ നെയ്യും ഇവർ ഔഷധങ്ങളായി ഉപയോഗിക്കുന്നു.

മരുന്ന് ശേഖരിക്കുന്നതിനും ഉപയോഗിക്കുന്നതിനും ചില നിഷ്ഠകൾ പാലിച്ചിരുന്നു. ഔഷധങ്ങളുടെ പേര് മറ്റുള്ളവരോട് പറയാറില്ല. മറ്റാരും കാണാതെയായി രുന്നു മരുന്ന് ശേഖരിച്ചിരുന്നത്. ചില മരുന്നുകൾ അർധരാത്രിയിലും, സൂര്യോദയത്തിനു മുമ്പും ശേഖരി ച്ചിരുന്നു. ചില ഔഷധങ്ങൾ സ്ത്രീകൾ സ്പർശിക്കാൻ പാടില്ലെന്ന വിശ്വാസവും ഇവരുടെ ഇടയിൽ നി ലനിന്നിരുന്നു. ചികിത്സാ സമ്പ്രദായം നിഗൂഢമായി സൂക്ഷിച്ചതിനാൽ പ്രാവീണ്യമുള്ളയാളുടെ മരണത്തോടെ ആ ചികിത്സാ രീതിയും ഇല്ലാതാ കുന്ന അവസ്ഥയും സംജാതമായി. ധാരാളം ഒറ്റമൂലികളെക്കുറിച്ചും ചികിത്സാ രീതികളെ ക്കുറിച്ചുമുള്ള വിലപ്പെട്ട അറിവുകൾ ഇത്തരത്തിൽ നഷ്ടമായിട്ടുണ്ട്. പുതു തലമുറ വംശീയ ചികിത്സയോട് കാണിക്കുന്ന അവഗണന നിലവിലുള്ള ചികിത്സാ സമ്പ്രദായത്തിനും ഔഷധങ്ങളെക്കുറിച്ചുള്ള വിജ്ഞാനത്തിനും അപകടകരമായ ഭീഷണി തന്നെയാണ്. എന്നാൽ അടുത്തകാലത്തായി കിർത്താഡ്സിന്റെ ആഭിമുഖ്യത്തിൽ വംശീയ ചികിത്സ വരും തലമുറയ്ക്ക് പകർന്നു നൽകാൻ ആദിവാസി യുവാ ക്കൾക്ക് പരിശീലനം നൽകുന്ന വംശീയ ചികിത്സാ പഠനകേന്ദ്രം കാസർഗോഡ് ജില്ലയിലെ കൊളത്തുകാട് മലവേട്ടുവ സങ്കേതത്തിൽ ആരംഭിച്ചുവെന്നത് ശുഭസൂചനയാണ്. പ്രമുഖ മലവേട്ടുവ വംശീയ ചികിത്സകനായ ശ്രീ നെല്ലിക്കാടൻ കണ്ണൻ ഗുരുക്കൾക്കാണ് വംശീയ ചികിത്സാ പഠനകേന്ദ്രത്തിന്റെ ചുമതല നൽകിയിട്ടുള്ളത്. സംസ്ഥാനത്തെ വിവിധ ജില്ലകളിൽ നിന്നായി 20 ഓളം യുവാക്കൾ സർക്കാർ ഗ്രാന്റോടു കൂടി ഇവിടെ പഠനം നടത്തുന്നുണ്ട്.

ഏകദേശം 15 ഓളം അസുഖങ്ങൾക്കുള്ള ഒറ്റമൂലി ചികിത്സ സമുദാ യത്തിൽ നിലനിന്നിരുന്നു. കൊടിഞ്ഞിക്കുത്ത്, പൊള്ളൽ, തിമിരം, ശ്വാസം മുട്ട്, മഞ്ഞപ്പിത്തം, മൂലക്കുരു, തലവേദന, മൂത്രക്കല്ല്, അപ്പെ ന്റിക്സ് വിവിധ പനികൾ, അപസ്മാരം, ത്വക് രോഗങ്ങൾ എന്നീ അസുഖങ്ങൾക്കുള്ള ഒറ്റമൂലി ചികിത്സകളാണ് ഇതിൽ പ്രധാനം. ആധുനിക വൈദ്യശാസ്ത്രത്തിന് ചികിത്സിച്ച് ഭേദമാക്കാൻ പ്രയാസമു ള്ള സിഫിലിസ്, പ്രഷർ, ഷുഗർ, പ്രമേഹം, ഉദരരോഗങ്ങൾ, കിഡ്നി സ്റ്റോൺ എന്നിവയ്ക്കുള്ള ചികിത്സയും മലവേട്ടുവരുടെ ചികിത്സാ സമ്പ്രദായത്തിൽ ഉണ്ട്.

ശരീരഭാഗത്തിന് ഉളുക്കുണ്ടായാൽ അത് ഭേദമാക്കാനുള്ള ഇവരുടെ ചികിത്സാരീതി വളരെ വ്യത്യസ്തമായ ഒന്നാണ്. ഇത് 'ഉളുക്കുപിടിക്കൽ' എന്നാണ് അറിയപ്പെടുന്നത്. ഉളുക്ക് ഉണ്ടായ വ്യക്തിക്ക് ഔഷധം നേരിട്ട് നൽകാതെയുള്ള ഈ ചികിത്സാരീതി

പ്രത്യേകം പരാമർശമർഹിക്കുന്നു. ഉളുക്ക് അനുഭവപ്പെട്ട വ്യക്തിയേയും മറ്റൊരാളേയും അഞ്ചടി അകലത്തിൽ അഭിമുഖമായി നിർത്തുന്നു. രണ്ട് വാഴപ്പോളകൾ കീറിയെടുത്ത് രണ്ടുപേരുടേയും അരഭാഗത്ത് ചേർത്ത് പിടിക്കാൻ നൽകും. വൈദ്യൻ ഒരു പച്ചമരുന്ന് തിരുമ്മി പോളരണ്ടും ചേർത്ത് പിടിച്ച് പുരട്ടുന്നു. തുടർന്ന് നിശ്ചലമായി പഴയപടി പോള അരഭാഗത്ത് ചേർത്ത് പിടിക്കാൻ ആവശ്യപ്പെട്ടും. രണ്ടുപോളയുടേയും ഇടയ്ക്കുള്ള ശൂന്യമായ സ്ഥലത്ത് വൈദ്യൻ വീണ്ടും മരുന്ന് ഉറ്റിക്കുന്നു. ഈ സമയം പോള രണ്ടും ചേർന്നുവരുന്നത് കാണാം. പോള രണ്ടും കൂട്ടിമുട്ടുന്ന സമയത്ത് വൈദ്യർ കത്തി ഉപയോഗിച്ച് പോള മുറിക്കുന്നു. തുടർന്ന് രണ്ടുപേരും പോളകൾ തലയുടെ പിറകുവശത്തുകൂടി കളയണം. ഇങ്ങനെ ഉളുക്കുപിടിച്ചാൽ അസുഖം ഭേദമാകുമെന്ന് അനുഭവസ്ഥർ പറയുന്നു. അതിരാവിലെ സൂര്യോദയത്തിനു മുൻപ് ഉളുക്കുപിടിച്ചാൽ മാത്രമേ ഫലമുണ്ടാകുകയുള്ളൂ എന്ന് ഇവർ വിശ്വസിക്കുന്നു.

നിഗൂഢമായ ചില ചികിത്സാ സമ്പ്രദായങ്ങളും ഇവരുടെയിടയിൽ ഉണ്ട്. മറ്റാരും കാണാതെ അർദ്ധരാത്രിയിലോ, സൂര്യോദയത്തിനു മുമ്പോ വൈദ്യർ ഒറ്റയ്ക്ക് ചെയ്യുന്നതാണ് ഈ ചികിത്സ. ഇവിടെയും രോഗിക്ക് നേരിട്ട് മരുന്നു നൽകാറില്ല. ഇത്തരത്തിലുള്ള ഒന്നാണ് കൊടിഞ്ഞിതലവേദന (ചെന്നിക്കുത്ത്)യ്ക്കുള്ള ചികിത്സാരീതി. സൂര്യോദയത്തിനു മുൻപ് വൈദ്യൻ മരുന്നുശേഖരിച്ച് തന്റെ വീട്ടിൽ വെച്ച് കൊടിഞ്ഞിയെ വിലക്കുന്നതാണ് ഈ ചികിത്സാ രീതി. എന്താണ് ചികിത്സാ രീതിയെന്ന് വൈദ്യൻ ആരോടും പറയാറില്ല. ഈ ചികിത്സാ രീതിയിലൂടെ കൊടിഞ്ഞി തലവേദന മാറിയതായി ചിലർ അനുഭവസാക്ഷ്യം നടത്തുകയുണ്ടായി.

ഇതുപോലെ നിഗൂഢമായ മറ്റൊരു ചികിത്സയാണ് കന്നുകാലികൾക്കുണ്ടാക്കുന്ന അകിടുവീക്കം ഇല്ലാതാക്കുന്നതിന് ചെയ്യുന്ന ചികിത്സ. കന്നുകാലിയുടെ ചിത്രം വൈദ്യൻ തന്റെ വീട്ടിലെ ചുമരിൽ വരയ്ക്കുന്നു. അർദ്ധരാത്രിയിൽ മരുന്ന് ശേഖരിച്ച് ഈ ചിത്രത്തിൽ രോഗം വന്നഭാഗത്ത് കെട്ടി വയ്ക്കുന്നു. പശുക്കൾക്കുണ്ടാകുന്ന അകിടുവീക്കം പൂർണ്ണമായും ഈ ചികിത്സയിലൂടെ മാറ്റിയെടുക്കാമെന്ന് വൈദ്യർ പറയുന്നു. ധാരാളം പശുക്കൾക്ക് ഈ രീതിയിൽ ചികിത്സ ചെയ്തിട്ടുണ്ടെന്ന് വൈദ്യനായ പാല കമ്മാടം സാക്ഷ്യപ്പെടുത്തുന്നു.

വിഷചികിത്സ

വിഷചികിത്സയിലും മലവേട്ടുവർ സമർത്ഥരാണ്. പച്ചമരുന്നും മന്ത്രവാദവും കോർത്തിണക്കിയ ചികിത്സാരീതിയാണ് ഇവിടെ പ്രയോഗിക്കാറുള്ളത് പാമ്പുകടിയേറ്റ സമയം, വിവരമറിയിക്കാൻ വരുന്നവരുടെ ലക്ഷണം എന്നിവ നോക്കിയാണ് ചികിത്സ തീരുമാനിച്ചിരുന്നത്. കടിയേറ്റഭാഗത്തിനു മുകളിലായി പാടവള്ളി (പൊലിവള്ളി) ഉപയോഗിച്ച് മൂന്ന് കെട്ടുകൾ കെട്ടും. മൂന്ന് ദിവസം പച്ചമരുന്ന് അരച്ചുപുരട്ടും. മൂന്നാം ദിവസം വെള്ളം ജപിച്ച് പാമ്പുകടിയേറ്റ ഭാഗത്ത് ഒഴിക്കും. ചികിത്സ പൂർത്തിയായാൽ 'കട്ട് ഇറക്കൽ' എന്ന ചടങ്ങുണ്ട്. കട്ട് ഇറക്കിയാൽ മാത്രമേ ശരീരത്തിൽ പ്രവേശിച്ച വിഷം പൂർണ്ണമായും നീങ്ങുകയുള്ളൂ എന്നാണ് വിശ്വാസം. കട്ട് ഇറക്കുന്ന ദിവസം അവിൽ, മലർ, വെറ്റ, അടയ്ക്ക, കൊട്ടത്തേങ്ങ, ഒരു കഷ്ണം മുണ്ട്, മദ്യം തുടങ്ങിയ സാധനങ്ങളുമായി പാമ്പു കടിയേറ്റ ആൾ എത്തണം. രാത്രിയിലാണ് കട്ട് ഇറക്കൽ ചടങ്ങ്. പൂജാസാധനങ്ങൾ പൂർവ്വഗുരുക്കന്മാർക്കും, മാന്ത്രികമൂർത്തികൾക്കും നിവേദിക്കും. പാമ്പ് കടിയേറ്റ ആളെ മുതിർച്ച നടത്തിയതിനു മുമ്പിൽ ഇരുത്തി തോൽ ഇടൽ നടത്തും. (നെച്ചി, നിച്ചി, പുല്ലാന്നി ഈ സസ്യങ്ങളുടെ കമ്പ് ഇലയോടടക്കം ഒരുപിടി എടുത്ത് ശരീര മർമ്മങ്ങളിൽ പതിയെ തൊട്ടുകൊണ്ട് ചെയ്യുന്ന മന്ത്രം.)

തോൽ ഇടൽ കഴിഞ്ഞാൽ ഔഷധങ്ങൾ അരച്ചുചേർത്ത ഒരുകുടം വെള്ളം പാമ്പകടിയേറ്റ വ്യക്തിയുടെ തലയിൽ ഒഴിക്കുന്നു. ഈ വെള്ളത്തിലൂടെ വിഷാംശം പൂർണ്ണമായും ശരീരത്തിൽ നിന്ന് ഒഴു കിപ്പോകുന്നു എന്ന് കരുതുന്നു. നെല്ലിക്കാടൻ കണ്ണൻ, മാണിക്കൻ മുട്ടോം കടവ്, മാണിക്കൻ വാണിയപ്പാടി, പാല മുടന്തേൻപാറ, ഏറാൻചീറ്റ കുഞ്ഞിരാമൻ, നെല്ലിക്കാടൻ മാണിക്കൻ കാവിരി നെല്ലിഥാടൻ, പാല നെല്ലിക്കാടൻ, ഉഷ കേരയിൽ, വേണു താബോർ തുടങ്ങിയവർ ഈ ഗോത്രത്തിലെ പ്രമുഖരായ വിഷചികിത്സകരാണ്.

വിഷചികിത്സാ രംഗത്തെ വനിതാ സാന്നിധ്യം

കണ്ണൂർ ജില്ലയിലെ കാനംവയൽ മലവേട്ടുവ സങ്കേതത്തിലെ പ്രമുഖ വിഷചികിത്സകയാണ് ഉഷ കേരയിൽ. വിഷചികിത്സാ രംഗത്ത് അറിയപ്പെടുന്ന വനിതാ സാന്നിധ്യമാണ് ഇവർ. വിഷ ചികിത്സകനായ തന്റെ പിതാവ് കൃഷ്ണൻ കിഴക്കേവീട്ടിൽ ന്റെ കൂടെ ചെറുപ്പത്തിലേ ഇവർ ചികിത്സാരംഗത്തുണ്ട്. പിതാവിൽ നിന്നും കണ്ടുംകേട്ടും പഠിച്ച ഈ അറിവുകൾ അനേകം പേരുടെ

ജീവൻ രക്ഷിച്ചു. സർപ്പദംശനമേറ്റു വന്ന ആരെയും ഇതുവരെ മടക്കി അയയ്ക്കേണ്ടി വന്നിട്ടില്ലെന്ന് ഇവർ പറയുന്നു. ഒരാൾക്ക് പാമ്പ് കടിയേറ്റാൽ വിവരം വന്ന് പറയുന്ന വ്യക്തിയുടെ ലക്ഷണം നോക്കിയാണ് ഏത് പാമ്പാണ് കടിച്ചതെന്നും വിഷം എത്രമാത്രം ഏറ്റിട്ടുണ്ടെന്നും നിർണ്ണയിക്കുന്നത്. പറയുന്ന ആളിന്റെ നിൽപ്പിന്റെ അവസ്ഥ, തിരിഞ്ഞ് നിൽക്കുന്ന ദിക്ക്, വിരൽ ചൂണ്ടുന്ന രീതി കൈകളുടെ ചലനം, സ്പർശിക്കുന്ന സാധനം എന്നിവ നോക്കി പാമ്പ് ഏതെന്ന് നിർണ്ണയിക്കും. പറഞ്ഞുകഴിഞ്ഞാൽ മൂന്ന് കുരുമുളക് ചവയ്ക്കാൻ നൽകും. തുടർന്നാണ് മരുന്ന് എടുക്കാൻ പോവുക. മരുന്ന് എടുക്കാൻ പോകുമ്പോൾ വീട്ടിലുള്ളവരോട് മാത്രമേ വിവരം പറയാൻ പാടുള്ളൂ. മറ്റുള്ളവരോട് സംസാരിക്കാൻ പാടില്ല. മരുന്ന് എടുക്കുമ്പോൾ തന്നെ ലക്ഷണം കാണിക്കുമെന്ന് ഇവർ സൂചിപ്പിച്ചു. ദൈവികദോഷം മൂലമാണ് പാമ്പുകടിച്ചതെങ്കിൽ കടിച്ച പാമ്പ് എടുക്കുന്ന മരുന്നിന്റെ ചുവട്ടിൽ ചുറ്റികിടക്കുമത്രേ! മരുന്ന് എടുക്കുമ്പോൾ വിഷചികിത്സകന്റെ കൈയ്യിൽ ഈ പാമ്പ് പതിയെ കൊത്തും. ചികിത്സകന് കാര്യം മനസ്സിലാകുകയും കുലദൈവങ്ങളെ വിളിച്ച് കടിയേറ്റ വ്യക്തയുടെ പേരിൽ ചികിത്സകൻ മാപ്പ് അപേക്ഷിക്കുകയും പ്രായശ്ചിത്ത വഴിപാടുകൾ നേരുകയും ചെയ്യും. അപേക്ഷ സ്വീകരിച്ച് പാമ്പ് ഒഴിഞ്ഞ്പോകുമത്രേ. തന്റെ പിതാവിന്റെ കൂടെ മരുന്ന് എടുക്കാൻപോയ പലസന്ദർഭത്തിലും ഇത്തരത്തിലുള്ള അനുഭവങ്ങൾ ഉണ്ടായതായി ഉഷ പറയുന്നു. വിഷചികിത്സയ്ക്കൊപ്പം മൃഗചികിത്സയും ഇവർ നടത്തുന്നുണ്ട്. ഉഷ കേരയുടെ അനിയത്തിയും വിഷചികിത്സകയാണ്.

മന്ത്രവാദം

ചികിത്സാരീതിയായും പ്രേതബാധമോക്ഷത്തിനുമായി പഴയ കാലത്ത് ഗോത്രമന്ത്രവാദികൾ വിവിധ മാന്ത്രിക കർമ്മങ്ങൾ ചെയ്തിരുന്നു. ചികിത്സയും മന്ത്രവാദവും പരസ്പര പൂരകമായ കർമ്മങ്ങളായാണ് ഇവർ കരുതിയിരുന്നത്. മന്ത്രവാദത്തിനായി പ്രത്യേക മാന്ത്രിക ഉപാസനാമൂർത്തികളെ ആരാധിച്ചിരുന്നു. മന്ത്രമൂർത്തി, കാപ്പാളത്തി, ഭൈരവൻ, കുട്ടിച്ചാത്തൻ, ചുടലഭദ്രകാളി, കുറത്തി, പൊട്ടനും മൂർത്തിയും, കല്ലുരുട്ടി തുടങ്ങിയ ഉപാസനാ മൂർത്തികളെ മന്ത്രവാദത്തിനായി ഉപയോഗിക്കുന്നു. തങ്ങളുടെ മാന്ത്രികശക്തിയുടെ ഫലപ്രാപ്തി ഉപാസനദേവതകളുടെ അനുഗ്രഹം മൂലമാണെന്ന് വിശ്വസിക്കുകയും എല്ലാ ചൊവ്വ, വെള്ളി, സംക്രമദിനങ്ങളിലും

ഉപാസനാമൂർത്തികൾക്ക് കോഴിഅറുത്ത് ബലിനൽകാനും മന്ത്ര വാദികൾ ശ്രദ്ധിച്ചിരുന്നു. പഴയകാലത്ത് ഓരോ ഗോത്രത്തിനും ഒരു മന്ത്രവാദി എന്ന ക്രമത്തിൽ മന്ത്രവാദം പഠിച്ചവർ ഉണ്ടായിരു ന്നുവത്രേ! ഗോത്രങ്ങൾ തമ്മിലുണ്ടാകുന്ന ശത്രുതയിൽ ഒരു ഗോത്രം മറ്റൊരു ഗോത്രത്തെ നശിപ്പിക്കാൻ കൂടോത്രം പോലുള്ള ആസുര കൃത്യങ്ങൾ ചെയ്യാറുണ്ടായിരുന്നു എന്നും ഇത് തടയാനുമാണത്രേ ഓരോ ഗോത്രവും സ്വന്തമായി മന്ത്രവാദികളെ സംരക്ഷിച്ചിരുന്നത്. കൂടോത്രം പോലുള്ള മന്ത്രവാദം അറിയുന്നവരെ മറ്റുള്ളവർ ഭയഭക്തി ബഹുമാനത്തോടുകൂടിയാണ് കണ്ടിരുന്നത്. കൂടോത്രം (മാറണം) ചെയ്യാൻ ചുടലഭസ്മമാണത്രേ ഉപയോഗിക്കുക. ചുടലഭദ്രകാളിയാണ് ഭസ്മം നൽകുന്നതെന്നാണ് വിശ്വാസം. മരിച്ചയാളെ ദഹിപ്പിച്ച ചുടലയിൽ നിന്നാണ് ഭസ്മം ശേഖരിക്കേണ്ടത്. ശവം ദഹി പ്പിച്ച ചുടലയിലേക്ക് അന്ന് അർദ്ധരാത്രിയിൽ മന്ത്രവാദി നഗ്നനായി ഒറ്റയ്ക്ക് പോകണമത്രേ! ഈ സമയം ചുടലഭദ്രകാളി മനുഷ്യശരീരം വീതംവച്ച് ചുടലമൂർത്തികൾക്ക് നൽകുന്നത് കാണാൻ കഴിയുമത്രേ. എല്ലാവർക്കും നൽകിയേശേഷം മന്ത്രവാദിക്കും ചുടലഭദ്രകാളി ഒരുവീതം നൽകുമത്രേ. ഭയംകൂടാതെ ഇത് രണ്ട്കൈയ്യും നീട്ടിവാ ങ്ങണം. വാങ്ങുമ്പോൾ മാംസമായിട്ട് തോന്നുകയും ചുടലയിൽ നിന്ന് തിരിച്ച് നടക്കുമ്പോൾ ചാരമായി മാറുകയും ചെയ്യുമത്രേ. മാറണ വിദ്യ (കൂടോത്രം) അറിഞ്ഞിരുന്നാലും ഈ രീതിയിൽ ചുടലഭസ്മം ലഭിച്ചാൽ മാത്രമേ ഫലപ്രാപ്തിയുണ്ടാകുകയുള്ളൂ എന്നാണ് കരുതു ന്നത്.കൂടോത്രം ചെയ്യുന്നതിന് 'മാറണം വയ്ക്കൽ' എന്നാണ് പറയുക. മന്ത്രവാദിയുടെ ആത്മധൈര്യം പ്രകടിപ്പിക്കുന്നതിനായിരിക്കാം ഈ വിധമുള്ള മിത്ത് മന്ത്രവാദവുമായി ബന്ധപ്പെട്ട് പ്രചരിച്ചിരുന്നതെന്ന് വിശ്വസിക്കപ്പെടുന്നു.

പ്രകൃതിയിൽ ധാരാളം ദുഷ്ടശക്തികൾ ഉണ്ടെന്നും അവരുടെ സഞ്ചാരപഥത്തിലോ ദൃഷ്ടിയിലോപെട്ടാൽ അനിഷ്ടങ്ങൾ സംഭവി ക്കുമെന്നും ഇത് രോഗബാധയേൽക്കാൻ കാരണമാകുമെന്നും ഇവർ വിശ്വസിക്കുന്നു. അയ്യമ്പല, കാട്ടുകുളി, ചുടലമൂർത്തി, കായക്കുളി, മലങ്കുളി, കാട്ടുഗുളികൻ, ബാധയേറ്റുമരിച്ചവരുടെ ആത്മാക്കൾ ജലഭദ്ര സഞ്ചാരഗുളികൻ എന്നിവയാണത്രേ ഈ ദുഷ്ടശക്തികൾ. ഇവയെ അകറ്റാനും ബന്ധിക്കാനും മന്ത്രവാദം ആവശ്യമാണെന്ന് ഇവർ വിശ്വസിക്കുന്നു. ഒരാൾക്ക് രോഗമുണ്ടായാൽ ഈ ബാധകൾ ഏറ്റി ട്ടുണ്ടോ എന്ന് അറിയാൻ മന്ത്രവാദികൾ രാശിവച്ച് നോക്കും. ഓരോ മൂർത്തികൾക്കും വ്യത്യസ്തരീതിയിലുള്ള മാന്ത്രികകർമ്മങ്ങളാണ്

ചെയ്യാറുള്ളത്. പച്ചമരുന്നുകളും കർമ്മങ്ങൾക്കായി ഉപയോഗിക്കും. പച്ചമരുന്നുകൾ നിറച്ച ഉറുക്ക് ബാധയേറ്റ ആളുടെ അരയിലോ കൈയ്യിലോ കെട്ടിക്കൊടുക്കും. ഈ ഉറുക്ക് നനയ്ക്കാൻ പാടില്ലെന്നാണ് വിശ്വാസം. നിശ്ചിതകാലത്തിനുശേഷം ബലികർമ്മം നടത്തി ബാധയെ പൂർണ്ണമായും ഒഴിപ്പിക്കുന്നു.

അയ്യമ്പലയ്ക്ക് നീക്കൽ, ബലിയെടുക്കൽ, തുവല് ഇടൽ, എണ്ണജപിക്കൽ, വെള്ളം ജപിക്കൽ, നൂല്മന്ത്രിക്കൽ, ഉറുക്ക് പൂട്ടൽ കണ്ണേറുപാട്ട്, കളംപാട്ട്, ആവാഹനം അടക്കംചെയ്യൽ സ്തംഭനമന്ത്രം, കൺകെട്ട് മന്ത്രം, മറികൊത്തൽ, കട്ട് ഇറക്കൽ, കൊതിപിടിക്കൽ, കൈവിഷം ഛർദിപ്പിക്കൽ, വിലക്കൽ മന്ത്രം, മാറണ ക്രിയ, വശീകരണ മന്ത്രം, മഷിനോക്കൽ, മായാമന്ത്രം, വിവിധഹോമങ്ങൾ തുടങ്ങിയവയാണ് പ്രധാന മാന്ത്രിക കർമ്മങ്ങൾ. എല്ലാ മാന്ത്രിക കർമ്മങ്ങൾക്കും കോഴി അറവ് നിർബന്ധമാണ്.

പുനംകൃഷി നശിപ്പിക്കാനെത്തുന്ന വന്യമൃഗങ്ങളെ മറ്റൊരുമലയി ലേക്ക് മാറ്റിവിടാൻ വിലക്കൽ മന്ത്രം ഉപയോഗിച്ചതായി മൂപ്പന്മാർ പറയുന്നു. മഴയെ സ്തംഭിപ്പിക്കുന്ന മന്ത്രവും മലവേട്ടുവർക്ക് അറിയാമത്രേ! ഒരിക്കൽ നീലേശ്വരം കാവിൽ കലശത്തിനുപോകാൻ എല്ലാവരും തയ്യാറായി എത്തി. ദിവസങ്ങളായി പെയ്യുന്ന കനത്തമഴകാരണം ഇവർക്ക് പുറപ്പെടാൻ സാധിച്ചില്ല. എല്ലാവരും നിരാശരായി തിരിച്ച് വീട്ടിലേക്ക് പോകാൻ ഒരുങ്ങിയപ്പോൾ മൂപ്പനായ വലിയകിരാൻ പറഞ്ഞത്രേ 'ആരും തിരിച്ച് പോകേണ്ട, നമുക്ക് വഴിയുണ്ടാക്കാം', ഇങ്ങനെപറഞ്ഞ് മൂപ്പൻ ഒരു കല്ലെടുത്ത് ഉറവയുണ്ടാകുന്ന സ്ഥലത്തേക്ക് പോയി മന്ത്രം ജപിച്ച് ഉറവക്കണ്ണ് അടച്ചത്രേ! പെട്ടെന്ന് മഴ നിൽക്കുക യും കഠിനമായ വെയിൽ ഉണ്ടാകുകയും ചെയ്തു. എല്ലാവരും കലശം കാണാനായി യാത്രപുറപ്പെടുകയും ചെയ്തു. തിരിച്ച് വന്ന് മൂപ്പൻ കല്ലെടുത്ത് മാറ്റിയപ്പോൾ കനത്തമഴ വീണ്ടും പെയ്യാൻ തുടങ്ങിയെന്ന് അന്ന് യാത്രാസംഘത്തിലുണ്ടായിരുന്ന മൂപ്പന്റെ ചെറുമകൻ കണ്ണൻ പുതിയകുട്ടത്തിൽ വികാരത്തോടെ പറയുകയുണ്ടായി. ഇതുപോലെ മന്ത്രവാദവുമായി ബന്ധപ്പെട്ട അത്ഭുതപ്രവർത്തികളെ സൂചിപ്പിക്കുന്ന ധാരാളം മിത്തുകൾ ഇവരുടെയിടയിൽ പ്രചാരത്തിലുണ്ട്. ഓടുന്ന വാഹനത്തെ നിശ്ചലമാക്കിയ കഥയും ഇതിലൊരു പ്രധാനപ്പെട്ട മിത്തായി നിലനിൽക്കുന്നു. കൊന്നക്കാടിനടുത്തുള്ള ചിരമ്പക്കോട്ടെ ചാപ്പ മൂപ്പൻ ഈ കഥപറയുന്നത് കേൾക്കൂ.

ആദ്യകാലത്ത് മലയോരപ്രദേശമായ കൊന്നക്കാടേക്കുള്ള ഏക ബസ്സായിരുന്നു സൂപ്പർ ഡീലക്സ്. ഒരിക്കൽ നെല്ലിക്കാടൻ മൂപ്പൻ ഈ ബസ്സിന് കൈകാണിച്ചുവെങ്കിലും മുഷിഞ്ഞവേഷധാരിയായ മൂപ്പനെകണ്ട ഡ്രൈവർ ബസ്സ് നിർത്തിയില്ല. മൂപ്പൻ നിന്ന സ്ഥാനത്ത് നിന്ന് ഇങ്ങനെപറഞ്ഞുവത്രേ. 'ഇന്നാ പിന്നെ നിന്റെ വണ്ടി പോണതൊന്നു ആക്ക് കാണണം' ഉടൻ ബസ്സ് നിശ്ചലമായത്രേ. എത്രപരിശ്രമിച്ചിട്ടും വാഹനം ഓടിക്കാൻ സാധിച്ചില്ല. അവസാനം മൂപ്പനോട് ഡ്രൈവർ മാപ്പ് പറഞ്ഞശേഷമത്രേ വാഹനം ഓടിക്കാൻ സാധിച്ചത്.

മായാമന്ത്രം ഉപയോഗിച്ച് വേഷപ്രച്ഛന്നനായി സഞ്ചരിക്കാനുള്ള വിദ്യയും ഇവരുടെയിടയിൽ ഉണ്ടായിരുന്നതായി പറയപ്പെടുന്നു. പഞ്ഞമാസക്കാലത്ത് ജന്മിമാരുടെ പറമ്പിൽ നിന്നും ഭക്ഷ്യവസ്തുക്കൾ മോഷ്ടിക്കാൻ ഈ വിദ്യപ്രയോഗിച്ചതായി പറയുന്നു. മന്ത്രം ചൊല്ലി കഴിഞ്ഞാൽ മന്ത്രവാദി മനുഷ്യനല്ലാതായി മാറുകയും ഉദ്ദിഷ്ടകാര്യം സാധിച്ച് മടങ്ങിവരികയും ചെയ്യും. മന്ത്രവാദിയുടെ ഭാര്യ മന്ത്രിച്ചുനൽകിയ ചൂലുമായി വീടിനുവെളിയിൽ നിൽക്കണമായിരുന്നു. പുലിവേഷത്തിലാണ് മന്ത്രവാദി വീട്ടിലേക്ക് വരിക. വീടിന്റെ പടികയറുന്നതിനു മുമ്പ് ചൂല്കൊണ്ട് ഭാര്യ മൂന്നുപ്രാവശ്യം തല്ലണം. ഇങ്ങനെ ചെയ്തു കഴിഞ്ഞാൽ മായാമന്ത്രത്തിൽ നിന്നും മുക്തിനേടി ഭർത്താവ് പഴയരൂപത്തിൽ തിരിച്ചെത്തും. മന്ത്രവാദത്തിലുള്ള വിശ്വാസം പ്രകടമാക്കുന്ന ഇതുപോലുള്ള ധാരാളം മിത്തുകൾ ഇവരുടെയിടയിൽ പ്രചാരത്തിലുണ്ടെന്നുള്ളത് ഗോത്രജീവിതത്തിൽ മന്ത്രവാദത്തിനുണ്ടായി രുന്ന വലിയ സ്വാധീനം വെളിപ്പെടുത്തുന്നു.

കരി, അരിപ്പൊടി, മഞ്ഞൾപൊടി, ചാരം, കല്ലിന്റെ പൊടി മുതലായവ ഉപയോഗിച്ച് ഭദ്രകാളിയുടെ കളംവരച്ചാണ് മാന്ത്രിക കർമ്മങ്ങൾ നടത്താറുള്ളത്. കുരുത്തോല വാഴത്തടയിൽ കുത്തി വെച്ച് നിർമ്മിച്ച മനോഹരമായ ബലിത്തട്ട് ഈ കളത്തിന് നടുക്ക് വയ്ക്കും. ഈ കളത്തിനു മുമ്പിൽ ബാധയേറ്റയാളെ ഇരുത്തും. മുളചീകിയെടുത്ത 3 കമ്പുകൾ ബലിത്തട്ടിൽ കുത്തിവയ്ക്കും. അതിൽ ഓരോ തിരിയും ചുറ്റിവയ്ക്കും. (കോത്തിരി കോൽ) പട്ടുടുത്ത് മന്ത്രവാദി ഒരുകൈയ്യിൽ മണിയും മറ്റേകൈയ്യിൽ ബലിത്തട്ടും പിടിച്ച് മണി കിലുക്കി മന്ത്രം ജപിക്കും. മണികിലുക്കുന്നതോടൊപ്പം ബലിത്തട്ട് ബാധയേറ്റ ആളുടെ തലയ്ക്കു ചുറ്റും ഉഴിയുന്നതും കാണാം. മന്ത്രം പൂർത്തിയായാൽ ബലിത്തട്ടും കോഴിയെയും കൊണ്ട് മന്ത്രവാദിയും പരികർമ്മിയും വീടിന്റെ വടക്കുഭാഗത്തേക്ക് പോകുകയും കോഴിയറുത്ത്

ബലിത്തട്ടിൽ രക്തം ഉറ്റിക്കുയും ചെയ്യും. തിരിഞ്ഞുനോക്കാതെ മന്ത്രവാദിയും പരികർമ്മിയും വീട്ടിൽ തിരിച്ചെത്തും. അറുത്ത കോഴിയെ മന്ത്രവാദി തന്റെ വീട്ടിൽ കൊണ്ടുപോയി മാന്ത്രികമൂർത്തികൾക്ക് വച്ചുകൊടുക്കും. മന്ത്രവാദത്തിന് വരയ്ക്കുന്ന കളങ്ങൾ വളരെ ആകർഷകമാണ്. മൂന്ന് തരത്തിലുള്ള കളങ്ങൾ വരയ്ക്കുന്നത് കാണാം. ശ്രീശൂലത്തിൽ ഗുളികനേയും, ആവാഹനത്തിൽ പൊട്ടൻതെയ്യവും, മാറണത്തിൽ മനുഷ്യരൂപവും വരയ്ക്കും. പ്രകൃതിയിലെ വർണ്ണവസ്തുക്കൾ മാത്രം ഉപയോഗിച്ചുള്ള ഈ കളം വരയ്ക്കൽ പ്രാകൃത ചിത്രരചനയെ അനുസ്മരിപ്പിക്കുന്നു. നെല്ലിക്കാടൻ നരികുടിയൻ ഗോത്രങ്ങൾ മന്ത്രവാദത്തിൽ വളരെ പ്രശസ്തങ്ങളാണ്.

ജ്യോതിഷം

ആധുനിക ജ്യോതിഷത്തിന്റെ പരിണാമഘട്ടങ്ങൾ പരിശോധിച്ചാൽ അവ ചെന്നെത്തുന്നത് ആദിവാസി ജ്യോതിഷത്തിലായിരിക്കും. ഓരോ ആദിവാസി വിഭാഗത്തിലും തനതായ ജ്യോതിഷ സമ്പ്രദായം നിലനിന്നിരുന്നതായി കാണാം. മറ്റ് വിഭാഗങ്ങളിൽ നിന്നും വളരെ വ്യത്യസ്തവും വൈവിധ്യവുമുള്ള ജ്യോതിഷ രീതിയാണ് മലവേട്ടുവൻ ഗോത്രത്തിൽ കാണാൻ സാധിക്കുക. ഏറെക്കുറെ ഇന്നും ഈ തനതായ ജ്യോതിഷ സമ്പ്രദായം ഇവരുടെയിടയിൽ നിലനിൽക്കുകയും പൊതുസമൂഹം ഉൾപ്പെടെയുള്ളവർ ഇത് പ്രയോജനപ്പെടുത്തുന്നതും കാണാം. മലവേട്ടുവരുടെ തനത് ജ്യോതിഷം 'തട്ടുപ്പജ്യോതിഷം' എന്നാണ് (തട്ടുപ്പ കണക്ക്) അറിയപ്പെടുന്നത്.

തട്ടുപ്പ ജ്യോതിഷം

ഒറ്റ തട്ടുപ്പ ജ്യോതിഷം - ശ്രീ നെല്ലിക്കാടൻ കണ്ണൻ മൂപ്പൻ

ജ്യോതിഷത്തിലൂടെ കാര്യങ്ങൾ അറിയുന്നതിന് 'കണക്കുവെക്കൽ' (രാശിവയ്ക്കൽ) എന്നാണ് ഇവർ പറയാറുള്ളത്. രണ്ട് തരത്തിലുള്ള തട്ടുപ്പ ജ്യോതിഷം ഇവരുടെയിടയിൽ ഉണ്ട്. ഒറ്റത്തട്ടുപ്പ (മുറം) യും അരിയും ഉപയോഗിച്ച് നടത്തുന്നതും രണ്ട് തട്ടുപ്പയും അരിയും ഉപയോഗിച്ച് നടത്തുന്നവയുമാണ് അവ.

തട്ടുപ്പ ജ്യോതിഷം

മലവേട്ടുവരുടെ തനതു ജ്യോതിഷമായ തട്ടുപ്പ ജ്യോതിഷം ഇന്ന് പൊതുസമൂഹത്തിൽ ഉൾപ്പെടെ വളരെ പ്രചാരമുള്ള ഒന്നായി മാറിയിട്ടുണ്ട്. ശിവന്റെ ദോഷമറിയാൻ പാർവ്വതി മുളയുടെ മുറത്തിൽ മുളയരിയിട്ട് നടത്തിയതാണ് ഈ ജ്യോതിഷം എന്നാണ് വിശ്വാസം. കുറത്തി, കാപ്പാളത്തി ദേവതമാരുടെ ഉപാസനയിലൂടെയാണ് തട്ടുപ്പ ജ്യോതിഷം ചെയ്യാനുള്ള സിദ്ധി ലഭിക്കുന്നതെന്നാണ് വിശ്വസിക്കുന്നത്. അതിനാൽ ഈ ദേവതമാർ മലവേട്ടുവൻ ഗോത്രത്തിന് നൽകിയ വരദാനമായാണ് തട്ടുപ്പ ജ്യോതിഷത്തെ പരിഗണിക്കുന്നത്. രണ്ട് മുറവും ഒരുപിടി അരിയുമാണ് ജ്യോതിഷത്തിനായി ഉപയോഗിക്കുന്നത്. ഒരു മുറം കമിഴ്ത്തി വെച്ച് അതിൻ മുകളിൽ നടുഭാഗത്തായി ഒരുപിടി അരിയിടും. ഇതിന്റെ മുകളിലായി മറ്റൊരു മുറം മലർത്തിവെച്ച് മുറത്തിന്റെ മധ്യഭാഗത്തായി അരിയിടും. വെറ്റിലയും അടയ്ക്കയും ദക്ഷിണയായി ഇതിന്റെ സമീപത്ത് വയ്ക്കും. തുടർന്ന് ജ്യോതിഷി ഒരു മന്ത്രം ചൊല്ലിയശേഷം മലർത്തിവച്ച മുറം ശക്തിയായി വലിക്കും. ചില സന്ദർഭത്തിൽ വലിക്കുന്ന മുറം

അടിയിൽ വച്ചിട്ടുള്ള മുറത്തിന്റെ മുകളിൽ നിന്നും വളരെ എളുപ്പം വേർപെട്ട് വരുന്നതായി കാണാം. എന്നാൽ ചിലസമയങ്ങളിൽ വലിക്കുന്ന മുറം എത്രശക്തിയായി വലിച്ചാലും അടിയിലെ മുറത്തിൽ ഒട്ടിപ്പിടിച്ച് നിൽക്കുകയും മുറം വേർപെട്ട് വരാതിരിക്കുകയും ചെയ്യും. രണ്ട്മൂന്ന് തവണ ഈ മുറംവലിക്കൽ ആവർത്തിക്കും. വലിക്കുന്ന മുറത്തിലെ തെന്നിമാറിയ അരിമണിയുടെ ലക്ഷണവും ലഘു, ഗുരുത്വവും വലിക്കുമ്പോൾ മുറം വേർപെട്ട് വരുന്നതും വരാത്തതുമായ സന്ദർഭത്തേയും അപഗ്രഥിച്ചും അധികരിച്ചുമാണ് പ്രവചനങ്ങൾ നടത്തുക. തട്ടുപ്പ വലിക്കുമ്പോൾ തട്ടുപ്പ വേർപെട്ട് വരാതിരിക്കുന്നതും ബലംപിടിച്ച് വേർപെടുത്താൻ ജ്യോതിഷി ശ്രമിക്കുന്നതും കാണികളിൽ അത്ഭുതവും വിശ്വാസവും വർദ്ധിപ്പിക്കുന്നു. തട്ടുപ്പ ജ്യോതിഷത്തിൽ പ്രശസ്തൻ ശ്രീ നെല്ലിക്കാടൻ കണ്ണൻ ഗുരിക്കളാണ്. ഇദ്ദേഹത്തിന്റെയടുത്ത് മുൻ കർണ്ണാടക മന്ത്രി ശ്രീ ബങ്കാരപ്പ അടക്കമുള്ള പ്രശസ്തരായവർ ഭാവി അറിയാൻ എത്തിയിട്ടുണ്ട്. തട്ടുപ്പ ജ്യോതിഷം വിദേശ- സ്വദേശ ചാനലുകൾ അടക്കമുള്ള ദൃശ്യ-പത്ര മാധ്യമങ്ങളിൽ ശ്രദ്ധേയമായ വാർത്തയായിട്ടുണ്ട്.

തട്ടുപ്പ ജ്യോതിഷത്തിൽ സിദ്ധികൈവരിക്കാൻ ഗുരുവിന്റെയടുത്തുള്ള പഠനത്തിനു പുറമേ, കുറത്തി ദേവതയുടെ ഉപാസനയും ആവശ്യമാണ്. പഠനം പൂർത്തിയായാൽ പഠിതാവ് മൂന്ന് ദിവസം ബ്രഹ്മചര്യത്തോടെയുള്ള വ്രതനിഷ്ഠ പാലിക്കണം. വ്രതകാലയളവിൽ ഒറ്റയ്ക്ക് ഒരു മുറിയിലാണ് രാത്രിയിൽ കിടക്കേണ്ടത്. ഉറങ്ങുന്നതിനു മുമ്പായി ഒരു മുറം കമിഴ്ത്തിയും മറ്റൊരു മുറം മലർത്തിയും അരിയിട്ട് തലഭാഗത്തു വയ്ക്കണം. രാത്രിയിൽ ദേവിപ്രത്യക്ഷപ്പെട്ട് മുറം വലിക്കുമത്രേ. ഈ സമയം ഭയംകൂടാതെ എതിർഭാഗത്തിരുന്ന് പഠിതാവ് മുറം വലിക്കണം. ഇങ്ങനെ മൂന്നുതവണ ആവർത്തിക്കും. തൃപ്തയായ ദേവിയുടെ അനുഗ്രഹം പഠിതാവിന് ലഭിക്കുകയും തുടർന്ന് ഗുരുവിൽ നിന്ന് 'കൊടി' വാങ്ങി ജ്യോതിഷിയായി മാറുകയും ചെയ്യുന്നു. ഈ പ്രക്രിയയ്ക്ക് 'തട്ടുപ്പ്' ഉറപ്പിക്കൽ എന്നുപറയും.

ഒറ്റമുറം ഉപയോഗിച്ചുള്ള ജ്യോതിഷ സമ്പ്രദായം നിലവിലുണ്ട്. ഈ സമ്പ്രദായത്തിൽ തട്ടുപ്പ വലിക്കാറില്ല. പകരം മന്ത്രം ഉപയോഗിച്ച് അരി മണിവേർതിരിച്ച് ലക്ഷണം നോക്കി ഭാവി പ്രവചിക്കുകയാണ് ചെയ്യാറുള്ളത്. രണ്ട് രീതിയിലുള്ള ജ്യോതിഷവും തട്ടുപ്പ ജ്യോതിഷം എന്നുതന്നെയാണ് അറിയപ്പെടുന്നത്. ശ്രീ നെല്ലിക്കാടൻ കണ്ണൻ ഗുരുക്കൾ, ഏറാഞ്ചിറ്റ കുഞ്ഞിരാമൻ, മാണിക്കൻ വാണിയപ്പാടി, കുറ്റിയാട്ട് മാണിക്കൻ മുട്ടോംകടവ്, പാപ്പിനിവീട്ടിൽ

മാണിക്കൻ വളഞ്ഞങ്ങാനം, പാല നെല്ലിക്കാടൻ, കാവിരി നെല്ലിക്കാടൻ തുടങ്ങിയവരെല്ലാം ഇപ്പോഴും തട്ടുപ്പ ജ്യോതിഷം ചെയ്യുന്ന പ്രശസ്തരായ ജ്യോതിഷികളാണ്.

കോൽകണക്ക്

ഈർക്കിൽ ഉപയോഗിച്ച് നടത്തുന്ന ജ്യോതിഷമാണ് കോൽകണക്ക്. രാശി അറിയാൻ വരുന്നയാൾ കാണാതെ മൂന്ന് ഈർക്കിൽ കമ്പുകൾ ജ്യോതിഷി ചെത്തിമിനുക്കി കൊണ്ടുവരും. രാശി അറിയേണ്ട വ്യക്തി കാര്യങ്ങൾ വിശദീകരിച്ച ശേഷം ജ്യോതിഷി തന്റെ മൂന്ന് വിരലിനോട് മൂന്ന് ഈർക്കിലുകൾ ചേർത്തുവച്ച് ചില അളക്കലുകൾ നടത്തും. ഈർക്കിലിന്റേയും വിരലിന്റേയും നീളം ബന്ധപ്പെടുത്തിയാണ് ഫലം പ്രവചിക്കുന്നത്. കരിഞ്ചാമുണ്ഡിയുടെ ഉപാസനയിലൂടെയാണ് ഈ ജ്യോതിഷം സിദ്ധിച്ചതെന്ന് ഇവർ വിശ്വസിക്കുന്നു. ചന്ദ്രൻ ഇളയിടത്ത്, ഗോപാലൻ ഇളയിടത്ത് തുടങ്ങിയവർ ഈ ജ്യോതിഷത്തിൽ പ്രശസ്തരാണ്. പുതുതലമുറയുടെ പഠനവൈമുഖ്യം മൂലം ഈ ജ്യോതിഷം ഏറെക്കുറെ അന്യമാകുന്ന കാലം വിദൂരമല്ലെന്ന് ചന്ദ്രൻ ഇളയിടത്ത് സൂചിപ്പിക്കുകയുണ്ടായി.

നാഴിയും പലകയും രാശി

തട്ടുപ്പ ജ്യോതിഷം രീതിയിൽ തന്നെയാണ് നാഴിയും പലകയും രാശി നടത്താറുള്ളത്. പലകയുടെ മുകളിൽ അരി വാരിയിട്ടശേഷം നാഴി ഇതിന്മേലെ വലിക്കുന്നതാണ് ജ്യോതിഷത്തിന്റെ രീതി. വലിക്കുന്ന ക്രമവും തെറിക്കുന്ന അരിയുമായി ബന്ധിപ്പിച്ച് ഫലം പ്രവചിക്കുന്നു. നാട്ടുപരദേവത (നാട്ടുടുക്കം തെയ്യം)യുടെ ഉപാസനയിലൂടെയാണ് ഈ ജ്യോതിഷം കരഗതമാകുന്നത്.

ഗോത്ര സദാചാര നിഷ്ഠകളും സ്ത്രീപദവിയും

മലവേട്ടുവ സ്ത്രീകൾ നല്ല ആരോഗ്യവതികളായിരുന്നു. പുനംകൃഷിയിൽ പുരുഷന്മാരോടൊപ്പം എല്ലാം പണികളും ഇവരും ചെയ്തിരുന്നു. എന്നാൽ പൊതുസമൂഹത്തിൽ ഇടപെടുമ്പോൾ ചില വിലക്കുകൾക്ക് ഇവർ വിധേയരായിരുന്നു. അന്യപുരുഷന്മാരോട് സംസാരിക്കുന്നതും മൂപ്പന്മാർ പങ്കെടുക്കുന്ന ചർച്ചകളിൽ അഭിപ്രായം പറയുന്നതും കർശനമായി വിലക്കിയിരുന്നു. എന്നാൽ മധ്യവയസ്കരായ സ്ത്രീകൾക്കും, മൂപ്പത്തി, കിരാത്തി തുടങ്ങിയവർക്കും ഈ വിലക്കുകൾ ബാധകമായിരുന്നില്ല. മലവേട്ടുവർ തായ് വഴിസമ്പ്രദായം പിൻതുടർന്നതിനാൽ പെൺകുട്ടികളുടെ ജനനം സന്തോഷത്തോടെയാണ് സ്വീകരിക്കാറുള്ളത്. പെൺകുട്ടികൾ കുറവായ ചില ഗോത്രങ്ങൾ പെൺകുഞ്ഞ് പിറക്കുന്നതിനായി കുലദേവതമാർക്ക് ചില വഴിപാടുകളും നടത്താറുമുണ്ടായിരുന്നു.

മാസമുറ (മെൻസസ്) സമയത്ത് സ്ത്രീകൾ നാലുദിവസം മാറിത്താമസിക്കണമായിരുന്നു. ഈ സമയങ്ങളിൽ യാതൊരുവിധ ജോലികളും ഇവരെക്കൊണ്ട് ചെയ്യിപ്പിക്കാറില്ല. 4-ാം ദിവസം താമസിച്ച മുറി ചാണകം മെഴുകി, മുറ്റത്ത് ചാണകം തളിച്ച് ഉപയോഗിച്ച പാത്രം, പായ, വസ്ത്രങ്ങൾ എന്നിവ കുളിക്കടവിൽ കൊണ്ടുപോയി കഴുകി, കുളിച്ചശേഷം മാത്രമേ വീട്ടിൽ പ്രവേശിക്കാൻ പാടുള്ളൂ എന്നായിരുന്നു ചിട്ട. ഗോത്രത്തിലെ ഏറ്റവും പ്രായമുള്ള സ്ത്രീകൾക്ക് ആരാധനാസ്ഥാനത്ത് പ്രത്യേക പരിഗണന നൽകിയിരുന്നു. അരിയിട്ട് വാഴിക്കേണ്ട (അരിചാർത്തൽ) വിവിധ സന്ദർഭങ്ങളിൽ ഇവരായിരുന്ന

ആദ്യം അരിയിടേണ്ടത്. ആരാധനാ സ്ഥാനത്ത് കുടുംബാംഗങ്ങളുടെ അംശാദായം സ്വീകരിക്കുമ്പോൾ ഏറ്റവും പ്രായമുള്ള സ്ത്രീയുടേതാണ് ആദ്യം സ്വീകരിക്കേണ്ടത്.

ബഹുഭാര്യാത്വം സമുദായത്തിൽ നിലനിന്നിരുന്നു. 4 സ്ത്രീകളെ വരെ വിവാഹം ചെയ്തവർ ഉണ്ടായിരുന്നു. ഇദ്ദേഹം 'നാലുപൊങ്കറൻ' എന്നാണ് അറിയപ്പെട്ടിരുന്നത്. എല്ലാ ഭാര്യമാരും ഒന്നിച്ച് താമസിക്കണമെന്നുള്ളത് നിർബന്ധമായിരുന്നു. വിധവാ വിവാഹം അനുവദിക്കുകയും മൂപ്പന്മാർ പ്രോത്സാഹിപ്പിക്കുകയും ചെയ്തിരുന്നു. വിവാഹമോചനം (വാണൊഴിക്കൽ) നിവൃത്തിയില്ലാത്ത ഘട്ടത്തിലേ അനുവദിച്ചിരുന്നുള്ളൂ. ഗോത്രകോടതിയ്ക്കാണ് വിവാഹമോചനം അനുവദിക്കാനുള്ള അവകാശമുണ്ടായിരുന്നത്. വിവാഹമോചനം നൽകുമ്പോൾ സ്ത്രീക്ക് നൽകിയിരുന്ന കാണം തിരിച്ച് നൽകണമായിരുന്നു. ഗുരുപൂർവ്വികന്മാർക്ക് കൊടിയിലയിൽ കത്തിച്ച് വച്ച് മൂപ്പന്മാരും, ചങ്ങാതിമാരും ചേർന്ന് അപേക്ഷ പറഞ്ഞാണ് ബന്ധം വേർപെടുത്തിയിരുന്നത്. വിവാഹമോചനം നേടിയ സ്ത്രീ 'വാണൊഴിഞ്ഞ പെണ്ണ്' എന്നാണ് അറിയപ്പെട്ടിരുന്നത്.

സദാചാരനിഷ്ഠകൾ

പ്രാചീനകാലത്ത് സദാചാര നിഷ്ഠകൾ കർശനമായി പാലിച്ച ജനസമൂഹമായിരുന്നു മലവേട്ടുവർ. സ്ത്രീകൾക്കും പുരുഷന്മാർക്കും ബാധകമായ നിഷ്ഠകൾകർശനമായും പാലിക്കാൻ ഗോത്രാംഗങ്ങൾ ബാധ്യസ്ഥരായിരുന്നു. സദാചാര കാര്യങ്ങളിൽ വീഴ്ചവരുത്തിയാൽ ശിക്ഷിക്കുവാനുള്ള അധികാരം മൂപ്പന്മാരിൽ നിക്ഷിപ്തമായിരുന്നു. വിവാഹപ്രായമായ പെൺകുട്ടികൾ അന്യപുരുഷന്മാരോട് അടുത്തിടപഴകാനോ, സംസാരിക്കാനോ പാടില്ലായിരുന്നു. ആൺകുട്ടികൾക്കും ഇത് ബാധകമായിരുന്നു. ഭർതൃമതിയായ സ്ത്രീയോട് പുരുഷന്മാർ ഇടപഴകാൻ പാടില്ലായിരുന്നു. വിവാഹിതനായ പുരുഷൻ മറ്റൊരു സ്ത്രീയെ കാമിച്ചാൽ തിളപ്പിച്ച എണ്ണയിൽ കൈമുക്കിക്കുമായിരുന്നു. അപരിചിതരായ ഗോത്രാംഗങ്ങളോട് സംസാരിക്കുന്നതിനു മുമ്പ് ഇല്ലം ചോദിച്ചറിഞ്ഞ് തൊരുവമാണോ, മാതൃബന്ധമുള്ള ഇല്ലമാണോ എന്ന് തിരിച്ചറിഞ്ഞായിരുന്നു സംബോധന ചെയ്യേണ്ടിയിരുന്നത്. (തൊരുവമാണെങ്കിൽ പിതൃബന്ധത്തിലുള്ള പദങ്ങൾ ഉപയോഗിച്ച് സംബോധന ചെയ്യണം, മാതൃബന്ധമാണെങ്കിൽ അമ്മ, മാമൻ, ബന്ധമുള്ള പദങ്ങൾ ഉപയോഗിച്ച് സംബോധന ചെയ്യണം.) ആതിഥ്യമര്യാദയായി വെറ്റയും അടയ്ക്കയും ചവക്കാൻ (മുറുക്കാൻ)

നൽകണം. തൊരുവം നോക്കിയേ വിവാഹം ചെയ്യാൻ പാടുള്ളൂ. ഇത് ലംഘിച്ചാൽ സമുദായത്തിൽ നിന്ന് ഭ്രഷ്ട് കല്പിക്കുമായിരുന്നു. ആന്യ സമുദായത്തിൽ നിന്നുള്ള വിവാഹബന്ധം അനുവദിച്ചിരുന്നില്ല. മൂപ്പന്മാരേയെ, മുതിർന്നവരേയോ കണ്ടാൽ എഴുന്നേറ്റ് മാറി നിൽക്കണമായിരുന്നു.

സദാചാര നിഷ്ഠകൾക്ക് പ്രാചീനകാലത്ത് ഗോത്രം കല്പിച്ചിരുന്ന പ്രാധാന്യം വ്യക്തമാക്കുന്നതാണ് കുമ്പകാപ്പാളത്തിയുടെ പുരാവൃത്തം.

കുമ്പകാപ്പാളത്തി പുരാവൃത്തം

നാല് ആങ്ങളമാരുടെ ഏക സഹോദരിയായിരുന്നു കുമ്പകാപ്പാളത്തി. സഹോദരിയെ അതിരറ്റ് സ്നേഹിച്ചിരുന്ന ആങ്ങളമാർ അവളെ നിലത്തുവയ്ക്കാതെയായിരുന്നു വളർത്തിയിരുന്നത്. ജ്യോതിഷവും, മന്ത്രവാദവും പഠിച്ച് അവൾ വളർന്ന് വിവാഹപ്രായമായി. ഒരിക്കൽ ആങ്ങളമാർ കാവേരി സംക്രമത്തിന് കാവേരിയമ്മയെ തൊഴാൻ പോ കാൻ തീരുമാനിച്ചു. ഇതറിഞ്ഞ കാപ്പാളത്തി പറഞ്ഞു, 'ഏട്ടന്മാരെ ഞാനും കാവേരിയമ്മയെ കാണാൻ വരുന്നു.' ഇതുകേട്ട ഏട്ടന്മാർ അവളെ വിലക്കി. നീ വരേണ്ട, ഒരുപടി ആളുകൾ അവിടെയുണ്ടാകും. നിന്നെ കണ്ട് അവർ മോഹിച്ചാൽ....? വേണ്ട; നീ വരേണ്ട. കാവേരിയമ്മയെ തൊഴാനുള്ള തന്റെ ആഗ്രഹം വിലക്കിയ ഏട്ടന്മാരുടെ തീരുമാനം കാപ്പാളത്തിയെ ദുഃഖിപ്പിച്ചു. ഏട്ടന്മാർ കാണാതെ കാപ്പാളത്തി അവരെ പിൻതുടർന്നു. ഘോര വനത്തിലൂടെയുള്ള യാത്ര ഭയാനകമായിരുന്നെങ്കിലും കാപ്പാളത്തി പിന്മാറിയില്ല. അങ്ങനെ പിൻതുടർന്ന് വഴി നാലായി തിരിയുന്ന ഭാഗത്തെത്തി. ഏട്ടന്മാർ പോയ വഴി ഏതെന്ന് തിരിച്ചറിയാൻ കഴിയാതെ കാപ്പാളത്തി വനത്തിലകപ്പെട്ടു. വളരെ ദൂരം വനത്തിലൂടെ സഞ്ചരിച്ചുവെങ്കിലും കാവേരിക്കുള്ള യഥാർത്ഥവഴിയിൽ എത്താൻ സാധിക്കാതെ ഘോരവനത്തിലവൾ അകപ്പെട്ടു. വിശപ്പും ദാഹവും ക്ഷീണവും കൊണ്ട് അവൾ വിവശയായി. തളർച്ച ബാധിച്ച കുമ്പ കാപ്പാളത്തി വഴിയിൽവെച്ച് ഒരു മയ്യനെ (മാവിലനെ) കണ്ടു മുട്ടി. മാവിലൻ അവൾക്ക് ക്ഷീണമകറ്റാൻ വെള്ളവും, ഭക്ഷണവും നൽകി. പരവേശം മൂലം അന്യജാതിയിൽപെട്ടയാളാണ് തനിക്ക് ഭക്ഷണം നൽകിയതെന്ന കാര്യം അവൾ മറന്നുപോയിരുന്നു. യാഥാർത്ഥ്യം തിരിച്ചറിഞ്ഞ കുമ്പകാപ്പാളത്തി സ്വന്തം ഗോത്രത്തിലേക്ക് തിരിച്ചുപോയാലുണ്ടാകുന്ന അപമാനവും, ശിക്ഷയും ഭയന്ന് മാവിലന്റെ കുടിയിൽ തന്നെ താമസമാക്കി.

കാവേരി സംക്രമം തൊഴുതി മടങ്ങിയെത്തിയ ആങ്ങളമാർക്ക് കുഞ്ഞുപെണ്ണുങ്ങളെ നഷ്ടമായ വിവരമാണ് കേൾക്കാൻ സാധിച്ചത്. അവർ കാടായകാട്ടും നാടായനാട്ടും അവളെ അന്വേഷിച്ചു. ഒടുവിൽ മയ്യന്റെ കുടിലിൽ അവളെ കണ്ടെത്തി. കോപാകുലരായ ആങ്ങളമാർ ഗോത്ര നിയമപ്രകാരം കടുത്ത ശിക്ഷതന്നെ വിധിച്ചു. ഗർഭിണിയായ അവളെ മരത്തിൽ കെട്ടിയിട്ട് ക്രൂരമായി മർദ്ദിച്ച് കൊന്നു. കാവേരിയമ്മയെ തൊഴാനുള്ള അദമ്യമായ ആഗ്രഹമാണ് കുമ്പകാപ്പാളത്തിക്ക് ഈ അവസ്ഥയുണ്ടാക്കിയത്. കുമ്പ കാപ്പാളത്തിയിൽ കാവേരി അമ്മ പ്രസാദിക്കുകയും 30ാം നാൾ അവൾ ദേവതയായി മാറുകയും ചെയ്തു. ഗോത്രത്തിൽ ചില അനിഷ്ടങ്ങളും ആപത്തുകളും സംഭവിക്കാൻ തുടങ്ങി. മൂപ്പന്മാർ കൂടിച്ചേർന്ന് കാപ്പാളത്തിയെ മുന്തിറ തെയ്യമായി ഗോത്രപതികളിൽ കുടിയിരുത്തുകയും കൊട്ടിയാടിക്കാന് തീരുമാനിക്കുകയും ചെയ്തു. കുട്ടികളെ സംരക്ഷിക്കുന്ന അമ്മയായി കാപ്പാളത്തിയെ മലവേട്ടുവർ ആരാധിച്ച് കെട്ടിയാടിച്ച് വരുന്നു.

ഗോത്രജീവിതത്തിന്റെ കെട്ടുറപ്പും കൂട്ടായ്മയും ദൃഢമൂലമായി നിലനിർത്തുന്നത് ജീവിതത്തിൽ പാലിക്കേണ്ട നിഷ്ഠകൾക്ക് വലിയ പങ്കുണ്ട്. നാടോടി ജീവിതത്തിൽ ഉണ്ടാകാൻ ഇടയുള്ള അരാജക പ്രവണത ഗോത്രപരമായ ഈ വിലക്കുകളിലൂടെ മറികടക്കാൻ സാധിച്ചുവെന്നുള്ളതാണ് ഇതിന്റെ പ്രാധാന്യം. വംശീയ തനിമയും, പരിശുദ്ധിയും നിലനിർത്തി സാംസ്ക്കാരികമായ ജീവിതമണ്ഡലം പടുത്തുയർത്താൻ ഗോത്രസദാചാര നിഷ്ഠകൾ കൊണ്ട് പൂർവ്വികർക്ക് സാധിച്ചുവെന്നുള്ളത് തർക്കമറ്റ സംഗതിയാണ്.

സാമൂഹ്യസഹവർത്തിത്വം

സ്വതന്ത്ര ഗോത്രജീവിതത്തിൽ നിന്നും സാമൂഹ്യപരമായ ഇടപെടലുകളിലേക്ക് മലവേട്ടുവർ ഏത്തിച്ചേരുന്നത് ജന്മിത്വ കാലഘട്ടത്തിലാണ്. ജന്മിത്വ കാലഘട്ടത്തിൽ അടിമകളാക്കപ്പെട്ടുകയും ജാതിപരമായ മേൽക്കോയ്മ ഇവരുടെമേൽ അടിച്ചേൽപ്പിക്കപ്പെട്ടുകയും ചെയ്തു. ജാതീയപരമായ അടിമത്വം നിസംഗതരായി സ്വീകരി ക്കേണ്ടി വന്നപ്പോഴും മറ്റുള്ളവരോട് വളരെ വിനയത്തോട് മാത്രമേ പെരുമാറിയിരുന്നുള്ളൂ. ജന്മിമാരെ 'ഉടയോർ' എന്നും രാജാക്കനാമരെ 'തമ്പുരാൻ' എന്നുമാണ് സംബോധന ചെയ്തിരുന്നത്യയാദവ നായർ വിഭാഗത്തെ 'വെള്ളീര്' എന്നും തീയ്യ വിഭാഗത്തിലുള്ളവരെ 'അച്ഛൻ' എന്നും വിളിച്ചുവന്നു. ഉയർന്ന ജാതിക്കാരെ പരാമർശിക്കുമ്പൾ ഗോത്രത്തിനുള്ളിൽ 'വെള്ളുമാർ' (വെളുത്തവർ) എന്നപദമാണ് ഉപയോഗിച്ചിരുന്നത്. വെള്ളുമാർ എന്ന പദം ഒരു അപരത്വത്തെ ധ്വനിപ്പിക്കുന്നുണ്ട്.

മലവേട്ടുവരുടെ കായികശക്തിയെ സാമ്പത്തിക ഉല്പാദന വർദ്ധനവിനായി ചൂഷണം ചെയ്യുതിനോടൊപ്പം, ജന്മികളുടെ ആരാധനപരമായ കാര്യങ്ങൾക്കും, കന്നുകാലികളെ മേയ്ക്കാനും ഇവരെ ഉപയോഗിച്ചിരുന്നു. ജന്മികളുടെ കുലോം, കാവ് എന്നീ ആരാധനാ സ്ഥലങ്ങളിൽ ചിലപൂജകൾ ചെയ്യാനുള്ള അവകാശം ഇവർക്ക് നൽകിയിരുന്നു. ചിറ്റാരിക്കാൽ കുലോം, മൗവ്വേനി കുലോം, മാലോം കുലോം എന്നിവിടങ്ങളിലെല്ലാം ഇത് കാണാവുന്നതാണ്. ചിറ്റാരിക്കാൽ, മൗവ്വേനി കുലോം സ്ഥാനങ്ങളിൽ പ്രധാന ദേവനായ കിഴക്കൻ പോതി (ഈശ്വരൻ ദൈവം) തെയ്യത്തിന് നിവേദ്യം തയ്യാറാക്കുന്നതിനു

ള്ള 'കുണ്ടംകൊത്തൽ' നടത്തേണ്ടത് മലവേട്ടുവരാണ്. കമ്മാടം ഭഗവതീക്ഷേത്രത്തിൽ ഭഗവതിയുടെ തിരുമുടിക്കാവശ്യമായ മുളകൾ പ്രതിഷ്ഠയോടെ മലവേട്ടുവ മൂപ്പൻ ശേഖരിച്ച് ക്ഷേത്രത്തിൽ എത്തിക്കുന്ന ചടങ്ങ് ഇപ്പോഴും കാണാം. മാലോം കോവിലകത്ത് കതിവന്നൂർവീരൻ തെയ്യത്തിനാവശ്യമായ ചൂട്ടുകറ്റകൾ ശേഖരിച്ച് തെയ്യത്തിന് കത്തിച്ചുനൽകേണ്ടത് മലവേട്ടുവരാണ്. കമ്പല്ലൂർ കോട്ടയിൽ ദേവസ്ഥാനത്ത് സമുദായത്തിന്റെ സാന്നിധ്യമാവശ്യമുള്ള ചടങ്ങുകൾക്കാണാവുന്നതാണ്. കണ്ണൂർ ജില്ലയിലെ നരമ്പിൽ ഭഗവതീ ക്ഷേത്രത്തിലും ഇവർക്ക് പ്രത്യേക അവകാശങ്ങൾ ഉണ്ട്. ചില കാവുകളിലും ഇവർക്ക് പൂജ ചെയ്യാനുള്ള അവകാശം ഉണ്ട്. കമ്പല്ലൂർ ആക്കചാമുണ്ഡിക്കാവ്, വള്ളിക്കടവ് വട്ടക്കയത്ത് കാവ്, മല്ലിയോടൻ കാവ്, കരിഞ്ചാമുണ്ഡിയെ ആരാധിക്കുന്ന കാവുകൾ മുതലായവ ചിലത് മാത്രമാണ്.

ജന്മികളുടെ കന്നുകാലികൾക്കുണ്ടാകുന്ന രോഗബാധ തടയുന്നതിനുള്ള 'നാനായിപ്പാട്'; ചടങ്ങും കൃഷിയിടങ്ങളിലെ രോഗബാധ തടയുന്നതിനുള്ള 'പാനവിളി' എന്ന ചടങ്ങ് നടത്തേണ്ടത് മലവേട്ടുവർ ആയിരുന്നു. ആരാധനാപരമായ എല്ലാകർമ്മങ്ങൾക്കും നിശ്ചിതമായ കൂലിക്ക് പുറമേ, തുണിയും ജന്മികൾ നൽകുമായിരുന്നു. മലവേട്ടുവ ഗോത്രത്തിലെ പതികളിലെ ആരാധനയ്ക്കാവശ്യമായ നെല്ലും മറ്റ് സാധനങ്ങളും ജന്മികൾ സൗജന്യമായി നൽകിയിരുന്നു.

മറ്റ് ആദിവാസി വിഭാഗങ്ങളായ മാവിലാൻ, മലക്കുടിയാൻ വിഭാഗങ്ങളുമായി മലവേട്ടുവർ അടുത്ത് സമ്പർക്കം പുലർത്തിയിരുന്നു. ഇവരുമായി അയിത്തം പാലിച്ചിരുന്നില്ലെങ്കിലും വിഹാബന്ധത്തിലേർപ്പെട്ടുകയോ, പരസ്പരം ഭക്ഷണം കഴിക്കുകയോ ചെയ്തിരുന്നില്ല. മലവേട്ടുവ ആരാധനാ സ്ഥനങ്ങളിൽ തെയ്യം കെട്ടാനുള്ള അവകാശം മാവിലന്മാർക്ക് ആയിരുന്നു. മലക്കുടിയാൻ വിഭാഗം പനങ്കള്ള് ശേഖരിച്ച് മലവേട്ടുവർക്ക് നല്കണമായിരുന്നു. മലക്കുടിയാൻ വിഭാഗത്തിന്റെ പൂർവ്വ ഗുരുവായ 'കുടിയ കുളിയെ' മലവേട്ടുവ ആരാ ധനാ സ്ഥാനങ്ങളിൽ കെട്ടിയാടിക്കുന്നത് കാണാം. എന്നാൽ പുലയ, ചെറുമൻ വിഭാഗത്തോട് കടുത്ത അയിത്തം പാലിച്ചിരുന്നു.

ക്രിസ്ത്യൻ, മുസ്ലീം വിഭാഗങ്ങളെ സംബോധന ചെയ്യാൻ പ്രത്യേകപദങ്ങൾ ഇല്ലെന്നുള്ളതും ശ്രദ്ധേയമാണ്. ഈ വിഭാഗങ്ങളെ പൊതുസമൂഹം സംബോധന ചെയ്യാൻ ഉപയോഗിച്ച പദങ്ങൾ തന്നെയായിരുന്നു മലവേട്ടുവർ ഉപയോഗിച്ചിരുന്നത്.

ഭാഷയും
വാങ്മൊഴി സംസ്കാരവും

ഗോത്രക്കൂട്ടായ്മയുടെ എല്ലാ തലങ്ങളെയും ഉൾക്കൊള്ളുന്ന സാംസ്ക്കാരിക ഘടകമാണ് വാമൊഴി സംസ്കാരം. തനതുസംസ്കാരത്തിന്റെ യഥാർത്ഥ വിളംബരമാണ സമ്പന്നമായ വാമൊഴി വഴക്കത്തിൽ കാണാൻ സാധിക്കുക. പാട്ടുകൾ, മന്ത്രങ്ങൾ, കഥകൾ, പുരാവൃത്തങ്ങൾ പഴഞ്ചൊല്ലുകൾ, ശൈലികൾ, ആചാരാനുഷ്ഠാന സൂചകങ്ങളായ പദങ്ങൾ എന്നീ ഉൾപ്പിരിവുകളിലൂടെ വാമൊഴി സംസ്കാരം സമ്പന്നമാകുന്നു. തനത് ഭാഷയിൽ തലമുറകളായി വാചീകമായി കൈമാറിവന്നിട്ടുള്ള ഇവ, ആദിവാസി ഭാഷയുടെ സർഗ്ഗാത്മകതയുടെ ഉത്തമ നിദാനങ്ങളാണ്. വാമൊഴി സംസ്കാരം ഭാഷയുടെ അഭിവാജ്യഘടകമായതിനാൽ ആദിവാസി സംസ്കാരത്തിന്റെ പ്രത്യക്ഷ അടയാളങ്ങളായി ഓരോ ആദിവാസി ഭാഷയും മാറുന്നു. അതിനാലാണ് ഭാഷസംസ്കാരത്തേയും സംസ്കാരം ഭാഷയേയും സൃഷ്ടിക്കുന്നുവെന്ന് പണ്ഡിതർ അഭിപ്രായപ്പെടുന്നത്. ഒരു ജനസമൂഹത്തിന്റെ ഭാഷ മരിക്കുമ്പോൾ അവരുടെ സംസ്കാരവും അതോടൊപ്പം മരിക്കുകയാണെന്ന് അഭിപ്രായം ഇതോടൊപ്പം ചേർത്ത് വായിക്കാവുന്നതാണ്.

മലവേട്ടുവരിലെ പുതുതലമുറ ദ്വിഭാഷികളാണ്. ഗോത്രസമൂഹത്തിൽ ഇടപെടാൻ തനതുഭാഷയും പൊതുസമൂഹത്തിൽ ഇടപെടാൻ മലയാളവും അവർ ഉപയോഗിക്കുന്നു. പ്രായമായവർ ഇപ്പോഴും തനതുഭാഷ ഉപയോഗിക്കുന്നു.

തുളു, പ്രകൃതമലയാളം, തമിഴ് എന്നീ ഭാഷകളുടെ സങ്കരമായ ഭാഷാശൈലിയാണ് മലവേട്ടുവൻ ഭാഷയുടെ സവിശേഷത. ലിപിയില്ലാത്ത ഈ ഭാഷ തലമുറയായി കൈമാറി തേച്ച് മിനുക്കപ്പെട്ട് രൂപപ്പെട്ടതാണെന്ന് കാണാം. ഈ ഭാഷയിലെ പദങ്ങൾ പരിശോധിച്ചാൽ തനതായ ഗോത്രപദങ്ങളും തുളുപദങ്ങളും മലയാളത്തിലെ ആദ്യ, മധ്യ, അന്ത്യാക്ഷരങ്ങൾ ലോപിച്ച പദങ്ങളും വ്യാപകമായി ഉപയോഗിക്കുന്നതായി കാണാം. (ചില ഭാഷാ പദങ്ങൾ അനുബന്ധത്തിൽ ചേർത്തത് കാണുക.) പ്രയോഗം, ഉച്ചാരണം, ശബ്ദവിന്യാസം എന്നിവയിലാണ് മലവേട്ടുവൻ ഭാഷയുടെ തനിമ ദർശിക്കുവാൻ സാധി ക്കുക. രണ്ട് മൂപ്പന്മാരുടെ സംഭാഷണം നോക്കു

നിങ്കടെ ഇല്ലന്തെനാ?
(നിന്റെ ഇല്ലം എന്താണ്?)

നാന് കുറ്റിയൻ
(ഞാൻ കുറ്റിയൻ)

അപ്പം നമ്മ തൊരുവം.
(അപ്പോൾ നമ്മൾ തൊരുവമാണ്)

നിഞ്ഞ് എങ്ക് പോയ ?
(നീ എവിടെയാണ് പോയത്?

നാന് അങ്ക് മക്കട പെരകം പോയിന്റ്
(ഞാൻ അങ്ങ് മക്കളുടെ വീട്ടിൽ പോയതാണ്)

അവടെ വേട്ടെങ്ക് വരിത്തന്ന് ചൊല്ലിന്റ്
(അവളുടെ ഭർത്താവിന് അസുഖമാണെന്ന് പറഞ്ഞു)

പോയപ്പം ഏങ്ക് ബരിത്തം കൊറഞ്ചിണ്ട്
(പോയപ്പോൾ അവന്റെ അസുഖം കുറഞ്ഞു.)

അച്ചടി ഭാഷയുടെ പ്രചാരം യുവതലമുറയെ ഗോത്രഭാഷയിൽ നിന്ന് അകറ്റുകയും തനത് ഭാഷ അപരിഷ്കൃതമാണെന്ന ധാരണപരത്തുകയും ചെയ്തു. മധ്യതിരുവിതാംകൂറിൽ നിന്നുള്ള കുടിയേറ്റം ഗോത്രഭാഷയുടെ ശിഥിലീകരണത്തിനിടയാക്കിയിട്ടുണ്ട്. പണിയിടങ്ങൾ കുടിയേറ്റജനതയുടെ കൃഷിയിടങ്ങളിലേക്ക് മാറ്റപ്പെട്ടതോടെ കൂടുതൽ ഇടപഴകേണ്ട വന്നത് അച്ചടി മലയാളത്തിലാണ്. ഇത് തനതായ പല ഗോത്രപദങ്ങളും ഈ ഭാഷയിൽ നിന്ന് അപ്രത്യക്ഷമാകാൻ ഇടയാക്കി.

കേവലം ആശയവിനിമയോപാധി മാത്രമല്ല ഭാഷയുടെ ധർമ്മം. ഒരു ജനസമൂഹത്തിന്റെ സാസ്കാരിക ചിഹ്നങ്ങളും വൈജ്ഞാനിക ധാരകളും കൈമാറുകയും ചെയ്യുകയെന്നത് ഭാഷയുടെ പ്രധാനകർത്തവ്യമാണ്. ഒരുഭാഷ അന്യമാകുന്നതിലൂടെ ജനസമൂഹത്തിന്റെ ചരിത്രവഴികളാണ് ഇല്ലാതാകുന്നത്. പുതുതലമുറ ഈ സത്യം തിരിച്ചറിയാതെയാണ് തനതുഭാഷയെ കൈവിടുന്നത്. സ്വന്തം വീടുകളിലും, സമൂഹത്തിലും തനത് ഗോത്രഭാഷാ സംസാരത്തിനായി ഉപയോഗിച്ചാൽ മാത്രമേ അതിപ്രാചീനമായ ഈ ഭാഷയേയും സംസ്കാരത്തേയും സംരക്ഷിക്കാൻ സാധിക്കുകയുള്ളൂ.

പഴഞ്ചൊല്ലുകൾ, കടങ്കഥകൾ, ശൈലികൾ

ഭാഷയുടെ പ്രചാരവും, സ്വാധീനവും കണ്ടെത്തുന്ന അളവുകോലായി പരിഗണിക്കുന്നത് ഓരോ ഭാഷയിലും ജന്മംകൊണ്ടിട്ടുള്ള വ്യവഹാരരൂപങ്ങളുടെ പരിശോധനയിലൂടെയാണ്. വരമൊഴിയിൽ സാഹിത്യരൂപമായും, വാമൊഴിയിൽ പരമ്പരാഗതമായി കൈമാറുന്ന മൊഴിവഴക്കമായും ഇത് നിലനിൽക്കുന്നു. ലിഖിത സാഹിത്യരൂപങ്ങളുടെ ആദ്യപ്രരൂപമെന്നത് വാമൊഴിസാഹിത്യം തന്നെയായിരുന്നു. പ്രാചീനമനുഷ്യരുടെ സർഗ്ഗാത്മകതയുടെ ആദ്യകാലപ്രകടിതരൂപം തന്നെയായിരുന്നു പഴഞ്ചൊല്ലുകൾ. ഗോത്രക്കൂട്ടായ്മ ശരിയായ രീതിയിൽ മുന്നോട്ട് കൊണ്ടുപോകാനുള്ള ഉപദേശങ്ങളും നിർദ്ദേശങ്ങളും അടങ്ങിയ സർഗ്ഗാത്മകസൃഷ്ടി തന്നെയാണ് പഴഞ്ചൊല്ലുകൾ. അലങ്കാരപ്രയോഗങ്ങളും, താരതമ്യങ്ങളും, താളാത്മകതയും ഇതിൽ ദർശിക്കാൻ സാധിക്കും. അർത്ഥോൽപാദനങ്ങളായ ചൊല്ലുകളേയാണ് പഴഞ്ചൊല്ലുകൾ എന്ന ഗണത്തിൽ ഭാഷാപണ്ഡിതർ ഉൾപ്പെടുത്തിയിരിക്കുന്നത്. പ്രാചീനർ ജീവിച്ച പരിസരങ്ങളിൽ നിന്നും ഇടപഴകിയ ഭൂമികയിൽ നിന്നുമാണ് ഈ സർഗ്ഗസൃഷ്ടിക്കാവശ്യമായ ഉരുവങ്ങൾ കണ്ടെത്തിയിട്ടുള്ളത്.

മലവേട്ടുവൻ ഭാഷയിൽ അർത്ഥ സമ്പുഷ്ടമായ ധാരാളം പഴഞ്ചൊല്ലുകൾ കണ്ടെത്താൻ കഴിയും. സംസാരത്തിനിടയിൽ ഉപദേശരൂപേണ പ്രയോഗിക്കുന്ന ഈ പഴഞ്ചൊല്ലുകൾ ഈ ഗോത്രഭാഷയുടെ തനിമ വിളിച്ചോതുന്നു. പ്രായമായവരാണ് കൂടുതലായും പഴഞ്ചൊല്ലുകൾ സംസാരത്തിൽ ഉപയോഗിക്കുന്നതെന്ന് പ്രത്യേകതയുമുണ്ട്. ചില പഴഞ്ചൊല്ലുകളും അർത്ഥവും ചുവടെ കൊടുക്കുന്നു.

നായാട്ടു നായി തമ്മില് കടിച്ചാ
പന്നി കുന്ന് കേറും
(കലഹം ഉദ്ദേശിച്ച കാര്യം നഷ്ടമാകാൻ ഇടയാക്കും)

ആരാങ്ക് മലര് കുത്തിയാലും
അവനവനങ്ക് തവിട് ഇടിക്കേല
(മറ്റുള്ളവർക്ക് എന്തും ചെയ്യും. സ്വന്തമായി ഒന്നും ചെയ്യില്ല.)

നായിര വാല് ഓട്ടകോലിലിട്ടപോലെ
(നായയുടെ വാല് ഒരിക്കലും നിവരില്ല)

പുണ്ണുണ്ടായാലേ ഈച്ച ഇരിക്കു
(ചെറിയ ഒരു കാര്യവുമില്ലാതെ പ്രശ്നങ്ങളുണ്ടാകില്ല)

കത്തിയത്ര മണ്ണ് കിട്ടും
പറഞ്ഞത്ര വാക്ക് കിട്ടും
(മണ്ണ് കിളച്ചെടുക്കുന്നതുപോലെ പറയാൻ തുടങ്ങിയാൽ അവസാനമുണ്ടാകില്ല. സംസാരത്തിൽ മിതത്വം പാലിക്കണം)

വെള്ളത്തി തച്ചപ്പോലെ
(നിഷ്ഫലമായ പ്രവൃത്തി)

ചക്ക കൊത്തിയ വെളിഞ്ചീറെ പറ്റ്
(അപകടം അറിഞ്ഞിട്ടും എടുത്തുചാടിയാൽ അപകടം തന്നെയുണ്ടാകും, വിവേകം, തിരിച്ചറിവ് പ്രയോഗിക്കുക)

ചവലച്ചി പച്ചി ചെലച്ചപ്പോലെ
(വെറുതെ ബഹളം വയ്ക്കരുത്)

മണ്ണ് ചവച്ച പുണ്ണുണങ്കുമോ?
(മണ്ണ് കഴിച്ചാൽ മുറിവ് ഉണങ്ങില്ല,
ഉദ്ദേശ്യത്തിനനുസരിച്ച പ്രവൃത്തി വേണം)

കൊഞ്ചൻ തുള്ളിയാ മുട്ടോളം
പിന്നെ തുള്ളിയാ ചട്ടീല്
(മീൻ ചാടിയാൻ മുട്ടോളം, പിന്നെ ചാടിയാൽ ചട്ടിയിലാണ്.
കഴിവിനനുസരിച്ച് മാത്രം പ്രവർത്തിക്കു, അഹങ്കാരം പാടില്ല.)

കണ്ണുള്ളപ്പം കണ്ണിന്റെ വെല തിരിയേല്ല
(നഷ്ടപ്പെട്ടാൽ മാത്രമേ വില തിരിച്ചറിയൂ)

നാണമില്ലാത്ത താള്ക്ക് നാളെയും തിരിവരും
(നാണമില്ലാത്ത വർക്ക് അപമാനത്തിലും ഭയമില്ല)

ചുട്ടത് ചുട്ടത് പൊടിഞ്ചും പോയി
പൊടിഞ്ചത് പൊടിഞ്ചത് തിന്നും പോയി
(നാളത്തേക്ക് എന്തെങ്കിലും കരുതണം)

ആരാന്റമ്മക്ക് പിരാന്ത് വന്നാൽ
കാണാൻ നല്ല രസം
(മറ്റുള്ളവരുടെ സങ്കടത്തിൽ സന്തോഷിക്കരുത്)

ക്രുക്കിരി നായി വിളഞ്ചപോലെ
(പട്ടിക്കുട്ടി ആരെകണ്ടാലും വാലാട്ടും.
ആളറിഞ്ഞേ പെരുമാറാവൂ)

നെല്ലിടിക്കിന്നാടെ കുറുക്കങ്കെന്ത് കാരിയം?
(ആവശ്യമുള്ളിടത്ത് മാത്രം ഇടപെടുക)

വരഞ്ച പാമ്പ് കടിക്കും
(ചുറ്റിയ പാമ്പ് കടിക്കും,
പ്രശ്നത്തിൽ പെട്ടാൽ ആപത്ത് തീർച്ച)

നായിക്ക് പാലിണ്ടായാ
നാട്ടാർക്ക് എന്ത് കാരിയം ?
(മറ്റുള്ളവർക്ക് പ്രയോജനമില്ലാത്തത്
നമുക്ക് ഉണ്ടായതുകൊണ്ട് ഒരു കാര്യവുമില്ല)

അമ്മപറഞ്ഞകേക്കാത്ത വാവല്
തലങ്കത്തനേല്വം
(മുതിർന്നവരുടെ വാക്ക് അനുസരിക്കണം)

പറഞ്ച വാക്കും വെള്ളത്തിലെ മീനും
തിരിച്ച് കിട്ടേല
(വാക്കുകൾ സൂക്ഷിച്ച് പ്രയോഗിക്കണം)

പൊണ്ണിങ്ക് നൊണ്ണ് കാണിക്കറ്
(ആന്യ സ്ത്രീകളുമായി അടുത്തിടപഴകരുത്)

മക്കക്ക് വയ്യ് കാണിക്കറ്
(മക്കൾ സ്വയം ജീവിക്കാൻ പഠിക്കണം)

അമ്പകാടൻ തകേങ്ക് പോയപോലെ
(ലക്ഷ്യമില്ലാത്ത യാത്രയുടെ ഫലം ശൂന്യമാണ്)

സാമൂഹ്യസ്ഥിതി

മലവേട്ടുവരുടെ സാമൂഹ്യസ്ഥിതി ഇന്ന് വളരെ പരിതാപരമാണ്. സ്വാതന്ത്ര്യം ലഭിച്ചിട്ട് 65 വർഷം പൂർത്തിയായിട്ടും ഇവരുടെ ജീവിതം വളരെ ദുരിതപൂർണ്ണമാണ്. അടിസ്ഥാനസൗകര്യങ്ങളോ, വാസയോഗ്യമായ നല്ല വീടോ ഭൂരിഭാഗം മലവേട്ടുവ സങ്കേതങ്ങ ളിലും ഇല്ല. ഭരിഭാഗം കുടുംബങ്ങൾക്കും സ്വന്തമായി ഭൂമി ഇല്ല. 4 സെന്റ് മുതൽ 10 സെന്റ് വരെയാണ് ഭൂമി ഉള്ളവരുടെ കൈമുതൽ. ഈ കുടുംബത്തിൽ തന്നെ ധാരാളം മക്കളുണ്ടാകും. മക്കൾക്ക് വീടുവയ്ക്കാൻ തന്നെ സ്ഥലമില്ലാത്ത ദയനീയമായ ചിത്രമാണ് പരിശോധനയിൽ നമുക്ക് ലഭ്യമാകുക. നാമമാത്രമായ മലവേട്ടുവ സങ്കേതങ്ങൾക്കു മാത്രമെ പൊതുശ്മശാനം ഉള്ളൂ. ഇതുമൂലം മരിച്ചാൽ അടക്കം ചെയ്യാൻ ഭൂമിയില്ലാതെ വീടിന്റെമുറ്റത്ത് അടക്കം ചെയ്ത നിരവധി സംഭവങ്ങൾ ഉണ്ടായിട്ടുണ്ട്. 10 വർഷത്തിനുശേഷം മലവേട്ടുവസങ്കേതങ്ങളുടെ സ്ഥിതി സ്ഫോടനാത്മകമായിരിക്കു മെന്ന് ഇവരുടെയിടയിൽ സാമൂഹ്യപ്രവർത്തനം നടത്തുന്ന ചിലർ അഭിപ്രായപ്പെടുകയുണ്ടായി. മലവേട്ടുവരുടെ ദുരിത ജീവിതത്തിന്റെ നേർച്ചിത്രം ലഭ്യമാകണമെങ്കിൽ ഇവരുടെ സാമൂഹ്യസ്ഥിതി വിവിധ കാലഘട്ടങ്ങളെ അടിസ്ഥാനമാക്കി പഠനവിധേയമാക്കേണ്ടിയിരി ക്കുന്നു. സ്വതന്ത്രഗോത്ര കാലഘട്ടം, ജന്മിത്വ കാലഘട്ടം, കുടിയേറ്റ കാലഘട്ടം, വർത്തമാനകാലഘട്ടം എന്നിങ്ങനെ ഇവരുടെ ജീവിത കാലഘട്ടങ്ങളെ തരംതിരിക്കാവുന്നതാണ്.

സ്വതന്ത്രഗോത്രകാലഘട്ടം

പൂർണ്ണമായും ഗോത്രഭരണത്തിൻ കീഴിലായിരുന്ന ഈ കാലഘട്ടത്തിൽ വനവും മണ്ണും ഇവരുടെ സ്വന്തമായിരുന്നു. വനവിഭവങ്ങൾ ശേഖരിക്കലും, നായാട്ടും, പുനംകൃഷിയുമായി സ്വതന്ത്രജീവിതം നയിച്ച ഇവർക്ക് വന്യമൃഗങ്ങളെ മാത്രമായിരുന്നു ഭയപ്പെടേണ്ടിയിരുന്നത്. ഭൂമിയിലെവിടെയും താമസിക്കാനും കൃഷിചെയ്യാനും ആരുടെയും അനുവാദം ആവശ്യമുണ്ടായിരുന്നില്ല. ആകാ ലത്തിന് അനുയോജ്യമായ ജീവിതരീതി പടുത്തുയർത്തി സന്തോഷ പൂർവ്വം ഇവർ ജീവിച്ചു. സ്വാശ്രയത്വത്തിൽ അധിഷ്ഠിതമായ ജീവിതമായിരുന്നു ഈ കാലഘട്ടത്തിന്റെ പ്രധാന പ്രത്യേകത.

ജന്മിത്വ കാലഘട്ടം

സ്വതന്ത്രഗോത്രജീവിതം നയിച്ചിരുന്നവരുടെയിടയിലേക്ക് അധികാരത്തിന്റേയും, ശക്തിയുടേയും അടയാളങ്ങളുമായാണ് പുതിയവിഭാഗം എത്തിച്ചേർന്നത്. തദ്ദേശീയരായ ആദിവാസികളെ ഭീഷണിയിലൂടെ ഇവർ കീഴടക്കുകയും അധികാരം നിലനിർത്താൻ പുതിയ സാമൂഹ്യവ്യവസ്ഥിതി സൃഷ്ടിക്കുകയുമായിരുന്നു. മലയോരങ്ങളിലെ ജന്മിമാരെല്ലാം തന്നെ തദ്ദേശീയരായിരുന്നില്ല. ഇവർ പടിഞ്ഞാറുനിന്ന് കിഴക്കൻമലോയരങ്ങളിലേക്ക് കുടിയേറിയവരായിരുന്നു. ഇവരുടെ പൂർവ്വതലമുറ പടിഞ്ഞാറൻ പ്രദേശങ്ങളുമായി ബന്ധപ്പെട്ടുകിടക്കുന്നതായി കാണാവുന്നതാണ്. പുറത്തു നിന്നു വന്ന ഇവർ തങ്ങളിൽ നിന്നും വ്യത്യസ്തരാണെന്ന ബോധത്തിൽ നിന്നാണ് 'വെള്ളമാർ' എന്ന പേര് പൊതുവായി മലവേട്ടുവർ നൽകിയിരുന്നത്. നിഷ്കളങ്കരും വികസിത സാമൂഹികബോധവുമില്ലാതിരുന്ന മലവേട്ടുവരെ പെട്ടെന്ന് കീഴടക്കാൻ പുതുതായി എത്തിച്ചേർന്നവർക്കാ സാധിച്ചു.

എല്ലാ ദലിതരെപ്പോലെയും മലവേട്ടുവർക്കും ദുരിതപൂർണ്ണമായ കാലഘട്ടമായിരുന്നു ജന്മിത്വ കാലഘട്ടം. ഈ കാലഘട്ടത്തിൽ ഇവർ ദ്വിഭരണ സമ്പ്രദായത്തിനുകീഴിലായി എന്നു പറയാം. ഏറ്റവും മുകളിലായി ജന്മിമാരുടെ അടിച്ചേൽപ്പിക്കപ്പെട്ട ഭരണം, അതിനുകീഴിലായി തനത്ഗോത്രഭരണവുമായിരുന്നു അവ. കഠിനാദ്ധ്വാനികളും പുനംകൃഷിയിൽ സമർത്ഥരുമായ മലവേട്ടുവരെ ജന്മിമാർ തങ്ങളുടെ സാമ്പത്തിക ഉന്നമനത്തിനായുള്ള സ്രോതസ്സായി ഉപയോഗിക്കുകയും മനുഷ്യത്വരഹിതമായി പണിയെടുപ്പിക്കുകയും ചെയ്തു. സൂര്യോദയം മുതൽ അസ്തമയം വരെയായിരുന്നു പണിസമയം.

പണിക്കുപോയില്ലെങ്കിൽ കടുത്ത ശിക്ഷ ലഭിക്കുമായിരുന്നു. അസുഖമാണെന്ന് മേലാളന് ബോധ്യമായാൽ മാത്രമേ പണിയിൽ നിന്ന് അവധി നൽകിയിരുന്നുള്ളൂ. പണി എടുക്കാൻപോയില്ലെങ്കിൽ മേലാള് വീട്ടിൽ വരികയും വലിച്ചിറക്കിക്കൊണ്ടുപോയി ജന്മികളുടെ മുൻപിൽ ഹാജരാക്കുകയും ചെയ്തിരുന്നു. ജന്മി 'കുണ്ടത്തിൽ കെട്ടിയിട്ട്' പശുവിനെ തല്ലാൻ ഉപയോഗിക്കുന്ന ചാട്ട ഉപയോഗിച്ച് മർദ്ദിക്കുകയും ചെയ്തിരുന്നു.

തുച്ഛമായ പ്രതിഫലം മാത്രമാണ് നൽകിയിരുന്നത്. ദിവസം രണ്ടിങ്ങഴി നെല്ലായിരുന്നു കൂലിയായി കിട്ടിയിരുന്നത്. നെല്ല് പുഴുങ്ങി ഉണക്കാൻ സമയംലഭിക്കാത്തതു കൊണ്ട് പച്ചയ്ക്ക് തന്നെ ഇടിച്ച് അരിയാക്കാറായിരുന്നു പതിവ്. പകൽ മുഴുവൻ കഠിനാധ്വാനം ചെയ്ത് വിശ്രമിക്കേണ്ട രാത്രിയിൽ അന്നന്നുള്ള ഭക്ഷണത്തിനുവേണ്ടവ തയ്യാറാക്കലും ഭാരിച്ച പണിയായി മാറി. 'പറവട്ടി' (ഒരുതരം മൂങ്ങ) എന്നുപേരുള്ള പക്ഷിയുടെ ശബ്ദമായിരുന്നു സമയം നിശ്ചയിക്കാൻ ആശ്രയിച്ചിരുന്നത്. രാത്രിയിലും പകലും വിശ്രമമില്ലാതെയുള്ള ദുരിതജീവിതമായിരുന്ന ജന്മിത്വകാലഘട്ടത്തിൽ മലവേട്ടുവർക്ക് അനുഭവിക്കേണ്ടിവന്നത്. ജന്മിമാർ പരസ്പരം പാട്ടത്തിന് മലവേട്ടുവരെ 'വെച്ചുകൈമാറ്റം' നടത്തിയിരുന്നു.ഒരുവർഷത്തേക്ക് 15 പറ നെല്ലായിരുന്ന പാട്ടക്കരമായി ജന്മിമാർ വാങ്ങിയിരുന്നത്. ഒരു ജന്മി മറ്റൊരു ജന്മിക്ക് പാട്ടത്തിന് നൽകിക്കഴിഞ്ഞാൽ കുടുംബസമേതം താമസിച്ചിടത്തു നിന്ന് ജന്മിയുടെ കീഴിലേക്ക് ഇവർ മാറ്റപ്പെടുകയും അടിമകളാക്കപ്പെടുകയും ചെയ്തു. പാട്ടത്തിനെടുത്ത ജന്മിമാർ തങ്ങൾ നൽകിയ പാട്ടക്കരം മുതലാക്കാൻ ഇവരെ ക്രൂരമായി പണിയെടുപ്പിക്കുകയും ശിക്ഷിക്കുകയും ചെയ്തിരുന്നു. ഈ കാലഘട്ടത്തിൽ അയിത്തവും തൊട്ടുകൂടായ്മയും രൂക്ഷമായിരുന്നു. മലവേട്ടുവർക്ക് കുടിക്കാൻ വെള്ളം നൽകാൻ ചിരട്ടയായിരുന്നു മേലാളന്മാർ ഉപയോഗിച്ചിരുന്നത്. ഈ ചിരട്ട സവർണ്ണവിഭാഗം തൊടില്ലായിരുന്നു. ഓരോരുത്തർക്കുമുള്ള ചിരട്ട വെള്ളം കുടിച്ചശേഷം മാറ്റിവയ്ക്കുകയായിരുന്നു പതിവ്. വീടിന് മുമ്പിലുള്ള കളത്തിലിരുത്തിയാണ് ഭക്ഷണം നൽകിയിരുന്നത്. പാത്രങ്ങളിൽ ഭക്ഷണം നൽകാൻ ഉന്നതജാതിക്കാർ തയ്യാറല്ലായിരുന്നു. ഗ്ലാസിലോ മറ്റോ വെള്ളം നൽകിയാൽ തന്നെ ഗ്ലാസ് മൂന്നുപ്രാവശ്യം കഴുകി കമിഴ്ത്തി വയ്ക്കണമായിരുന്നു. എന്നാൽ ഇവർ കൃഷിചെയ്തുണ്ടാക്കുന്ന കാർഷിക വിഭവങ്ങൾക്ക് അയിത്തം ബാധകവുമല്ലായിരുന്നു. വാഴക്കുല, മത്തൻ, കുമ്പളം, പുനംകക്കിരി, പുനംവെള്ളരി, പച്ചമുളക്, നെല്ല്, തിന, ചോളം മുതലായ ആദ്യഫലങ്ങൾ ജന്മിമാർക്ക് കാഴ്ചവയ്ക്കണമായിരുന്നു.

ജന്മിമാരുടെ പുനത്തിൽ നെൽച്ചെടികൾ വളർന്ന് ഒരുമാസം തികഞ്ഞുകഴിഞ്ഞാൽ കൃഷിസംരക്ഷിക്കേണ്ട ചുമതല പുരുഷന്മാർക്കായിരുന്നു. പുനത്തിൽ മാടംകെട്ടിയുണ്ടാക്കി രാത്രികാലങ്ങളിൽ പുരുഷന്മാർ കൃഷിസംരക്ഷിക്കാൻ കാവലിരിക്കും. പകൽ സമയങ്ങളിൽ വിശ്രമമില്ലാത്ത പണിയും രാത്രികാലങ്ങളിൽ ഉറങ്ങാൻപോലും സാധിക്കാത്ത കാവൽജോലിയും മൂലം ഇവർ വളരെ ദുരിതം അനുഭവിച്ചിരുന്നു. രാത്രിയിലുള്ള കാവൽപണിയുടെ വിരസത അകറ്റാൻ തുടികൊട്ടി ഇവർ പാട്ടുപാടിയിരുന്നു. ഈ പാട്ട് 'കാവപ്പാട്ട്' എന്ന് പിൽക്കാലങ്ങളിൽ അറിയപ്പെട്ടു. കാവൽക്കാരുടെ ശ്രദ്ധവെട്ടിച്ച് വന്യ മൃഗങ്ങൾ പുനം നശിപ്പിച്ചാൽ കാവൽക്കാരന് കടുത്ത ശിക്ഷ നൽകുമായിരുന്നു. കാവപണിക്ക് പ്രത്യേക കൂലിയില്ലായിരുന്നു.

പുരുഷന്മാർ ചെയ്യുന്ന എല്ലാപണികളേയും സ്ത്രീകളെയും കൊണ്ട് ചെയ്യിച്ചിരുന്നു. പ്രസവം കഴിഞ്ഞ് ഏഴാംകടവ് കഴിഞ്ഞതിനുശേഷം (ഏഴാം ദിവസം) സ്ത്രീകളെ പണിക്ക് കൊണ്ടുപോകാൻ മേലാളന്മാർ വീട്ടിലെത്തുമായിരുന്നു. മുലയൂട്ടുന്ന സ്ത്രീകൾക്ക് കുട്ടികൾക്ക് പാലു നൽകാൻ പ്രത്യേകസമയം അനുവദിക്കുമായിരുന്നു. ഏകദേശം 10 വയസ്സ് പൂർത്തിയായ ആൺകുട്ടികളെ കന്നുകാലികളെ മേയ്ക്കാൻ ജന്മിമാർ നിയോഗിച്ചിരുന്നു. കളിച്ചുല്ലസിച്ച് ജീവിക്കേണ്ട കുട്ടികളുടെ ബാല്യകാലം ജന്മിത്വത്തിന്റെ ക്രൂരതയ്ക്ക് ഇരയാകുന്ന ദയനീയ കാഴ്ചയായിരുന്നു ജന്മിത്വ കാലഘട്ടത്തിൽ കുട്ടികളുടെ അവസ്ഥ. രാവിലെ കന്നുകാലികളെ തെളിച്ച് മലകയറുന്ന കുട്ടികൾക്ക് ഉച്ച ഭക്ഷണം പോലും ലഭിച്ചിരുന്നില്ല. കാട്ടിലെ പഴങ്ങളും വെള്ളവുമായിരുന്നു ഇവരുടെ ആഹാരം. പശുക്കൾ സഞ്ചരിക്കുമ്പോൾ കൂട്ടം തെറ്റാതിരിക്കാൻ പശുവിന്റെ കഴുത്തിൽ തടികൊണ്ട് നിർമ്മിച്ച 'തണ്ടകൾ' കെട്ടുമായിരുന്നു. പശുനടക്കുമ്പോൾ ഈ തണ്ട കിലുങ്ങി ശബ്ദമുണ്ടാക്കും. ഓരോ പശുവിന്റേയും നടത്തത്തിന്റെ രീതി വ്യത്യാസപ്പെടുന്നതിനനുസരിച്ച് തണ്ടയിൽ നിന്നുണ്ടാകുന്ന ശബ്ദത്തിനും വ്യത്യാസമുണ്ടാകും. കൂട്ടംതെറ്റുന്ന പശുക്കളെ ഇങ്ങനെയായിരുന്നു തിരിച്ചറിഞ്ഞിരുന്നത്. പശുക്കളെ മേയ്ക്കുന്നതിന് പ്രത്യേക കൂലി കുട്ടികൾക്ക് നൽകില്ലായിരുന്നു. 'കാലിയൻ' എന്ന സ്ഥാനപ്പേരിൽ കുട്ടികളുടെ ബാല്യകാലം ജന്മിത്വകാലഘട്ടത്തിൽ തളയ്ക്കപ്പെട്ടു.

സ്വന്തം ആവശ്യത്തിനായി പരിമിതമായ തോതിൽ പുനംകൃഷി ചെയ്യാൻ ഗോത്രത്തെ ജന്മിമാർ അനുവദിച്ചിരുന്നു. ജന്മിയുടെ പുനം കൊത്തിയതിനുശേഷം മാത്രമേ സ്വന്തമായി പുനംകൊത്താൻ അനുവാദമുണ്ടായിരുന്നുള്ളൂ, ജന്മിമാരുടെ കൃഷിയിടങ്ങളിൽ പണിചെയ്ത

ശേഷം അധികദിവസം സ്വന്തമായി കൃഷിചെയ്യാൻ ലഭിക്കുമായിരുന്നില്ല. അതുകൊണ്ടുതന്നെ ഈ കൃഷിയിൽ നിന്നും ജീവിതവൃത്തിക്കാവശ്യമായവ വേണ്ടത്ര ലഭിക്കുമായിരുന്നില്ല. കൃഷിയിൽ നിന്ന് ലഭിക്കുന്ന നെല്ലിന്റെ പത്തിലൊന്ന് എന്ന കണക്കിൽ ജന്മിക്ക് പാട്ടവും നൽകണമായിരുന്നു.

തിരുവിതാംകൂറിൽ ആഞ്ഞുവീശിയ സാമൂഹികപരിവർത്തനത്തിന്റെ കാറ്റ് വടക്കേമലബാറിന്റെ മലയോരങ്ങളിലെത്താൻ വളരെവൈകി. അതുകൊണ്ടുതന്നെ കേരളത്തിൽ ജന്മിത്വം അവസാനിച്ച ഘട്ടത്തിനു ശേഷവും ഈ ദുരിതാവസ്ഥ ഇവിടെ തുടർന്നിരുന്നു.

ഭൂപരിഷ്ക്കരണ നിയമം കേരളത്തിൽ നടപ്പിൽവരുന്ന ഘട്ടമായപ്പോഴേയ്ക്കും ജന്മിമാർ ഭൂസ്വത്തുക്കൾ തങ്ങളുടെ ബന്ധുമിത്രാദികൾക്കും ബിനാമികൾക്കും എഴുതിവെച്ചിരുന്നു. മിച്ചം വന്ന മലയും കുന്നുകളും തോട്ടം ഉടമകൾക്ക് മതിപ്പ് വിലയിൽ മറിച്ച് വിൽക്കുകയും ചെയ്തു. കൃത്യമായി അളന്ന് തിട്ടപ്പെടുത്തിയായിരുന്നില്ല വില്പന. അതുകൊണ്ടുതന്നെ ഭൂമിലഭിച്ച തോട്ടം ഉടമകൾ ചുറ്റുപാടും ഉള്ള ഭൂമിയും കൈവശപ്പെടുത്തി. ഇതോടൊപ്പം തന്നെ തിരുവിതാംകൂറിൽ നിന്നുള്ള കുടിയേറ്റവും ജന്മിമാരെ സഹായിച്ചു. ബിനാമിയായി എഴുതിവെച്ച ഭൂമി കുടിയേറ്റക്കാർക്ക് തുച്ഛമായ വിലയ്ക്ക് വിറ്റ് ജന്മിമാർ പണം സമ്പാദിച്ചു. സ്വന്തമായി രേഖയില്ലാത്ത ഭൂമിയിൽ താമസിച്ചിരുന്ന മലവേട്ടുവ കുടുംബങ്ങൾ, ഭൂമിവാങ്ങിയെന്ന് അവകാശപ്പെട്ട വരുന്ന കുടിയേറ്റക്കാർക്ക് ഭൂമി വിട്ട്നൽകേണ്ട വരികയോ, നിർബന്ധിതമായി കുടിയൊഴിപ്പിക്കപ്പെടുകയോ ചെയ്തു. രാപ്പകൽ ഭൂമിയിൽ അദ്ധ്വാനിച്ച മലവേട്ടുവർക്ക് ആരെങ്കിലും കനിഞ്ഞുനൽകിയ 4 സെന്റ് ഭൂമി മാത്രമായി ആശ്രയം. ഭൂപരിഷ്ക്കരണ നിയമത്തിലെ കുടികിടപ്പവകാശവും മലവേട്ടുവർക്ക് ലഭിച്ചില്ല. ഈ അവകാശം യഥാർത്ഥത്തിൽ ലഭിച്ചത് കൃഷിപ്പണി ചെയ്യാതിരുന്ന ജന്മികളുടെ മധ്യവർത്തി മേലാളന്മാർക്കും അവരുടെ സാമന്തികന്മാർക്കുമായിരുന്നു. പരിമിതമായ കുടുംബങ്ങൾക്ക് മാത്രമേ ഭൂപരിഷ്ക്കരണ നിയമത്തിലെ മിച്ചഭൂമി പരിരക്ഷയും ലഭിച്ചുള്ളൂ.

ഒരുകാലത്ത് കാടും മലയും സ്വന്തമായിരുന്ന ജനസമൂഹം; മണ്ണിൽ രാപ്പകൽ അദ്ധ്വാനിച്ച ജനസമൂഹം; ജന്മിത്വ കാലഘട്ടത്തിന്റെ അവസാനമായപ്പോഴേയ്ക്കും ഒരുപിടി മണ്ണിനുപോലും അവകാശമില്ലാതെ, ആരോഗ്യം നഷ്ടപ്പെട്ട്, സാംസ്ക്കാരികമായി ശിഥിലീകരിക്കപ്പെട്ട്, ഓരങ്ങളിലേക്ക് തള്ളപ്പെട്ട ദയനീയചിത്രമാണ് ജന്മിത്വ കാലഘട്ടം ബാക്കിവച്ചത്.

കുടിയേറ്റ കാലഘട്ടം

കേരളസാമൂഹ്യസ്ഥിതിയിൽ ദൂരവ്യാപകമായ ഫലങ്ങളാണ് കുടി യേറ്റം സൃഷ്ടിച്ചിട്ടുള്ളത്. മധ്യതിരുവിതാംകൂർ ഭാഗത്തുനിന്നും വടക്കേമലബാറിന്റെ മലയോരങ്ങളിലേക്ക് സംഘടിതമായി ഒരു കൂട്ടം ജനത ഭൂമിഅന്വേഷിച്ച് എത്തിയ യാത്രയായിരുന്നു കുടിയേറ്റ സംസ്കാ രത്തിന് രൂപം നൽകിയത്. ഉത്തരമലബാറിന്റെ സാമൂ ഹ്യവ്യവസ്ഥിതിയെ കുടിയേറ്റം തകിടം മറിച്ചു. അയിത്തവും തൊട്ടുകൂ ടായ്മയും ഒരുപരിധിവരെ കുറയ്ക്കാൻ കുടിയേറ്റം കാരണമായി. റോഡ് വിദ്യാഭ്യാസസൗകര്യങ്ങൾ മുതലായവ മലയോരങ്ങളിൽ സൃഷ്ടിക്ക പ്പെട്ടത് സാമൂഹ്യപരിവർത്തനത്തിന് നാന്ദികുറിച്ചു. എന്നാൽ ആരും കാണാത്ത മറ്റൊരു മുഖവും കുടിയേറ്റത്തിനുണ്ടായിരുന്നു. തദ്ദേശീക ളായ ആദിവാസികളുടെമേൽ കുടേയറ്റം പ്രയോഗിച്ച അധികാരമായി രുന്നു അത്. സംഘടിതരായ കുടിയേറ്റക്കാരുടെ മുമ്പിൽ പിടിച്ചുനിൽ ക്കാൻ കഴി യാതെ പല മലവേട്ടുവ കുടുംബങ്ങളും താമസിക്കുന്നിടത്ത് നിന്നും കുടിയിറക്കപ്പെട്ടു. വനഭൂമിയും കുന്നുകളും കൈയ്യേറപ്പെട്ട തോട്ടുകുടി ഇവരുടെ പുനംകൃഷി സമ്പ്രദായം ഇല്ലാതായി. ഇതുമൂലം കുടിയേറ്റ ഭൂമിയിലെ പണിക്കാരായി മലവേട്ടുവർ പരിവർത്തനം ചെയ്യപ്പെട്ടു. ഇവരുടെ അജ്ഞത മുതലാക്കി ചിലർ ഇവരെ ചൂഷണം ചെയ്യുകയും തുച്ഛമായവിലയ്ക്ക് ഭൂമിതട്ടിയെടുത്ത സംഭവങ്ങളും ചിലർ സൂചി പ്പിക്കുകയുണ്ടായി. പഴയകാലത്ത് ചിറ്റാരിക്കാൽ ടൗൺപ്ര ദേശം മലവേട്ടുവസങ്കേതമായിരുന്നു. കുടിയേറ്റ സമയത്ത് ഇവിടെ നിന്നും ഇവരെ കുടിയിറക്കുകയായിരുന്നുവെന്ന് അവിടെ താമസി ച്ചിരുന്ന, ഇപ്പോൾ 90 വയസ്സായ കണ്ണൻ പറയുകയുണ്ടായി.

വർത്തമാനകാലഘട്ടം

കാസർഗോഡ് ജില്ലയിൽ 2011ലെ കണക്കുപ്രകാരം ഇരുപത്തയ്യായിരത്തിനു മുപ്പത്തയ്യായിരത്തിനും ഇടയ്ക്കാണ് മലവേട്ടുവ ജനസംഖ്യ. 13 പഞ്ചായത്തുകളിലായി 178 പട്ടികവർഗ്ഗ സങ്കേതങ്ങളിലായി ഇവർ താമസിക്കുന്നു. കണ്ണൂർ ജില്ലയിൽ മൂവായിരത്തിനും അയ്യായിരത്തിനും ഇടയിലാണ് ഇവരുടെ ജനസംഖ്യ. സാമൂഹ്യപരമായും വിദ്യാഭ്യാസപരമായും ഇവർ ഇന്നും പിന്നോക്കാവസ്ഥയിൽതന്നെയാണ്. ഭൂരിഭാഗം കുടുംബങ്ങൾക്കും 4 മുതൽ 10 സെന്റ് വരെമാത്രമാണ് സ്വന്തമായി ഭൂമിയുള്ളത്. സർക്കാർ നൽകുന്ന ധനസഹായം ഉപയോഗിച്ചാണ് വീട്നിർമ്മാണം. ഇത് നാലിനൊന്ന് കുടുംബങ്ങൾക്കും ലഭ്യമായിട്ടില്ല. ജീവിതവൃത്തിക്കായി കൂലിവേല തന്നെയാണ് ആശ്രയം. പലവീടുകളും വാസയോഗ്യമായ രീതിയിൽ പണിപൂർത്തിയായതോ, അടിസ്ഥാനസൗകര്യങ്ങളോ ഉള്ളതല്ല. മോശമായ ഗൃഹാന്തരീക്ഷം വിദ്യാഭ്യാസത്തേയും സാരമായി ബാധിക്കുന്നു. നൂറ്ശതമാനം കുട്ടികളും പ്രാഥമികവിദ്യാഭ്യാസം നേടാറുണ്ടെങ്കിലും എസ്.എസ്.എൽ.സി, ഹയർസെക്കന്ററി പാസ്സാകുന്ന കുട്ടികൾ കേവലം പത്ത് ശതമാനം മാത്രമാണ്. ഹയർസെക്കന്ററി പാസ്സായ മുഴുവൻകുട്ടികൾക്കും ബിരുദപഠനത്തിന് അവസരം ലഭിക്കുന്നില്ലയെന്നത് ദുഃഖകരമായ അവസ്ഥയാണ്. ഉന്നതവിദ്യാഭ്യാസരംഗത്ത് മലവേട്ടുവരുടെ സാന്നിധ്യം ശൂന്യമാണ്. എഞ്ചിനീയറിംഗ്, മെഡിക്കൽ, അഡ്മിനിസ്ട്രേറ്റീവ് രംഗത്ത് ഇവരുടെ സാന്നിധ്യം ഇല്ലതന്നെ. സർക്കാർ സർവ്വീസിലും മലവേട്ടുവരുടെ പ്രാതിനിധ്യം വളരെ തുച്ഛമാണ്. കണ്ണൂർ കാസർഗോഡ്

കോട്ടഞ്ചേരി മലവേട്ടുവ സങ്കേതത്തിലെ കുട്ടികൾ

ജില്ലകളിലായി ഇരുപതിൽതാഴെ മാത്രമാണ് ഈ സമുദായത്തിൽ നിന്നും സർക്കാർസർവ്വീസിലുള്ള പ്രാതിനിധ്യം. കേന്ദ്രസർവ്വീസിലോ, ബാങ്കിംഗ് മേഖലയിലോ ആരും തന്നെയില്ല.

നിത്യവൃത്തിക്ക് കൂലിപ്പണിയെ ആശ്രയിക്കേണ്ടവരുന്ന രക്ഷിതാക്കൾക്ക് എസ്.എസ്.എൽ.സിക്കുശേഷം തങ്ങളുടെ മക്കളുടെ വിദ്യാഭ്യാസം ശരിയായദിശയിൽ കൊണ്ടുപോകാൻ കഴിയാത്തതാണ് വിദ്യാഭ്യാസപിന്നോക്കാവസ്ഥയ്ക്ക് പ്രധാനകാരണം. കുട്ടിക്ക് 15 വയസ്സാകുമ്പോഴേയ്ക്കും കൂലിവേലയുടെ ആഘാതത്തിൽ രക്ഷിതാക്കളുടെ ആരോഗ്യം ക്ഷയിച്ചിട്ടുണ്ടാകും. പിന്നെ വീട്നോക്കേണ്ട ബാധ്യത കുട്ടികളുടെ തലയിലേക്ക് അടിച്ചേൽപ്പിക്കപെപടുകയാണ് ചെയ്യുന്നത്. സ്വാഭാവികമായും കൂലിവേലയിലേക്ക് തിരിയുന്ന കുട്ടികൾ മറ്റ്മേഖലകളിലേക്ക് മടങ്ങിവരാറില്ല. കൂലിവേലനിർബന്ധിതമായി തെരഞ്ഞെടുക്കപ്പെടോണ്ടി വരുന്ന സാമൂഹ്യസ്ഥിതിയാണ് ഭൂരിഭാഗം മലവേട്ടുവ കുടുംബങ്ങളിലും സംജാതമായിട്ടുള്ളത്.

മാതാപിതാക്കളുടെ മദ്യപാനശീലവും വിദ്യാഭ്യാസപുരോഗതിക്ക് പ്രധാന തടസ്സമാണ്. രാത്രികാലങ്ങളിൽ മിക്കവീടുകളും മദ്യലഹരിയിൽ ബഹളമയമായിരിക്കും. കുട്ടികളുടെ പഠനപുരോഗതിയെ ഇത് ദോഷകരമായി ബാധിക്കുന്നു. വിദ്യാഭ്യാസപുരോഗതിയോടൊപ്പം സർക്കാർ സർവ്വീസിലെ പ്രാതിനിധ്യവും വർദ്ധിപ്പിച്ചാൽ മാത്രമേ സാമൂഹ്യപുരോഗതി കൈവരിക്കാൻ മലവേട്ടുവസമുദായത്തിന് സാധിക്കുകയുള്ളൂ.

എസ്.എസ്.എൽ.സി കഴിഞ്ഞാൽ കൂലിവേലയെന്ന മനോഭാവം യുവാക്കൾ ഉപേക്ഷിക്കണം. പരാജയം ഉണ്ടാകുമ്പോൾ പഠനംഅവസാനിപ്പിക്കുന്ന പ്രവണതയാണ് മലവേട്ടുവ യുവാക്കളുടെ വിദ്യാഭ്യാസ

പുരോഗതിക്ക് മറ്റൊരു തടസ്സം. പരാജയത്തെ വിജയത്തിന്റെ ചവിട്ടു പടിയായി സ്വീകരിച്ച് തുടർപഠനത്തിന് തയ്യാറായാൽ നിലവിലുള്ള അവസ്ഥയിൽ നിന്ന് മെച്ചപ്പെടാൻ തീർച്ചയായും സാധിക്കും. എസ്. എസ്.എൽ.സി, ഹയർസെക്കന്ററി പാസ്സായവർക്ക് അനുയോജ്യ മായ ധാരാളം തൊഴിലവസരങ്ങൾ സർക്കാർ തലത്തിലുണ്ടെങ്കിലും പി.എസ്.സി വിജ്ഞാപനം കണ്ട് അപേക്ഷ സമർപ്പിക്കുന്നവർ വിരളമാണ്. കൂലിവേലയിൽ അകപ്പെട്ടുകഴിഞ്ഞാൽ മറ്റ ്മേഖലകളു മായി ബന്ധമില്ലാതാ കുന്നതാണ് ഇതിന് പ്രധാനകാരണം. കണ്ണൂർ, കാസർഗോഡ് ജില്ലകളിലെ സംവരണ ക്വാട്ടകളിൽ തൊണ്ണൂറ് ശതമാനവും തിരുവിതാംകൂർ മേഖലയിൽ നിന്നുമുള്ള ഉദ്യോഗാർ ത്ഥികളാണ് ജോലിനേടിയിട്ടുള്ളത്. മലബാറിനെ അപേക്ഷിച്ച് സാമൂഹ്യപുരോഗതിയും വിദ്യാഭ്യാസ നിലവാരവും കൂടുതലുള്ള തിരു വിതാംകൂർ ഭാഗത്തെ ഉദ്യോഗാർത്ഥികളോട് മത്സരിച്ച് വിജയിക്കുക ഉത്തരകേരളത്തിലെ ആദിവാസി വിഭാഗങ്ങൾക്ക് പ്രയാസകരം തന്നെയാണ്. കഠിനമായപരിശ്രമത്തിലൂടെ മാത്രമേ ഇത് മറിക ടക്കാൻ സാധിക്കുകയുള്ളൂ. ഇതിനുള്ള സാമൂഹ്യസ്ഥിതി ഇവർക്കി ല്ലതാനും. സർക്കാർ സർവ്വീസിലെ മലവേട്ടുവരുടെ പ്രാതിനിധ്യം വർദ്ധിപ്പിക്കാൻ അടിയന്തിരനടപടി സ്വീകരിച്ചാൽ ഇവരുടെ പിന്നോക്കാവസ്ഥ ഒരുപരിധിവരെ കുറയ്ക്കാൻ കഴിയും. മലവേട്ടുവർ ക്ക് പ്രത്യേക റിക്രൂട്ട്മെന്റാണ് ഇതിനുള്ള ഏകപരിഹാരമാർഗ്ഗം. അതോ ടൊപ്പം പട്ടികവർഗ്ഗവികസനവകുപ്പിന്റെ നേതൃത്വത്തിൽ എഞ്ചിനീയറിംഗ്, മെഡിക്കൽ പ്രവേശനപരീക്ഷയ്ക്കും പി. എസ്.സി പരീക്ഷയ്ക്കും പരിശീലനം നൽകുന്ന കോച്ചിംഗ് സെന്ററു കൾ ഈ ജില്ലകളിൽ ആരംഭിച്ചാൽ വരുംതലമുറയ്ക്ക് വേണ്ടി ചെയ്യുന്ന മികച്ച ആദിവാസി ക്ഷേമപദ്ധതിയായി അത് മാറും.

സാമൂഹ്യരംഗം

രാഷ്ട്രീയ സാമൂഹ്യരംഗത്ത് ശ്രദ്ധേയമായ സാന്നിധ്യങ്ങൾ ഈ സമുദായത്തിൽ നിന്നും ഉണ്ടായിട്ടില്ല. രാഷ്ട്രീയരംഗത്ത് ഇടതുവലത് കക്ഷികളുടെ അടിത്തട്ടിൽ ധാരാളം പ്രവർത്തകരുണ്ടെങ്കിലും ജില്ലാ തലത്തിലേക്ക് ഇവരെ ഉയർത്താൻ ഒരുകക്ഷികളും ശ്രമിക്കാറില്ല. ത്രിതല പഞ്ചായത്ത് തലത്തിൽ ജനസംഖ്യാനുപാതികമായി മലവേ ട്ടുവസമുദായത്തെ പരിഗണിച്ച് തിരഞ്ഞെടുപ്പിൽ മത്സരിപ്പിക്കാറുമില്ല. എന്നാൽ അടിയുറച്ച വോട്ട്ബാങ്കായി ഈസമുദായം ഇന്നും രാഷ്ട്രീയ പാർട്ടിയുടെ പിന്നണിയിൽ പ്രവർത്തിച്ചുകൊണ്ടേയിരിക്കുന്നു.

കോട്ടഞ്ചേരിയിലെ മലവേട്ടുവ കുടുംബം

1988 മുതൽ സമുദായത്തിനിടയിൽ പ്രവർത്തിച്ചുവരുന്ന സമുദായ സംഘടനകളാണ് സാമൂഹ്യരംഗത്ത് ഇവരുടെ ഏകസാന്നിധ്യം. യൂണിറ്റ്, പഞ്ചായത്ത്, ജില്ലാതലത്തിലുള്ള പ്രവർത്തനത്തിലൂടെ മലവേട്ടുവ മഹാസഭ എന്ന പ്രസ്ഥാനത്തിന് ഇവരുടെയിടയിൽ ശക്തമായ വേരുകൾ ഉണ്ടാക്കാൻ സാധിച്ചിട്ടുണ്ട്. ഈ സംഘടനയുടെ ഇടപെടലിന്റെ ഭാഗമായി ആദിവാസികളുടെ നേരെയുള്ള പല അതിക്രമങ്ങളും ചൂഷണങ്ങളും നിയമത്തിനു മുന്നിൽ കൊണ്ടുവരാനും അതിക്രമങ്ങൾ കുറയ്ക്കാനും സഹായകമായിട്ടുണ്ട്. 2002 ൽ പട്ടികവർഗ്ഗത്തിലേക്ക് മലവേട്ടുവരെ മാറ്റിയപ്പോൾ സാങ്കേതിപ്രശ്നങ്ങളിൽ കുരുങ്ങി സമുദായസർട്ടിഫിക്കറ്റ് ലഭിക്കാതെ വന്നപ്പോൾ അതിനെതിരെ പ്രക്ഷോഭം സംഘടിപ്പിക്കുകയും ഹൈക്കോടതിയിൽ ഹർജി നൽകി അനുകൂല തീരുമാനം ഉണ്ടാക്കിയെടുത്തതും എടുത്തുപറയേണ്ട പ്രവർത്തനമാണ്. ആദിവാസി ഭൂപ്രശ്നം ഉയർത്തി ഈ പ്രസ്ഥാനം ധാരാളം പ്രക്ഷോഭം നടത്തിയെങ്കിലും ഇതുവരെ പ്രശ്നം പരിഹൃതമായിട്ടില്ല.

സാമൂഹ്യപിന്നോക്കാവസ്ഥയുടെ നേർചിത്രങ്ങൾ

മലവേട്ടുവൻ ഊരുകളിൽ നടത്തിയ ഈ പഠനത്തിൽ നിന്നും പരിതാപകരമായ ഇവരുടെ അവസ്ഥയെക്കുറിച്ചുള്ള ഞെട്ടിക്കുന്ന വിവരങ്ങളാണ് ലഭ്യമായത്. ഭൂരിഭാഗം ഊരുകളിലും

അടിസ്ഥാനസൗകരയങ്ങളൊന്നും തന്നെയില്ല. വാസയോഗ്യമായ വീട്, കുടിവെള്ളസൗകര്യം, ഗതാഗതസൗകര്യങ്ങൾ എന്നിവ ഇന്നും അപ്രാപ്യമാണ്. കുന്നുകളിലും മലകളിലും സ്ഥിരതാമസമാക്കിയതിനാൽ ആരോഗ്യവിദ്യാഭ്യാസ സൗകര്യങ്ങൾക്ക് കിലോമീറ്ററുകളോളം കാൽനടയായി സഞ്ചരിക്കണം. ഭൂരിഭാഗം ഊരുകളും വ്യാജമദ്യവിൽപ്പനക്കാരുടെ പിടിയിലും ഭരണത്തിലുമാണ്. ഇവിടെയുള്ള എല്ലാകാര്യങ്ങളും നിയന്ത്രിക്കുന്നതും നടത്തുന്നതും മദ്യമാഫിയ തന്നെ. കാസർഗോഡ് ജില്ലയിലെ ഇക്കോട്ടൂറിസ്റ്റ് കേന്ദ്രമായ കോട്ടഞ്ചേരി മലയിലെ മലവേട്ടുവസങ്കേതത്തിലെ സ്ഥിതിഗതികൾ മേൽവസ്തുതകൾക്ക് അടിവരയിടുന്നതാണ്. ഇവിടെ 11 വീടുകളാണ് ആകെയുള്ളത്. ഇതിൽ വാസയോഗ്യമായ വീടുകൾ 3 എണ്ണം മാത്രമാണ്. ബാക്കി 8 വീടുകളും ശോചനീയമായ അവസ്ഥയിലാണ്. 18 കുട്ടികളുള്ള ഇവിടെ എസ്.എസ്.എൽ.സി പാസ്സായ ആരും തന്നെയില്ല. ഏറ്റവും കൂടിയ വിദ്യാഭ്യാസം ഒമ്പതാം ക്ലാസ്സ് മാത്രമാണ്. (ഒരാൾ മാത്രം) ഇവർക്ക് വിദ്യാഭ്യാസത്തിനായി ആശ്രയിക്കേണ്ടത് കിലോമീറ്റർ അകലെയുള്ള മാലോം കസബ ഹയർസെക്കന്ററി സ്കൂളിനെയാണ്. ഇത്രയും ദൂരം കാൽനടയായി പോകാനുള്ള വിഷമം കാരണം ഭൂരിഭാഗം കുട്ടികളും പഠനം നിർത്തി. ടിബി രോഗബാധയും കോളനിയിൽ സ്ഥിരീകരിച്ചിട്ടുണ്ട്. നാല് പേർക്ക് ടിബി ബാധിച്ചതായി ആരോഗ്യപ്രവർത്തകർ റിപ്പോർട്ട് ചെയ്തിട്ടുണ്ട്. ഒരാൾ ടിബി ബാധമൂലം മരണപ്പെട്ടു. വ്യാജമദ്യമാഫിയകളുടെ വിളയാട്ട കേന്ദ്രമായ ഇവിടെ രണ്ട് കൊലപാതകവും ഒരു ദുരൂഹമരണവും സംഭവിച്ചിട്ടുണ്ട്.

പ്രാക്തനമായ ഒരു സാംസ്ക്കാരിക പരിസരത്ത് വളർന്നുവന്ന ഒരുജനവിഭാഗം വികസിതമായ ആധുനികകാലത്തും അധികാരികളുടേയും പൊതുസമൂഹത്തിന്റേയും പരിഗണന ലഭിക്കാതെ പാർശ്വങ്ങളി ലേക്ക് തള്ളിമാറ്റപ്പെടുന്ന ഭീതിജനകമായ സ്ഥിതിവിശേഷത്തിലേക്കാണ് നീങ്ങിക്കൊണ്ടിരിക്കുന്നത്. ഇവരുടെ സാമൂഹ്യസ്ഥിതി മെച്ചപ്പെടുത്താൻ നമ്മുടെ സാമൂഹ്യരംഗം വിസമ്മതിച്ചാൽ അതിപ്രാചീനമായ സംസ്കാരത്തിന് ഉടമകളായ ഒരുമനുഷ്യകുലത്തിന്റെ അന്ത്യമാണ് സംഭവിക്കുക. 'നാങ്കളും മനുച്ചനല്ലേ?' എന്ന കോട്ടഞ്ചേരി നീലിയുടെ ചോദ്യം കാതുള്ളവരുടെ കാതിൽ ഇടിമുഴക്കമായി മാറട്ടെ.

പഴയകാല പേരുകൾ

സ്ത്രീ നാമങ്ങൾ

1. കാരിച്ചി.
2. വെള്ളച്ചി
3. കൈമച്ചി
4. ചിരുത
5. മതിയം
6. തിരുമം
7. പുലയി
8. വടക്കത്തി
9. കാപ്പാളത്തി
10. കുമ്പ
11. പാറു
12. മൈലി
13. മൊടന്തിച്ചി
14. വട്ടിച്ചി
15. കണിച്ചി
16. തമ്പായി
17. അമ്മിണി
18. നീലി
19. പള്ളിച്ചി
20. ചീരു
21. നാണി
22. കൈമ
23. കുങ്കി
24. പറയി
25. കമ്മാടത്തി
26. പുത്തരിച്ചി
27. കൊറമ്പി
28. ചരുമ്പി
29. മാണിക്കം
30. തരുമ്പി
31. മൊട്ടി,
32. മോട്ടി
33. കുമ്പത്തി

പുരുഷ നാമങ്ങൾ

1. മാണിക്കൻ
2. വെളുത്തൻ
3. പാല
4. കൈകൊളൻ
5. കണ്ണൻ
6. കറുവൻ
7. വട്ടിയൻ
8. കുഞ്ഞണൻ
9. കാരിയൻ
10. മോതിര
11. ചക്രാന്തി
12. വെള്ളിയൻ
13. പുത്തരിയൻ
14. പള്ളിയൻ
15. വീരൻ
16. തക്കറൻ
17. ചാപ്പൻ
18. ചെമ്പൻ
19. കാപ്ലൻ
20. കാവിരി
21. കുഞ്ഞിക്ക
22. പേങ്ങൻ
23. കുമ്പൻ
24. വെളുവൻ
25. മോട്ടൻ

മലവേട്ടുവ ഭാഷാ നിഘണ്ടു

ബന്ധുത്വ പദങ്ങൾ

അപ്പ- അച്ഛൻ
അമ്മ- അമ്മ
അവക്ക്- അവൾക്ക്
ആരിക്ക്- ആർക്ക്
എണങ്കൻ- മച്ചുനൻ
എണങ്കത്തി- മച്ചുനത്തി
ഏന്- അവൻ
ഏരിക്ക്- അവർക്ക്
ഏരിടെ- അവരുടെ
ഏങ്ക്- അവന്
കാർണൻ- കാരണവർ
ചുറുമൻ- ആൺകുട്ടി
ചുറുമി- പെൺകുട്ടി
തൊണ്ടപ്പ- വലിയച്ഛൻ
തൊണ്ടിയമ്മ- വലിയമ്മ
നാന്- ഞാൻ
നിഞ്ഞ്- നീ
നിങ്ക- നിങ്ങൾ
നാങ്ക- ഞങ്ങൾ
നമ്മക്ക്- നമ്മൾക്ക്
പൊണ്ണ്- സ്ത്രീ
മാമേൻ- അമ്മാവൻ
മാമി- അമ്മായി
മൂത്തൻ- വല്യപ്പൻ
മുത്തി- വല്യമ്മ
മക്ക- കുട്ടികൾ
വേട്ടി- ഭാര്യ
വേട്ടൻ- ഭർത്താവ്
ളയിവൻ- ഇളയവൻ
ളയിവ- ഇളയവൾ
ളയപ്പൻ- ഇളയച്ഛൻ
ളയമ്മ- ഇളയമ്മ

ഉപകരണങ്ങൾ

അമ്മിക്കല്ല്- അരകല്ല്
അമ്മിക്കുട്ടി- അരക്കാനുള്ള
ഉരുളൻ കല്ല്
കയില്- തവി
കുയിലി- മൺപ്ലേറ്റ്
കൊറക്കത്തി- വലിയകത്തി
കൊരമ്പ- മഴയ്ക്ക് ചൂടാൻ ഉള്ള
കൊള്ളി- വിറക് സംവിധാനം
കുരുവ- സാധനങ്ങൾ സൂക്ഷിക്കാൻ മുളകൊണ്ട് നിർമ്മിച്ച കുട
തട്ടപ്പ- മുറം
തരിങ്കിലംകത്തി- പിടിപോയ കത്തി

തൊടങ്ക്- കത്തിളുക്കിയിടാൻ അരയിൽ കെട്ടിവയ്ക്കുന്ന കൊളുത്ത്
ചിറങ്ങ- നാഴി (ളക്കായി)
ചിറ്റൽ- വീട്മറയ്ക്കാനുള്ള മുള കൊണ്ടുള്ള വരി
ചൊറാകത്തി- നെല്ല് കൊയ്യാനുള്ള പ്രത്യേക കത്തി
പിലംകത്തി- തുരുമ്പെടുത്ത കത്തി
പാക്ക്- തുണികൊണ്ട് തുന്നി ഉണ്ടാക്കിയ സഞ്ചി
പായ്യി- പായ
മങ്ങണം- മൺകോപ്പ
മണക- കൊരണ്ടി
മരവി- മരംകൊണ്ടുള്ള കുഴിയുള്ള പാത്രം
മാച്ചി- ചൂൽ
മുണ്ടത്ത്- വലിയ തടികഷ്ണം
വതക്ക- ധാന്യങ്ങൾ ഉണക്കാൻ ഉള്ള സംവിധാനം
വാലി- ചോർപ്പ്
വണ്ടക- മൺചട്ടി
സാൺ- വലിയ പ്ലേറ്റ്
ളക്ക- ഉലക്ക്
ളക്കായി- ചിറുങ്ങ (നാഴി)
ളൂക്കോട്ട്- തുമ്പ
റൽ- ഉരൽ

മറ്റ പദങ്ങൾ

അന്തിപ്പെട്ട- മരിച്ചുപോയ
അട്ടുക- മൂത്രമൊഴിക്കുക
അറുക്കണം- ബോധം
ഓടക്ക്- എവിടേക്ക്
ഉലത്തുക- വിടർത്തുക
ഉതുക്കൽ- ബലംപിടിക്കൽ
ഊക്ക്- ബലം
എട്ടും നപ്പട്ടെ- മുൻക്കുട്ടി
എങ്ക്- എവിടെ
ഓപ്പരി- കൂട്ടംകൂടി
കവൃത്ത്- കഴുത്ത്
കരുമ്പം- വരുമ്പോൾ
കത്തല്- വിശപ്പ് മൂലമുള്ള പരവേശം
കടച്ചി- പശുക്കുട്ടി

കലിഞ്ചിയം- ഉരുൾപൊട്ടൽ
കാപ്പ്- മുട്ടയിട്ട് അടയിരിക്കുന്ന കൂട്
കാണ്ടിയം- ദഹിപ്പിക്കാനുള്ള വിറക് സജ്ജീകരിച്ചത്
കാറൽ- ഛർദ്ദിക്കൽ
കീണം- അവശത
കൊള്ള- വേഗം
കൊവ്വ്- പക്ഷിയുടെ കോവ
കൊങ്കറ്- വളഞ്ഞ
കോപ്പിര- നാലുകെട്ട്
കോങ്കൻ- കോങ്കണ്ണുള്ളവൻ
കൊറക്-കാല്
കൊറവ്- മൃഗങ്ങളുടെ തുടമുതൽ കാൽവരെ
കുഞ്ചാട്ടം- മാറിനുകുറുകെ തുണി കെട്ടിവയ്ക്കുന്നത്
കുമച്ചിറ്- തല്ലും
കുണാരം- ന്യായം
കുക്കിരി- നായക്കുട്ടി
കുത്തണംകുത്തൽ- ഒരു
ചിന്തയുമില്ലാതെ
കുതറല്- ശ്രദ്ധിക്കാതെ വേഗത്തിൽ നടക്കുന്നത്
കുച്ചിപുത്ത- മൂർദ്ധാവിന്റെ താഴെഭാഗം
കൂറ്റ്- ശബ്ദം
ചള്ള്- മൂക്കാത്തത്
ചരങ്ങ- ഒന്നും കിട്ടിയില്ലെന്ന് സൂചിപ്പിക്കാൻ ഉപയോഗിക്കുന്ന പദം
ചപ്പില- ഇല
ചവിനം- ശകുനം
ചവല- ഇല, കാട്, മുതലായവയുടെ അവശിഷ്ടം
ചമ്മാല- കുഴഞ്ഞ് മറിഞ്ഞ്, കൂട്ടുകൂടി
ചപ്പിടാച്ചി- നുണ, പൊങ്ങച്ചം
ചായിക്കുക- സൃഷ്ടിക്കുക
ചല്ലാപിരം- ബഹളം
ചായിത്തം- രീതി
ചെല്ലുമ്പേത്തയും- അനു സരണശീലം
ചൗക്കാർ- സംഹാരം
ചിള്ളി- ചികയൽ
ചുള്ളച്ചി- അഭിസാരിക
ചെറു സസ്യങ്ങൾ വളർന്ന് രൂപപ്പെടുന്ന കാട്.

ച്ചട്ട- മൂക്കിള
ച്ചൂട്ടൽ- പൂതക്കൽ
ചേങ്കുക- കണ്ണ് ഇുറിച്ചു കാണിക്കുക
ത്തുരത്ത് (കൊയക്ക്) - മെൻസസായ സ്ത്രീയുടെ അവസ്ഥ
ത്തുവറല്- കാർക്കിച്ച് ത്തുപ്പൽ
തായിക്കൽ- ദാഹിക്കൽ
തൊപ്പട്ട- രോമം
ത്തുവല്- ഇല
തൊള്ളൽ- അരിയും, നെല്ലും, തവിടും വേർതിരിക്കാൻ മുറത്തിലിട്ട് പ്രത്യേക രീതിയിൽ പേറ്റുന്നത്.
നിറുക്ക- ആലോചിച്ചുകൊണ്ട് വെറുതെ നിൽക്കൽ
നാറി- ഇതാ പെണ്ണേ എന്ന് സൂചിപ്പിക്കാൻ
നൊടിച്ചൽ- അസഭ്യംപറയൽ
നീര്- വെള്ളം
നാറ- ഇതാടാ എന്ന് സൂചി പ്പിക്കാൻ
നപ്പട്ടെ- മുൻപ്
പാങ്ങ്- സൗകര്യം, ഭംഗി, നല്ലത്
പാറ്റൽ- ചേറൽ- പേറ്റൽ
പോരുക- ഒഴിക്കുക
പന്തറ്- പന്തലിച്ചു
പുളം- കോടമഞ്ഞ്
പൊട്ടിതെറിപ്പ്- അഹങ്കാരം
പൊറുളിക്കുക- ഗൗനിക്കുക
പൊറുക്കുക- പെറുക്കി എടുക്കുക
പോയത്തം- വിവരമില്ലായ്മ
പൈപ്പ്- വിശപ്പ്
പൈക്കൽ- വിശക്കൽ
പവുറ്- ഗമ
പെരങ്കൽ- പെരങ്ങുക
പെരക്കം- വീട്ടിൽ
പൊള്ളുക- കെട്ടിപിടിക്കുക, അണയ്ക്കുക
പാഞ്ഞ്- ഓടി
പൊടിയില്- കുറച്ച്
പൊറമഞ്ചം- തോന്ന്യാസം
പിറ്റം- പുറ്റ്
പുത്ത- ശവം അടക്കിയ സ്ഥലം

മതംക്കൂടൽ- വഴക്ക് കൂടൽ
മാപ്പ- കാട് വെട്ടിത്തെളിച്ച് കൂട്ടിയത്
മുല്ല- ഉുവൽ
മോളി- ഭംഗി
മോതാവി- നേരിട്ട്
മങ്കിലം- കല്യാണം
മുശിറ്- ഉറുമ്പ്
മൂട്- മുഖം
രാങ്കണ്ണ്- അതിരാവിലെ
വായിക്കൽ- വിവാഹം ചെയ്തുകൊടുക്കൽ
വെളിഞ്ചീറ്- ചക്കപ്പശ
വരിത്തം- അസുഖം
വട്ടി- വയർ
വേള്- തുണിയുടുക്കാതെ (നഗ്നമായി)
ളമ്പ- പുനം കൊത്തിയശേഷം
ളക്കൽ- വീമ്പ് പറയൽ, ഇളക്കൽ
ളക്കൽ- വെറുതെപറയൽ, ഇരിക്കൽ
റക്കിൽ- ഉറക്കം (റങ്കൽ)
റാക്, റങ്ക്- ചിറക്

ആവേദകർ

1. ശ്രീ നെല്ലിക്കാടൻ കണ്ണൻ മൂപ്പൻ കൊളത്തുകാട്
2. ശ്രീ കണ്ണൻ വി.കെ. പെറുക്കടൻ മണ്ണാട്ടിക്കവല
3. ശ്രീ കണ്ണൻ മായില്ല്യൻ കോട്ട കുണ്ടാർ
4. ശ്രീ. കെ. കൃഷ്ണൻ ഭണ്ഡാരി കുണ്ടാർ
5. ശ്രീമതി വെള്ളച്ചി പെറുക്കോടൻ മായില്ല്യൻകോട്ട
6. ശ്രീ കുഞ്ഞണൻ വില്ല്യൻമായില്ല്യംകോട്ട
7. ശ്രീ മോതിര പാപ്പിനിവീട്ടിൽ മൗവ്വേനി
8. ശ്രീ പാല മൂപ്പൻ പാപ്പിനിവീട്ടിൽ ഏച്ചിപ്പൊയിൽ
9. ശ്രീ പാല നെല്ലിക്കാടൻ മുടന്തേൻപാറ
10. ശ്രീ കണ്ണൻ പുതിയകുട്ടത്തിൽ 56 തട്ട്
11. ശ്രീ മാണിക്കൻ മൂപ്പൻ കുറ്റിയാട്ട് വീട്ടിൽ മുട്ടോംകടവ്
12. ശ്രീ രാഘവൻ വാഴത്തട്ട് കോട്ടഞ്ചേരി
13. ശ്രീ കണ്ണൻ താറ്റിക്കോടൻ കോല്യവള്ളി
14. ശ്രീമതി നാരായണി പള്ളിവീട്ടിൽ കോല്യവള്ളി
15. ശ്രീവെളുത്തൻ പള്ളിവീട്ടിൽ കൊട്ടത്തലച്ചി
16. ശ്രീധരൻ കാണിക്കാരൻ കൊട്ടത്തലച്ചി
17. ശ്രീ വിജയൻ കുട്ടംബൂർ കള്ളാൽ
18. ശ്രീ. സി.പി. ഗോപാലൻ ചുള്ളിക്കര
19. ശ്രീ. എൻ.കെ. സന്തോഷ് കൊളത്തുക്കാട്
20. ശ്രീ.എം.ഭാസ്ക്കരൻ പരപ്പ, പട്ളം
21. ശ്രീമതി കാർത്യായനി പുതിയകുട്ടത്തിൽ മൗവ്വേനി
22. ശ്രീ കണ്ണൻ കോമരം പാപ്പിനിവീട്ടിൽ മൗവ്വേനി
23. ശ്രീമതി കാണിച്ചി പള്ളിവീട്ടിൽ, കൊട്ടത്തലച്ചി
24. ശ്രീ കുറവൻ കാണിക്കാരൻ കൊട്ടത്തലച്ചി
25. ശ്രീ അമ്പു പയ്യൻവീട്ടിൽ,കാനംവയൽ
26. ശ്രീമതി ലക്ഷ്മി കാനംവയൽ
27. വെള്ളക്കണ്ണൻ ഇളയിടത്ത് കാനംവയൽ
28. ശ്രീമതി ഉഷ കേരയിൽ കാനംവയൽ

29. കുഞ്ഞണണ്ടൻ കാണിക്കാരൻ കോലുവള്ളി
30. കാർത്യായനി കാണിക്കാരൻ കോലുവള്ളി
31. ശ്രീമതി കാർത്യായനി ആലത്തടി പറമ്പ
32. ശ്രീ കുഞ്ഞപ്പൻ മുളപ്രക്കാരൻ ക്ലടം, പാടിയോട്ടുചാൽ
33. കെ. ബാലൻ കോമരം കുറ്റിയാട്ട്, പരപ്പ, പട്ളം
34. രാഘവൻ ഇളയിടത്ത് മുനയംകുന്ന്
35. ശ്രീ. കണ്ണൻ പട്ളം പരപ്പ എസ്.ടി പ്രമോട്ടർ
36. ശ്രീ സുകുമാരൻ വി, കാനംവയൽ എസ്.ടി പ്രമോട്ടർ
37. ശ്രീ ഏറാൻചിറ്റ കുഞ്ഞിരാമൻ
38. ശ്രീ മാണിക്കൻ കുഴിങ്ങാട്
39. ശ്രീ ചാപ്പമാണിക്കൻ കൊന്നക്കാട്

റഫറൻസ് ഗ്രന്ഥങ്ങൾ

1. 1901 - മദ്രാസ് സെൻസസ് റിപ്പോർട്ട്

2. Tribes of Kerala - A.A.D. ലൂയിസ്

3. എൻസൈക്ലോപീഡിയ ഓഫ് ഇന്ത്യൻ ട്രൈബ്സ് എസ്.എസ്. സാക്ഷി (Shashi)

4. A Handbook of Kerala ടി. മാധവമേനോൻ

5. നമ്മുടെ അയൽക്കാർ - ശ്രീ ബാലകൃഷ്ണൻ മാങ്ങാട്

6. ഉത്തരകേരളത്തിലെ വേട്ടുവർ- ഡോ. കെ.വി. ഫിലോമിന

7. ഫോക്‌ലോർ സമീപനങ്ങളും, സാധ്യതകളും - ഡോ. എ.എം ശ്രീധരൻ

8. കരിമ്പാലന്മാരുടെ പുരാവൃത്തങ്ങൾ. റവ. ഡോ. ജോസ് മണിപ്പാറ

9. ആദിവാസി പുരാവൃത്തം- ഡോ. കുമാരൻ വയലേരി

10. ആദിവാസി, ഭാഷ, ദേശം, സംസ്കാരം,:- ഡോ സോമൻ കടലൂർ

11. ഫോക്‌ലോർ നിഘണ്ടു:- ഡോ. വിഷ്ണുനാരായണൻ നമ്പൂതിരി

12. ഗോത്രസംസ്കാര പഠനങ്ങൾ- ഡോ. കുമാരൻ വയലേരി

13. നാട്ടറിവും വിമേചനവും- ഇ.പി. രാജഗോപാലൻ

14. ജനസംസ്കാര പഠനങ്ങൾ- ജനസംസ്കാര പഠനകേന്ദ്രം, കണ്ണൂർ.

15. മലബാർ മാന്വൽസ് - വില്ല്യം ലോഗൻസ്

www.ingramcontent.com/pod-product-compliance
Lightning Source LLC
LaVergne TN
LVHW100842051026
849519LV00006B/2400
* 9 7 8 9 3 8 2 7 0 9 8 9 3 *